ಎಚ್ ಎಸ್ ವೆಂಕಟೇಶಮೂರ್ತಿ

ಬೆಳಗಾಗಿ ನಾನೆದ್ದು...

ಇಪ್ಪತ್ತೊಂದು ನುಡಿದೀಪ

ಬಹುರೂಪಿ

1, 'ನಾಕುತಂತಿ' ಬಸಪ್ಪ ಬಡಾವಣೆ, ಆರ್‌ಎಂವಿ 2ನೇ ಘಟ್ಟ
ಸಂಜಯನಗರ, ಬೆಂಗಳೂರು – 560 094

ದೂರವಾಣಿ: 70191 82729 editor.bahuroopi@gmail.com
Online Book Store: bahuroopi.in
facebook: bahuroopi.official/

21

BELAGAAGI NAANEDDU..
An intimate Sketch of the renowned Authors of Kannada
By **H S Venkatesh Murthy**
Published by **Bahuroopi**

Written By
H S Venkatesh Murthy
97391 55175
hodigerevmurthy@yahoo.com

ಬಹುರೂಪಿ
ಪ್ರಕಟಣೆಗಳಿಗಾಗಿ ಈ QR ಕೋಡ್ ಅನ್ನು ಸ್ಕ್ಯಾನ್ ಮಾಡಿ.

Published By
Bahuroopi
1, Naaku Tanti, Basappa Layout,
RMV Second Stage, Sanjayanagar,
Bangalore 560 094
--
editor.bahuroopi@gmail.com
Mobile: 70191 82729

online book store:
bahuroopi.in

First Edition: 2019
ISBN : 978-81-941661-3-9
Pages: 144
Price: Rs.150

Cover Photo: **B R Shankar**
Cover Design: **Sudhakara Darbe**
Design: **Sagar M S**

Printed at
Regal Print Service
Bangalore

ರೆಕ್ಕೆ ಇದ್ದರೆ ಸಾಕೆ...

ಅದು ಹೀಗಾಯ್ತು. ಎಚ್ ಎಸ್ ವೆಂಕಟೇಶಮೂರ್ತಿಗಳು ಒಂದು ದಿನ 'ನಯನ'ದಲ್ಲಿ ಸಿಕ್ಕರು. ಮೂರು ಸಮಗ್ರ ಸಂಕಲನಗಳನ್ನು ತರುವ ಉತ್ಸಾಹ ಅವರ ಮುಖದಲ್ಲಿತ್ತು. ಆ ವೇಳೆಗೆ ಪ್ರಿಂಟಿಂಗ್ ಪ್ರೆಸ್‌ನಿಂದ ಆಚೆ ಒಂದಿಷ್ಟು ಮುಖ ತೋರಿಸಿದ್ದ 'ಸಮಗ್ರ ಕಾವ್ಯ' ಪುಸ್ತಕ ನನ್ನಲ್ಲಿತ್ತು. ಆ ಕವಿತೆಗಳನ್ನು ಓದುತ್ತಾ ಓದುತ್ತಾ ನನ್ನನ್ನು ನಾನೇ ಮರೆತು ಹೋದೆ.

ಎಚ್‌ಎಸ್‌ವಿ ಅವರ ಕಾವ್ಯ ನಮ್ಮ ಯೌವ್ವನವೂ ಹೌದು. ಅವರ 'ಒಣಮರದ ಗಿಳಿಗಳು' ನಾನು ಆವಾಹಿಸಿಕೊಂಡು ಓದಿದ ಸಂಕಲನ. ಆ ಮೊದಲು ಕಲ್ಲೆ ಶಿವೋತ್ತಮರಾವ್ ಅವರ ಮನೆಯಲ್ಲಿ ಅವರ 'ಸಿಂದಾಬಾದನ ಆತ್ಮಕಥೆ' ಪುಸ್ತಕ ಇತ್ತು.

ಅವರ ಕವಿತೆಗೂ ಮೊದಲು ನಾನು ಓದಿದ್ದು ಅವರ 'ತಾಪಿ' ಕಾದಂಬರಿ. ಓ! ಆ ಸುಳಿಯಲ್ಲಿ ಸಿಕ್ಕು ಎದ್ದದ್ದು ಒಂದು ಮರೆಯಲಾಗದ ಅನುಭವ. ಆ ನಂತರ ನಾನೂ ಕವಿತೆ ಬರೆಯಲು ಶುರು ಮಾಡಿದೆ.

ಎಚ್‌ಎಸ್‌ವಿ ಸಂತ ಜೋಸೆಫ್ ವಾಣಿಜ್ಯ ಕಾಲೇಜಿನಲ್ಲಿ ಹಮ್ಮಿಕೊಳ್ಳುತ್ತಿದ್ದ ಸಾಹಿತ್ಯ ಸ್ಪರ್ಧೆಗಳು ನಮಗೆ ಹಬ್ಬ. ಕವಿತೆಯ ವಿಮರ್ಶೆ ಮಾಡಲು ಏರ್ಪಡಿಸಿದ ಸ್ಪರ್ಧೆಗೆ ನಾನು ಕೆ ಎಸ್ ನ ಅವರ 'ಮನೆಯಿಂದ ಮನೆಗೆ' ಕವಿತೆ ಆರಿಸಿಕೊಂಡಿದ್ದೆ. ತೀರ್ಪುಗಾರರಲ್ಲಿ ಒಬ್ಬರಾಗಿ ಕುಳಿತಿದ್ದ ಎಚ್‌ಎಸ್‌ವಿ 'ಹೊತ್ತು ಸಾಗಿಸಬೇಕು, ಅದಕೆ ಕತ್ತಲೆ ಬೇಕು' ಎನ್ನುವ ಸಾಲಿನಲ್ಲಿ 'ಹೊತ್ತು' ಏನನ್ನು ಹೇಳುತ್ತಿದೆ? ಎಂದು ಕೇಳಿದರು. ಕನ್ನಡ ಸಾಹಿತ್ಯವನ್ನು ಸಾಣೆ ಹಿಡಿದು ಗೊತ್ತಿಲ್ಲದ ನಾನು ಏನೋ ಒಂದು ಉತ್ತರ ಕೊಟ್ಟೆ– ಸರಿ ಅಲ್ಲದ್ದು. ಆ ಸ್ಪರ್ಧೆಯಲ್ಲಿ ಬಹುಮಾನ ಗೆದ್ದದ್ದು ಈಗ ಪ್ರಕಾಶ್ ರಾಜ್ ಆಗಿರುವ ಪ್ರಕಾಶ್ ರೈ. ಮಾತುಗಾರ ಪುಟ್ಟಸ್ವಾಮಿ.

ಹೀಗೆ ಇರುವಾಗಲೇ ಅವರ 'ಒಣಮರದ ಗಿಳಿಗಳು' ಬಂದದ್ದು. ಅದರ ಮುಖಪುಟ ಚಿತ್ರ ಅವರೇ ಬರೆದಿದ್ದರು ಎಂಬ ನೆನಪು. ನನಗೋ ಆ ಸಂಕಲನದ ಶೀರ್ಷಿಕೆಯೇ ಇಷ್ಟವಾಗಿ ಹೋಗಿತ್ತು. ಆ ಶೀರ್ಷಿಕೆ ಮಾತ್ರವಲ್ಲ–

'ನಿನ್ನ ಗಾಯಗಳನ್ನು
ಪಡೆಯುವವರೆಗೂ
ನಿನ್ನ ನೋವುಗಳನ್ನು
ಪಡೆಯಲಾರೆ'

ಎನ್ನುವ ಕವಿತೆ

ಕೃಷ್ಣ ನಿನ್ನ ಬೇಡಿದವರು
ಭಾಗ್ಯವಂತರಾದರು
ಕೃಷ್ಣ ನಿನ್ನ ಕಾಡಿದವರು
ಕೀರ್ತಿವಂತರಾದರು
ಕೃಷ್ಣ ನಿನ್ನ ಕೂಡಿದವರು
ಹೇಳೋ ಏನಾದರು?

ಎಂದು ರಾಧೆ ಕೃಷ್ಣನಿಗೆ ಕೇಳುವ ಪರಿ,

ಆ ಹುಡುಗಿ
ಪಾಪ
ಆಟದ ಬಯಲಲ್ಲಿ ಬಾಲ್ಯವನ್ನ
ಶಾಲೆಗಳಲ್ಲಿ ಮುಗ್ಧತೆಯನ್ನ
ಸೀರೆಯಂಗಡಿಯಲ್ಲಿ ಕನಸುಗಳನ್ನ
ದಿನಸಿ ಅಂಗಡಿಯಲ್ಲಿ ಕೋಪವನ್ನ
ಮಾರುಕಟ್ಟೆಯಲ್ಲಿ ಸಂಕೋಚವನ್ನ
ದಟ್ಟ ಕೂದಲ ಎದೆ ಪೊದೆಯಲ್ಲಿ ಸ್ವತಹ ತನ್ನನ್ನ
ಕಳೆದುಕೊಂಡು ಬಿಟ್ಟಳು!

ಇದಲ್ಲದೆ ಇಷ್ಟವಾದದ್ದು ಎಷ್ಟೋ ಇತ್ತು. ಆದರೂ ಇವು ಮಾತ್ರ ನಾಲಗೆಯ ಮೇಲೆ ಕುಣಿದಾಡುತ್ತಲೇ ಉಳಿಯಲು ನಮ್ಮ ಆ ವಯಸ್ಸೂ ಕಾರಣವಾಗಿಬಿಟ್ಟಿತು.

ಆ ನಂತರ ಬಂದ ಎಲ್ಲಾ ಸಂಕಲನಕ್ಕೂ ನಾವು ಸಾಕ್ಷಿಗಳೇ.. ಅವರ ಕವಿತೆಗಳು ನಮ್ಮೊಳಗೆ ಇಳಿದದ್ದು, ಅದರ ಅರ್ಥಗಳನ್ನು ಕಂಡಿರಿಸಿದ್ದು ಎಲ್ಲವೂ ಒಂದು ಸುಖ ಯಾನ. ಹಾಗಾಗಿಯೇ ಎಚ್‌ಎಸ್‌ವಿ ಎದುರು ಸಿಕ್ಕಾಗ ನನಗೆ ಒಂದು ಭಯವೂ, ನನ್ನ ಯೌವನವನ್ನು ನಾನು ಮತ್ತೆ ಭೇಟಿಯಾದ ಸಂಭ್ರಮವೂ ಆಗುತ್ತದೆ.

ಬೆಳಗಾಗಿ ಎಚ್‌ಎಸ್‌ವಿ ನೆನೆಯುವುದು ಸ್ನೇಹವೆಂಬ ಚುಂಬಕವನ್ನ. ಗೆಳೆತನಕ್ಕೆ ಬಹು ದೊಡ್ಡ ಬೆಲೆ ಕೊಟ್ಟ ಕವಿ ಇವರು. 'ರೆಕ್ಕೆ ಇದ್ದರೆ ಸಾಕೆ ಹಕ್ಕಿಗೆ ಬೇಕು ಬಾನು' ಎನ್ನುವ ಅವರದೇ ಕವಿತೆಯಂತೆ ಅವರಿಗೆ ಗೆಳೆಯರೆಂಬ ವಿಸ್ತಾರ ಬಾನು ಬೇಕು. ಅಂತಹ ಬೆಳಗಾಗಿ ತಾವೆದ್ದು ನೆನೆದ 21 ಆತ್ಮೀಯರ ಚಿತ್ರವನ್ನು ಇಲ್ಲಿ ಕಟ್ಟಿಕೊಟ್ಟಿದ್ದಾರೆ. 'ಅನಾತ್ಮ ಕಥನ'ದ ಮೂಲಕ ತಮ್ಮನ್ನೇ ಕಟ್ಟಿಕೊಟ್ಟ ಎಚ್ಚೆಸ್ವಿ ಈಗ ಕನ್ನಡ ಸಾಹಿತ್ಯ ಜಗತ್ತು ಪ್ರೀತಿಯಿಂದ ಕಂಡ ಮಹನೀಯರನ್ನು ನಮ್ಮ ಮುಂದಿರಿಸಿದ್ದಾರೆ. ಎಚ್ಚೆಸ್ವಿ ಎಂಬ ಕೆಲಿಡಿಯೋಸ್ಕೋಪ್ ಮೂಲಕ ಹಾದು ಬಂದ ಈ ಬರಹಗಳು ಕನ್ನಡದ ಬಗ್ಗೆ ಹೆಮ್ಮೆ ಮೂಡಿಸುತ್ತವೆ.

ಜಿ ಎನ್ ಮೋಹನ್

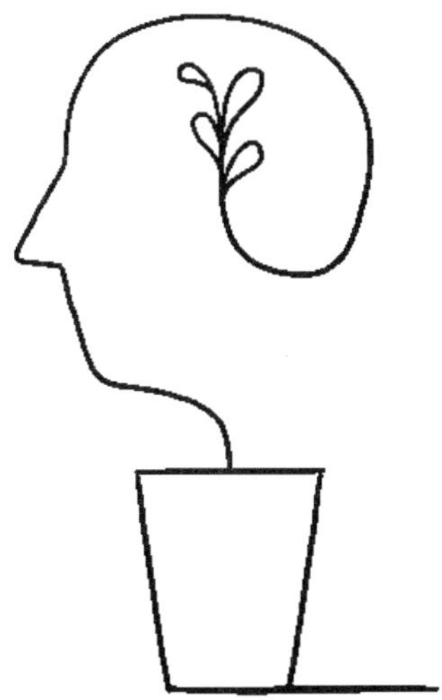

ಆಪ್ತ ಗೆಳೆಯ
ಎಸ್ ಆರ್ ವಿಜಯಶಂಕರ್
ಅವರಿಗೆ

ಬೆಳಕು ಸಾಲು...

ಪಶ್ಚಿಮದ ಗೋಡೆ
ಮತ್ತು ಸೂರ್ಯ...!

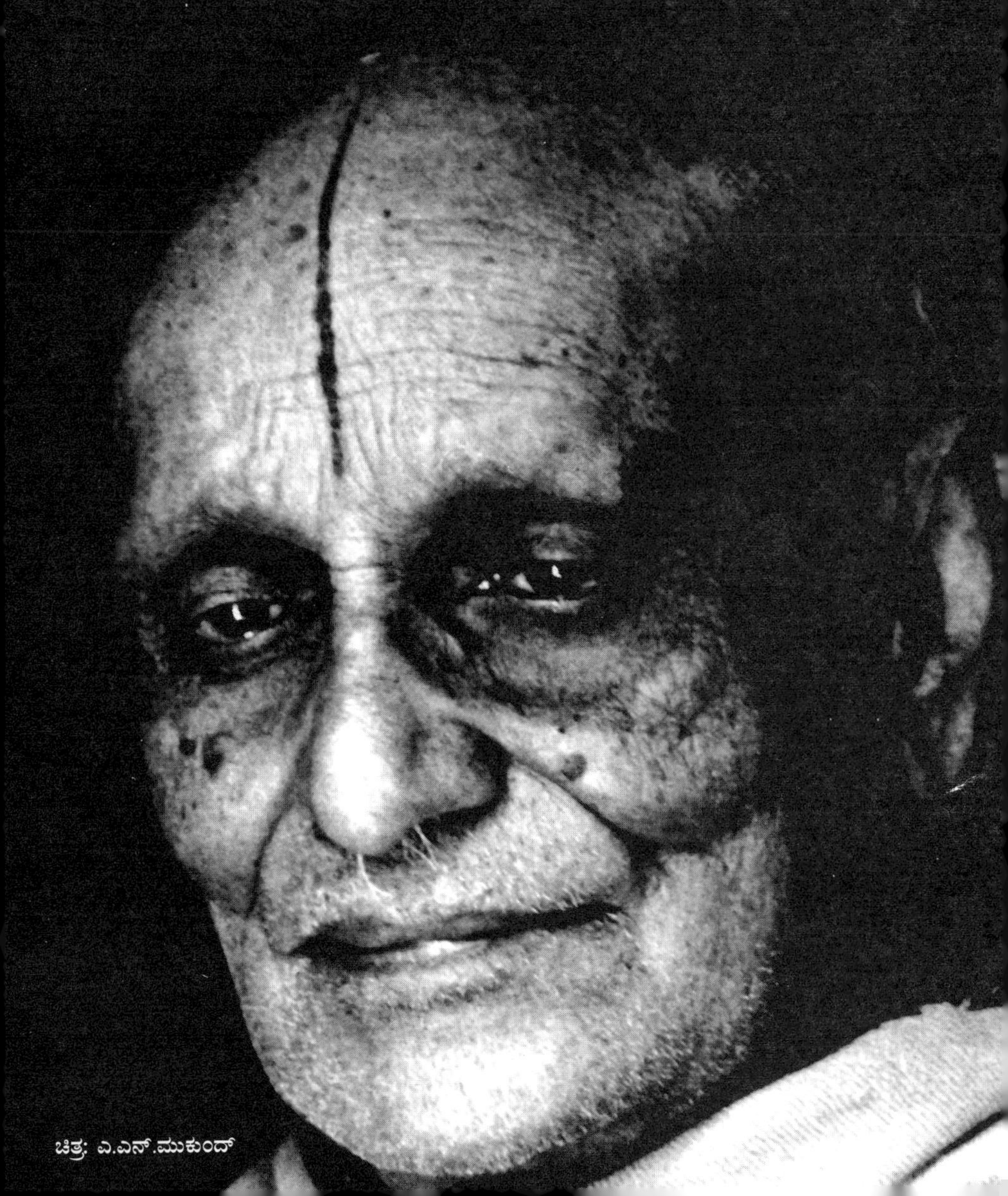

ಚಿತ್ರ: ಎ.ಎನ್.ಮುಕುಂದ್

ಹಿರಿಯರ ನಡೆ ನುಡಿ

ಕೆಲವು ಸಲ ಅಸಾಮಾನ್ಯ ನೆಲೆಗೆ ಒಮ್ಮೆಗೇ ನಮ್ಮನ್ನು ಕೊಂಡೊಯ್ಯುತ್ತವೆ. ಇಂಥ ಅನುಭವ ನನಗೆ ಅನೇಕ ಸಲ ಆದದ್ದುಂಟು. ಅಂಥ ಒಂದು ಪ್ರಸಂಗವನ್ನು ಈವತ್ತು ನಿಮ್ಮ ಮುಂದೆ ನಿವೇದಿಸುತ್ತೇನೆ. ಕನ್ನಡದ ಆದ್ಯ ಗೀತರೂಪಕಕಾರರೆಂದು ಹಿರಿಯ ಚೇತನ ಪು.ತಿ.ನ ಪ್ರಸಿದ್ಧರು. ಶ್ರೀಯುತರು ಭಾಗ್ಯವಶಾತ್ ನನಗೆ ತುಂಬ ಹತ್ತಿರದವರು. ಕೊನೆಕೊನೆಗೆ ನಮ್ಮ ಮನೆಯ ಹಿರಿಯರಂತೆ ನಡೆದುಕೊಂಡವರು. ಅವರಿಗೆ ತುಂಬ ವಯಸ್ಸಾಗಿದ್ದ ದಿನಗಳಲ್ಲಿ ನಡೆದ ಒಂದು ಪ್ರಸಂಗವನ್ನು ನಾನು ಯಾವತ್ತೂ ಮರೆಯಲಾರೆ. ಆ ದಿನಗಳಲ್ಲಿ ಕವಿವರ್ಯರ ಕಿವಿಗಳು ತುಂಬಾ ಮಂದವಾಗಿದ್ದವು. ಕಣ್ಣು ಮಬ್ಬಾಗಿದ್ದವು. ಒಂದು ಸಂಜೆ ನಾನು ಯಾವತ್ತಿನಂತೆ ಪುತಿನ ಅವರ ಆರೋಗ್ಯ ವಿಚಾರಿಸಲು ಜಯನಗರದಲ್ಲಿದ್ದ ಅವರ ಮನೆಗೆ ಹೋದೆ. ಸಂಜೆಯ ಸೂರ್ಯಾಸ್ತಮದ ಸಮಯ. ಮುಂಬಾಗಿಲು ತೆರೆದೇ ಇತ್ತು. ಪುತಿನ ಅವರ ಮನೆಯ ಮುಂಬಾಗಿಲು ಪೂರ್ವಾಭಿಮುಖವಾಗಿತ್ತು. ಪುತಿನ ನಡುಮನೆಯಲ್ಲಿ ಗೋಡೆಗೆ ಮುಖಮಾಡಿಕೊಂಡು ಆಸೀನರಾಗಿದ್ದರು. ಒಳಮನೆಯಲ್ಲಿ ಅವರ ಪತ್ನಿ ಯಾವುದೋ ಕೆಲಸದಲ್ಲಿದ್ದರೆಂದು ಕಾಣುತ್ತೆ. ಗೋಡೆಗೆ ಮುಖಮಾಡಿ ಕೂತ ಆ ಹಿರಿಯರನ್ನು ನೋಡಿ ನನ್ನ ಕರುಳು ಚುರುಕ್ ಎಂದಿತು. ಕಣ್ಣು ಕಾಣುತ್ತಿರಲಿಲ್ಲವಲ್ಲ! ತಪ್ಪರಿವಿನಿಂದ ಗೋಡೆಗೆ ಮುಖಮಾಡಿ ಕೂತಿದ್ದಾರೆ. ಅದನ್ನು ಅವರ ಶ್ರೀಮತಿಯವರೂ ಗಮನಿಸಿದಂತಿಲ್ಲ. ನಾನು ಪುತಿನ ಅವರ ಬಳಿ ಹೋಗಿ, ಕಿವಿಯ ಹತ್ತಿರ ಬಾಗಿ ಹೇಳಿದೆ: "ಸರ್! ನೀವು ಗೋಡೆಗೆ ಮುಖಮಾಡಿ, ಬಾಗಿಲಿಗೆ ಬೆನ್ನು ಹಾಕಿ ಕೂತಿದ್ದೀರಿ. ಬಾಗಿಲು ವಿರುದ್ಧ ದಿಕ್ಕಿನಲ್ಲಿ ಇದೆ. ಏಳಿ! ಕುರ್ಚಿಯನ್ನು ಸರಿಯಾಗಿ ಹಾಕುತ್ತೇನೆ..."

"ಏನಪ್ಪಾ...ಮೂರ್ತಿ ಅಲ್ಲವಾ? ಬನ್ನಿ ಬನ್ನಿ ...."

"ಮೊದಲು ನಿಮ್ಮ ಕುರ್ಚಿಯನ್ನು ಸರಿಯಾದ ದಿಕ್ಕಿಗೆ ಹಾಕುತ್ತೇನೆ..ಏಳಿ"

"ನನ್ನ ಕುರ್ಚಿ ಸರಿಯಾದ ದಿಕ್ಕಿನಲ್ಲೇ ಇದೆಯಲ್ಲಯ್ಯಾ..."

"ಸಾರ್...! ನೀವು ಗೋಡೆಗೆ ಮುಖಮಾಡಿ ಕೂತಿದ್ದೀರಿ..."

"ಈಗ ಎಷ್ಟು ಸಮಯ..."

"ಸಂಜೆ ಆರು..."

"ಅಂದರೆ ಸೂರ್ಯ ಮುಳುಗುವ ಹೊತ್ತು...ನಮ್ಮ ಮನೆಯ ಮುಂಬಾಗಿಲು ಪೂರ್ವಕ್ಕಿದೆ... ಸೂರ್ಯ ಮುಳುಗುತ್ತಿರುವುದು ಪಶ್ಚಿಮದಲ್ಲಿ... ನಾನು ಪಶ್ಚಿಮಕ್ಕೆ ತಿರುಗಿ ಕೂತು ಸೂರ್ಯಭಗವಾನನ ದರ್ಶನ ಮಾಡುತ್ತಿದ್ದೇನೆ.... ನಾನು ಸರಿಯಾಗೇ ಕೂತಿದ್ದೇನೆ... ದಿಕ್ಕು ತಪ್ಪಿಲ್ಲವಯ್ಯಾ ನಾನು!"

ನಾನು ತಬ್ಬಿಬ್ಬಾಗಿ ಹೋದೆ. ಪುತಿನ ಅವರಿಗೆ ಕಣ್ಣು ಕಾಣುತ್ತಿಲ್ಲ-ಎಂದು ಭಾವಿಸಿ ನಾನು ಎಂಥ ದಡ್ಡನಾದೆನಲ್ಲಾ! ಕಣ್ಣು ಕಾಣುವ ನಮಗೆ ಗೋಡೆ ಕಾಣುತ್ತದೆ. ಕಣ್ಣಿಲ್ಲದ ಪುತಿನ ಅವರಿಗೆ ಗೋಡೆಯ ಆಚೆಗಿನ ಸೂರ್ಯ ಭಗವಾನ್ ಕಾಣುತ್ತಾನೆ! ಯಾರು ಕುರುಡರು ಇಲ್ಲಿ?

ಪುತಿನ ಯಾವಾಗಲೂ ಹೇಳುತ್ತಿದ್ದರು. "ಕವಿಯಾದವನು ಕಾಣುವುದರ ಆಚೆ ಇರುವ ಕಾಣ್ಕೆಯನ್ನು ಪಡೆಯಬೇಕಯ್ಯಾ! ಕಂಡದ್ದು ನೋಟ. ಕಂಡದ್ದರ ಆಚೆ ಕಾಣುವಂಥದ್ದು ಕಾಣ್ಕೆ; ದರ್ಶನ. ಹಾಗೆ ಕಾಣ ಬಲ್ಲವನಾಗದವನು ಕವಿಯಾಗಲಾರ. ಕಂಡವರಿಗಲ್ಲ ಕಂಡವರಿಗಷ್ಟೆ ಕಾಣುವುದು ಇದರ ನೆಲೆಯು ಅಂತ ಬೇಂದ್ರೆ ತಮ್ಮ ಕವಿತೆಯಲ್ಲಿ ಹೇಳಿಲ್ಲವೆ? ಹಿರಣ್ಯಕಶಿಪುವಿಗೆ ಕಂಬ ಮಾತ್ರ ಕಂಡಿತು; ಪ್ರಹ್ಲಾದನಿಗೆ ಕಂಬದ ಒಳಗೆ ಅಡಗಿರುವ ನರಸಿಂಹ ಕಂಡ! ಕಾಣಲಿಕ್ಕೆ ದೃಷ್ಟಿಯಷ್ಟೇ ಸಾಲದು... ಅದೃಷ್ಟವೂ ಇರಬೇಕು. ಅದಕ್ಕೇ ಮಹಾಕವಿಗಳು ಹೇಳಿದ್ದು ಕಂಡಕಂಡವರಿಗೆಲ್ಲಾ ಕಾಣುವುದಿಲ್ಲ... ಕಂಡವರಿಗಷ್ಟೆ ಕಾಣಬೇಕಾದ್ದು ಕಾಣುವುದು! ಎಂದು. ಅದನ್ನೇ ನಾವು ದರ್ಶನ ಎನ್ನುವುದು. ಇಂಥ ದರ್ಶನದಿಂದ ತುಂಬಿರುವುದರಿಂದಲೇ ಪುಟ್ಟಪ್ಪನವರು ತಮ್ಮ ಕಾವ್ಯಕ್ಕೆ ರಾಮಾಯಣ ದರ್ಶನಂ ಎಂದು ಹೆಸರಿಟ್ಟರು. ಹಕ್ಕಿ ಹಾರುತಿದೆ ನೋಡಿದಿರಾ? ಎಂದು ಬೇಂದ್ರೆ ಕೇಳಿದರು. ನಾನೂ ಒಂದು ಹಕ್ಕಿಯನ್ನು ನೋಡಿದೆ! ಅದು ಬಾನಲ್ಲಿ ಹಾರುತ್ತಾ ಹೋದ ಗರುಡ. ಆ ಗರುಡನ ನೆರಳು ನನಗೆ ಗಾಂಧಿಯೆಂಬಂತೆ ತೋರಿತು. ಹಾಗೆ ತೋರಿದ್ದಕ್ಕೇ ಅದು ಕವಿತೆ ಆಯಿತು. ನೀನು ಒಳ್ಳೆಯ ಕವಿಯಾಗಬೇಕೋ, ಕಂಡದ್ದರ ಆಚೆ ನೋಡುವುದನ್ನು ಅಭ್ಯಾಸ ಮಾಡು...."

ಆಹಾ! ಎಂಥ ಕಾಣ್ಕೆ ಎಂದು ಪುತಿನ ಮಾತನ್ನೇ ಧ್ಯಾನಿಸುತ್ತಾ ಮನೆಗೆ ಹಿಂದಿರುಗಿದೆ.

ಪುತಿನ ಮಾತು ಕತ್ತಲಲ್ಲಿ ಗೀರಿದ ಬೆಳಕಿನ ಕಡ್ಡಿಯಂತೆ ನನ್ನ ಮನೋಗರ್ಭದಲ್ಲಿ ಒಮ್ಮೆ ಬೆಳಗಿ ಅಂಧಕಾರಕ್ಕೆ ಒಂದು ಆಕಾರ ಬರೆದಿತ್ತು.

ಆಮೂರರ
ಅಸೀಮ ವ್ಯಕ್ತಿತ್ವ

ಚಿತ್ರ: ಎ.ಎನ್.ಮುಕುಂದ್

ಕವಿಗಳ ಕಲ್ಪಕತೆ

ಬಲು ವಿಲಕ್ಷಣವಾದದ್ದು ಮತ್ತು ಬೆರಗು ಹುಟ್ಟಿಸುವಂಥದ್ದು. ಘನವಾದ ವ್ಯಕ್ತಿತ್ವಗಳನ್ನು ಉನ್ನತವಾದ ಪರ್ವತ ಶೃಂಗಕ್ಕೋ, ಗಂಭೀರವಾದ ಸಮುದ್ರಕ್ಕೋ, ಅಂಚಿಲ್ಲದ ಆಕಾಶಕ್ಕೋ, ವಿಸ್ತಾರವಾದ ಹಸಿರುಬಯಲಿಗೋ ಕವಿಗಳು ಹೋಲಿಸುವುದನ್ನು ನಾವು ಅರ್ಥಮಾಡಿಕೊಳ್ಳಬಹುದು. ಒಬ್ಬ ವ್ಯಕ್ತಿಯನ್ನು ತೆರೆದಿಟ್ಟ ಮಹಾಗ್ರಂಥಕ್ಕೆ ಹೋಲಿಸಬಹುದೆ? ಹೋಲಿಸಬಹುದು! ಅತ್ಯಂತ ನವೀನವಾದ ಈ ಪ್ರತೀಕವನ್ನು ಕಲ್ಪಿಸಿದವನು ಕನ್ನಡದ ಆದಿ ಕವಿ ಪಂಪ. ಕುರುಕ್ಷೇತ್ರದಲ್ಲಿ ಭೀಷ್ಮ ಶರಮಂಚಕ್ಕೆ ಉರುಳಿದ ಪ್ರಸಂಗ. ಆಗ ಆ ವೃದ್ಧ ಹೇಗೆ ಕಾಣಿಸಿದ ಎಂಬುದನ್ನು ಪಂಪನಿಗೆ ವರ್ಣಿಸಬೇಕಾಗಿದೆ. ಮೈತುಂಬ ನೆಟ್ಟ ಶರಗಳಿಂದ ಆತನ ಒಡಲು ನೆಲಕ್ಕೆ ತಾಗದೆ ಇರಲು, ಬಾಣಗಳಿಂದ ಬಿರಿದ ವ್ರಣಗಳೇ ಅಕ್ಷರಗಳಂತೆ ಕಾಣಲು, ಈ ಪುಸ್ತಕವನ್ನು ಶ್ರದ್ಧೆಯಿಂದ ಓದಿ, ಕಲಿಯಿರಿ ಎನ್ನುವಂತಿರುವ, ಅಟ್ಟವಣೆಯ ಮೇಲೆ ಇಟ್ಟ ವೀರ ಸೈದ್ಧಾಂತಿಕ ಶಾಸನ ಬರೆದ ತೆರೆದಿಟ್ಟ ಪುಸ್ತಕದಂತಿದ್ದನಂತೆ ಭೀಷ್ಮ.

ಡಾ ಜಿ.ಎಸ್.ಆಮೂರರನ್ನು ನೋಡಿದಾಗ ಪಂಪನ ಈ ಮಹೋಪಮೆ(!) ನನಗೆ ನೆನಪಾಗುತ್ತದೆ. ಇವರೂ ಹಾಗೆಯೇ. ಸಾಹಿತ್ಯ, ತತ್ವಚಿಂತನೆ, ಜೀವನ ದರ್ಶನಗಳಿಂದ ನನಗೆ ತೆರೆದಿಟ್ಟ ಮಹಾ ಸಂಪುಟದಂತೆಯೇ ಕಾಣಿಸುವರು. ಕನ್ನಡ, ಇಂಗ್ಲಿಷ್, ಸಂಸ್ಕೃತ, ಮರಾಠಿ ಭಾಷೆಗಳಲ್ಲಿ ಪ್ರವೇಶವಿರುವ ಆಮೂರರು ಸಾಹಿತ್ಯ ಮತ್ತು ಜೀವನ ಜಿಜ್ಞಾಸೆಗೆ ತಮ್ಮ ಬದುಕನ್ನೇ ಮುಡಿಪು ಮಾಡಿದವರು. 94ರ ವಯೋವೃದ್ಧರು. ಕನ್ನಡ ಮತ್ತು ಇಂಗ್ಲಿಷ್ ಭಾಷೆಗಳಲ್ಲಿ ಸಮಸಮವಾಗಿ ಬರೆದುಕೊಂಡು ಬಂದಿರುವ ಸವ್ಯಸಾಚಿ. ಅವರೊಂದಿಗೆ ಮಾತಾಡುವಾಗ ನಮ್ಮ ಅರಿವಿನ ಕ್ಷಿತಿಜಗಳು ಸಹಜವಾಗಿಯೇ ವಿಸ್ತಾರಗೊಳ್ಳುತ್ತವೆ. ನಾವು ಅವರನ್ನು ಭೆಟ್ಟಿ ಮಾಡಿದ ಹೊತ್ತಲ್ಲಿ ಅವರು ಯಾವ ಗ್ರಂಥದ ರಚನೆಯಲ್ಲಿ ತೊಡಗಿರುವರೋ ಆ ಗ್ರಂಥಕ್ಕೆ ಸಂಬಂಧಿಸಿದ ಅನೇಕ ಮಾಹಿತಿಗಳು, ಅದಕ್ಕಾಗಿ ಅವರು ಕಟ್ಟಿಕೊಂಡ ತಾತ್ವಿಕ ಭಿತ್ತಿ, ಅವರು ತಮ್ಮ ಅಧ್ಯಯನದಿಂದ ಕಂಡುಕೊಂಡ ನವೋನವ

ವಿಚಾರಗಳು ಅವರು ಮಾತಾಡುವಾಗ ನಮ್ಮ ಕಣ್ಣೆದುರು ದೃಶ್ಯಾವಳಿಗಳಂತೆ ಬಿಚ್ಚಿಕೊಳ್ಳುತ್ತವೆ. ಅವರ ಹೇಳುವ ಉತ್ಸಾಹ ನಮ್ಮನ್ನು ಮಂತ್ರಮುಗ್ಧಗೊಳಿಸುತ್ತದೆ. ಆಮೂರರೊಂದಿಗೆ ಸಂವಾದವೆಂದರೆ ಪುಣ್ಯಾಂಬುಸ್ನಾನದಂತೆಯೇ. ಇಂಥ ಅನುಭವ ನನಗೆ ಇನ್ನಿಬ್ಬರು ಹಿರಿಯರನ್ನು ಕಂಡಾಗಲೂ ಆಗಿದೆ. ಪುತಿನ ಮತ್ತು ಕುರ್ತಕೋಟಿ ಆ ಹಿರಿಯರು. ಪುತಿನ, ಕುರ್ತಕೋಟಿ, ಆಮೂರ – ಈ ಮೂರು ಹೆಸರುಗಳನ್ನು ಅದ್ಯಾಕೋ ಒಂದೇ ಉಸಿರಲ್ಲಿ ಉಚ್ಚರಿಸಬೇಕೆಂದು ನನಗೆ ಯಾವಾಗಲೂ ಅನ್ನಿಸುತ್ತದೆ.

ಆಮೂರರು ಒಳ್ಳೆಯ ಕವಿತೆಗಳನ್ನು ಬರೆದಿರುವರಾದರೂ ವಿಮರ್ಶಕರಾಗಿಯೇ ಅವರು ವಿಖ್ಯಾತರು. ಸಾಕಷ್ಟು ಸಮಯವಿಟ್ಟುಕೊಂಡೇ ನಾವು ಆಮೂರರನ್ನು ಕಾಣಲು ಹೋಗಬೇಕು. ಗಂಟೆಗಟ್ಟಲೆ ಅವರೊಂದಿಗೆ ಇದ್ದರೂ ಅವರು ನಮಗೆ ಹೇಳಲೇ ಬೇಕಾದ ಸಂಗತಿಗಳು ಮುಗಿದಿರುವುದಿಲ್ಲ. ಬಂದವರು ಬೇರೆ ಯಾವುದೋ ಕಾರ್ಯದ ಒತ್ತಡದಿಂದ ಮೇಲೆದ್ದಾಗ ಆಮೂರರೂ ತಾವೂ ಎದ್ದು ತಮ್ಮ ಮಾತು ಮುಂದುವರೆಸುವರು. ಮುಂಬಾಗಿಲು ದಾಟಿ ಗೇಟಿನ ಬಳಿ ಬಂದಾಗಲೂ ಅವರಿಗೆ ಹೇಳಲೇಬೇಕಾದ ಸಂಗತಿಗಳು ಇದ್ದೇ ಇವೆ. ಗೇಟಿನ ಹೊರಗೆ ನಾವು! ಗೇಟಿನ ಒಳಗೆ ಅವರು. ಮಾತಿಗೆ ಗೇಟು ತಡೆಯಾಗದು. ನಾವು ಮೈಮರೆತು ನಿಂತೇ ಇರುತ್ತೇವೆ; ಅವರು ಮೈಮರೆತು ಮಾತಾಡಿಯೇ ಆಡುತ್ತಾರೆ.

ಹಿಂದಿರುಗುವಾಗ ನಾವು ಮೂಕವಿಸ್ಮಿತರಾಗಿರುತ್ತೇವೆ. ಎಷ್ಟೆಲ್ಲ ಹೊಸ ವಿಚಾರಗಳನ್ನು ಸಹಜವಾಗಿಯೇ ಆಮೂರರು ಹೇಳಿಬಿಟ್ಟರಲ್ಲ! ಪ್ರಾಚೀನ ಮತ್ತು ಆಧುನಿಕವಾದ ಅದೆಷ್ಟು ಗ್ರಂಥಗಳು ಅವರ ಮಾತಲ್ಲಿ ಪ್ರಸ್ತಾಪಿತವಾದವು! ನಾವು ಅವನ್ನೆಲ್ಲಾ ಓದುವುದು ಯಾವಾಗ? ಬಹಳ ಜನ ಲೇಖಕರನ್ನು ನೋಡಿ ಮಾತಾಡಿದಾಗ ಮನಸ್ಸು ಮುದುಡಿಕೊಳ್ಳುವುದು, ಕಹಿಗೊಳ್ಳುವುದು, ಆಯಾಸವಾಗುವುದು. ಪುತಿನ, ಕುರ್ತಕೋಟಿ, ಆಮೂರರ ಸಾನಿಧ್ಯ ನಮಗೆ ಮರೆಯಲಾಗದ ಗಟ್ಟಿಕ್ಷಣಗಳನ್ನು ಪ್ರದಾನಮಾಡುವುದು. ಪರದೂಷಣೆ, ಆತ್ಮರತಿ, ಸಾಹಿತ್ಯರಾಜಕೀಯಗಳು ಅಲ್ಲಿ ಕಾಣಲಾರವು. ಅದೊಂದು ಸಾಂದ್ರ ವಿಪಿನ ವಿಹಾರ. ಅರಿವಿನ ಅಂಚು ಹಿಗ್ಗುವ ವಿಸ್ತರಣಯೋಗ.

ನಿವೃತ್ತಿಯ ನಂತರ ಕೃಷ್ಣಶಾಸ್ತ್ರಿಗಳಂತೆ ನೂರಕ್ಕೆ ನೂರು ಪ್ರವೃತ್ತರಾದವರು ಆಮೂರರು. ವಿಶ್ವದ ವಿಸ್ತಾರದಲ್ಲಿ ಕನ್ನಡದ ತೇಜೋಪುರುಷರನ್ನು ಇರಿಸಿ ಅವರನ್ನು ತೋರಿಸುವರು. ನಮ್ಮ ಸಾಹಿತ್ಯ ಪ್ರಕಾರಗಳು ಹೇಗೆ ಬೆಳೆಯುತ್ತಾ ಬೆಳೆಯುತ್ತಾ ವಿಸ್ತಾರಗೊಂಡವೆಂಬ ಸಮ್ಯಗ್ದರ್ಶನ ನಮಗಾಗುವುದು. ಇದು ಕಾದಂಬರಿಯ ಕಥೆ. ಇದು ಕಥೆಯ ಕಥೆ. ಇದು ಕಾವ್ಯದ ಕಥೆ. ಅಲ್ಲಿ ಅವು

ಕಾಲಾನುಕಾಲಕ್ಕೆ ಹಿಗ್ಗಿ ಬೆಳೆದ ಪ್ರೌಢತ್ವದ ಸಮೀಕ್ಷೆ ನಡೆಯುವುದು. ನಾಟಕದ ಕಾಮಿಡಿ ಉಳಿದ ಸಾಹಿತ್ಯ ಪ್ರಕಾರಕ್ಕೂ ಹಬ್ಬಿಕೊಳ್ಳುವುದು. ಪರಂಪರೆಯ ಅನಾಸಕ್ತಿ ಖಂಡನೆಗೆ ಒಳಗಾಗುವುದು. ವಿಮರ್ಶೆಯ ಸ್ವಯಂಭೂ ಸ್ವರೂಪವನ್ನು ಪ್ರಶ್ನಿಸಲಾಗುವುದು. ಲೀವಿಸ್ ಆಮೂರರಿಗೆ ಮೇಲ್ಪಂಕ್ತಿ. ಆದರೆ ಅವನಿಂದ ಆದ ತಪ್ಪು ನಮ್ಮಿಂದಾಗಬಾರದೆಂಬ ಎಚ್ಚರದ ಅರಿವಿನಲ್ಲಿ ಅವರ ವಿಮರ್ಶೆಯ ತಾತ್ವಿಕತೆ ಗಟ್ಟಿಗೊಳ್ಳುವುದು.

ಬೇಂದ್ರೆ, ಶ್ರೀರಂಗ, ಕುವೆಂಪು ಮೊದಲಾದ ಮಹಾನ್ ಸಾಧಕರನ್ನು ಸಮಗ್ರವಾಗಿ ಅಧ್ಯಯನ ಮತ್ತು ಪರಿಶೀಲನೆಗೆ ಒಳಪಡಿಸಿದ ಬೃಹತ್ತುಗಳು ಆಮೂರರು ಕನ್ನಡಕ್ಕೆ ಕೊಟ್ಟ ಮಹತ್ವದ ಕೃತಿಗಳು. ವ್ಯಾಸಭಾರತದಲ್ಲಿ ಬರುವ ವಾಗ್ವಾದಗಳ ಚರ್ಚೆ ಮತ್ತು ಅವುಗಳ ತಾತ್ವಿಕ ಗ್ರಹಿಕೆ ನಮಗೆ ತನ್ಮಯ ಓದಿನ ಲಿಪ್ತತೆಯನ್ನು ದೊರಕಿಸುವಂಥದ್ದು. ಅವರು ಭಗವದ್ಗೀತೆಯನ್ನು ಕುರಿತು ಬರೆದ ವೈಚಾರಿಕ ಕೃತಿಯನ್ನು ನಾನು ಓದದೆ ಹೋಗಿದ್ದರೆ ನನ್ನ ಗೀತೆಯ ಅನುವಾದ ಬರುತ್ತಲೇ ಇರಲಿಲ್ಲ. ಹೊಸದನ್ನು ಚಿಂತಿಸಲು ಹೊಸದನ್ನು ಬರೆಯಲು ಚೋದನೆಕೊಡುವ ಮೂಲಮಾತೃಕೆಯಂತೆ ಆಮೂರರು ನನಗೆ ಕಾಣುವರು.

ಕೇವಲ ಸಾಹಿತ್ಯಕ ನೆಲೆಯಲ್ಲೇ ಆಮೂರರು ಒಂದು ಕೃತಿಯ ಬೆಲೆಗಟ್ಟಲಾರರು. ಅವರು ಬೇಂದ್ರೆಯನ್ನು ಕುರಿತು ಬರೆಯುವಷ್ಟೇ ಘನವಾಗಿ ಅನಕೃ ಅವರನ್ನು ಕುರಿತೂ ಧ್ಯಾನಿಸಬಲ್ಲರು. ಒಬ್ಬ ತೀರ ಹೊಸ ಲೇಖಕನನ್ನೋ ಲೇಖಕಿಯನ್ನೋ ಕುರಿತು ಬರೆಯುವಾಗಲೂ ಆಮೂರರ ದೃಷ್ಟಿ ಯಾವತ್ತೂ ಲಘುವಾಗದು. ಯಾವುದೇ ಕೃತಿಯನ್ನು ಅವರು ಅಭ್ಯಾಸಕ್ಕೆ ಎತ್ತಿಕೊಂಡರೂ ಅದನ್ನು ಅವರು ಗಂಭೀರವಾಗಿಯೇ ಪರಿಶೀಲಿಸಿ ಒಂದು ಕೃತಿ ಹೀಗಾಗಲು ಏನು ಕಾರಣ ಎಂದು ಗಹನವಾದ ಜಿಜ್ಞಾಸೆ ನಡೆಸುವರು.

ಆಮೂರರ ವಿಮರ್ಶಾಸ್ಪಂದನವನ್ನು ಎಲ್ಲ ಲೇಖಕರೂ ಹಪಹಪಿಸುವುದು ಸ್ವಾಭಾವಿಕ. ಆದರೆ ಸ್ವತಃ ಅವರಿಗೆ ತಮ್ಮ ಕವಿತೆಗಳನ್ನು ಕುರಿತು ಒಬ್ಬ ಕವಿಯ ಅಭಿಪ್ರಾಯ ಮುಖ್ಯವೆನ್ನಿಸುತ್ತದೆ! ಒಮ್ಮೆ ಆಮೂರರು ನನಗೆ ಫೋನ್ ಹಚ್ಚಿ, ಮೂರ್ತಿಯವರೇ ನನ್ನದೊಂದು ಕವಿತಾ ಸಂಗ್ರಹ ಬರುತ್ತಾ ಇದೆ. ಅದಕ್ಕೆ ಸ್ಪಂದಿಸಿ ನಾಕು ಮಾತು ಬರೆಯುವಿರಾ ಎಂದು ಕೇಳಿ ನನ್ನನ್ನು ಸಂಭ್ರಾಂತಗೊಳಿಸಿದರು. ನಾನು ನನ್ನ ಸಂಗ್ರಹ ಕಳಿಸಿದಾಗ ಅದರಲ್ಲಿನ ಕೆಲವು ಕವನಗಳನ್ನು ತಾವಾಗಿಯೇ ಇಂಗ್ಲಿಷ್ ಭಾಷೆಗೆ ಅನುವಾದಿಸಿ ನನ್ನ ಮನಸ್ಸು ತುಂಬಿಬರುವಂತೆ ಮಾಡಿದರು. ಅನಾತ್ಮಕಥನ ಓದಿ ಪತ್ರದ ಮೂಲಕ ಪ್ರತಿಸ್ಪಂದಿಸುವಾಗ ಅದಕ್ಕೆ ಘನವಾದ ತಾತ್ವಿಕ ಅಸ್ತಿವಾರ ಕಲ್ಪಿಸಿ ಬರೆದರು. ತಾತ್ವಿಕವಾದ ಅಡಿಪಾಯ ಚಿಂತಿಸದೆ ಅವರು ಏನನ್ನೂ ಸುಖಾಸುಮ್ಮನೆ ರಚಿಸಲಾರರು.

ನಮಗೆ ವಯಸ್ಸಾಯಿತು... ನಾವಿನ್ನು ಓದಲಾರೆವು, ಬರೆಯಲಾರೆವು ಎಂದು ನಮ್ಮಲ್ಲಿ ಅನೇಕರು ಅಲವತ್ತುಕೊಳ್ಳುವುದನ್ನು ನಾನು ಕೇಳಿರುವೆ. ನಿಶ್ಚಲವಾದ ಹಣತೆಯ ಕುಡಿಯಂತೆ, ದಾಸರು ಹೇಳುವ ಅಸ್ಖಲಿತ ತೈಲ ಧಾರೆಯಂತೆ ಈಗಲೂ ಆಮೂರರು ನಿತ್ಯವ್ಯವಸಾಯದಲ್ಲಿ ತೊಡಗಿರುವರು. ಸಣ್ಣಪುಟ್ಟ ಕೃತಿಗಳಲ್ಲ. ಸಾವಿರಾರು ಪುಟದ ಹೊಸ ಯೋಜನೆಗಳನ್ನು ಹೆಗಲಮೇಲೆ ಹಾಕಿಕೊಳ್ಳುವರು. ಪಂಪ ಬರೆದುದ್ದನ್ನೇ ಈವತ್ತು ಯಾರೂ ಓದುತ್ತಾ ಇಲ್ಲ! ಇನ್ನು ನಾನು ಬರೆದು ಏನು ಪ್ರಯೋಜನ? ಅದನ್ನು ಓದುವ ಮಂದಿ ಎಲ್ಲಿದ್ದಾರೆ? ಎಂದು ಹಿರಿಯ ಲೇಖಕರೊಬ್ಬರು ನನಗೆ ಹೇಳಿದರು. ಬರೆಯುವುದು, ಬರೆಯುವುದಕ್ಕಾಗಿಯೇ ವಿನಾ ಕೇವಲ ಬೇರೆಯವರು ಓದುವುದಕ್ಕಾಗಿಯಲ್ಲ. ಓದು ಆನುಷಂಗಿಕ ಎಂದು ಆಮೂರರಂಥ ಹುತ್ತಗಟ್ಟಿದ ಚಿತ್ತ ಕಂಡಾಗ ನನಗೆ ಅನಿಸುವುದು.

ಆಮೂರರಿಂದ ನನ್ನ ಕವಿತಾಸಂಗ್ರಹಕ್ಕೆ ಮುನ್ನುಡಿ ಬರೆಸಿಕೊಳ್ಳಬೇಕೆಂಬುದು ನನ್ನ ಬಹುದಿನದ ಬಯಕೆಯಾಗಿತ್ತು. ಅಗ್ನಿಸ್ತಂಭಕ್ಕೆ ಮುನ್ನುಡಿ ಬರೆದುಕೊಡಲು ಅವರು ಒಪ್ಪಿದ್ದರು ಕೂಡ. ಆದರೆ ಆ ಸಮಯದಲ್ಲೇ ಅವರ ಮನೆಯ ಸುಣ್ಣಬಣ್ಣದ ಕಾರ್ಯ ಪ್ರಾರಂಭವಾಗಿ, ಅವರ ಪುಸ್ತಕ ಸಂಗ್ರಹ ಅಸ್ತವ್ಯಸ್ತವಾಗಿಬಿಟ್ಟಿತು. ಆಮೂರರು ಏನನ್ನಾದರೂ ಬರೆಯಲು ಕೂತರೆಂದರೆ ಅವರಿಗೆ ಬೇಕಾದಾಗ ಬೇಕೆನಿಸುವ ಗ್ರಂಥ ಕೈಗೆ ಎಟಕುವಂತಿರಬೇಕು. ಅವರ ಏಕಾಗ್ರತೆ ಮತ್ತು ಚಿತ್ತ ಶಾಂತಿಗೆ ಪೂರಕವಾದಂಥ ವಾತಾವರಣವಿರಬೇಕು. ಕಾಟಾಚಾರಕ್ಕೆ ಏನೋ ಮಾಡಿ ಮುಗಿಸುವ ಸ್ವಭಾವವಲ್ಲ ಅವರದ್ದು. ಅವರಿಗೆ ಮುನ್ನುಡಿಯೂ ಕೃತಿರಚನೆಯಷ್ಟೇ ಗಹನ. ಆಮೂರರು ನನಗೆ ಕಾರಣ ವಿವರಿಸಿ, ಅಗ್ನಿಸ್ತಂಭದ ಬಗ್ಗೆ ಬರೆಯಲು ಸಾಧ್ಯವಾಗುತ್ತಿಲ್ಲ ಸ್ಸಾರಿ ಎಂದರು. ಕೆಲವು ವರ್ಷಗಳು ಕಳೆದವು. ಅಮೆರಿಕಾದಲ್ಲಿ ಬಿಲ್ಲು ಹಬ್ಬ ಎಂಬ ಇನ್ನೊಂದು ಸಂಗ್ರಹ ಪ್ರಕಟಣೆಗೆ ಸಿದ್ಧವಾದಾಗ ಮತ್ತೆ ನಾನು ಆಮೂರರ ಸಂಪರ್ಕ ಮಾಡಿದೆ. ಆಮೂರರು ಅಮೆರಿಕಾದಲ್ಲಿ ಬಿಲ್ಲು ಹಬ್ಬಕ್ಕೆ ಮುನ್ನುಡಿ ಬರೆದರು. "ಮಿತ್ರ ಎಚ್.ಎಸ್.ವೆಂಕಟೇಶಮೂರ್ತಿಯವರು ತಮ್ಮ ಅಗ್ನಿಸ್ತಂಭಕ್ಕೆ ನನ್ನ ಮುನ್ನುಡಿ ಬಯಸಿದ್ದರು. ಅವರ ಕಾವ್ಯವನ್ನು ಮೊದಲಿನಿಂದಲೂ ಮೆಚ್ಚಿಕೊಳ್ಳುತ್ತಾ ಬಂದ ನನಗೆ ಇದು ಸಂತೋಷದ ವಿಷಯವಾಗಿದ್ದರೂ ಹಲವಾರು ಕಾರಣಗಳಿಂದ ಬರೆಯಲಾಗಲಿಲ್ಲ. ಈಗ ದೊರೆತ ಹೊಸ ಅವಕಾಶವನ್ನು ಈ ಪ್ರಸ್ತಾವನೆಯ ಮೂಲಕ ಉಪಯೋಗಿಸಿಕೊಳ್ಳುತ್ತಿದ್ದೇನೆ. ತಮ್ಮ ತಲೆಮಾರಿನ ಕವಿಗಳಲ್ಲಿ ಪ್ರತಿಭಾವಂತರೆಂದು ಹೆಸರಾದ ಎಚ್.ಎಸ್.ವಿ. ಅವರಿಗೆ ಈ ಲೇಖನದಿಂದ ಯಾವ ಪ್ರಯೋಜನವಿದೆಯೋ ತಿಳಿಯದು. ಆದರೆ ಕನ್ನಡ ಕಾವ್ಯ ಪರಂಪರೆಯ ಬಗ್ಗೆ, ಅದು ಸಮಕಾಲೀನ ಕವಿಗಳನ್ನು ಪ್ರಭಾವಿಸಿದ ರೀತಿಯನ್ನು ಕುರಿತು ಚಿಂತಿಸಲು ಈ ಲೇಖನದ ಮೂಲಕ ತೊಡಗಿಕೊಳ್ಳುವುದು

ನನಗಂತೂ ಲಾಭದಾಯಕವಾಗಿದೆ." ವಾಸ್ತವವಾಗಿ ಲಾಭ ಅವರಿಗೂ ಅಲ್ಲ; ನನಗೂ ಅಲ್ಲ. ಆಮೂರರು ಏನಾದರೂ ಬರೆದರೆ ಅದು ಒಟ್ಟಾರೆ ಸಾಹಿತ್ಯ ಸಂದರ್ಭಕ್ಕೆ ಲಾಭಪ್ರದವಾಗುತ್ತದೆ ಎಂಬುದು ನನ್ನ ದೃಢ ವಿಶ್ವಾಸ.

ನಾನು ಮೊಟ್ಟಮೊದಲು ಆಮೂರರ ಭಾಷಣ ಕೇಳಿದ್ದು ರಾಮಚಂದ್ರಶರ್ಮರ ಕವಿತಾಸಂಗ್ರಹದ ಬಿಡುಗಡೆಯ ಸಂದರ್ಭದಲ್ಲಿ. ಸಪ್ತಪದಿ ಎಂಬ ಸಂಗ್ರಹ ಅಂತ ನೆನಪು. ಆವತ್ತು ವೇದಿಕೆಯ ಮೇಲೆ ಅನಂತಮೂರ್ತಿ, ಕಿರಂ ಆಮೂರ ರೊಂದಿಗಿದ್ದರು. ಭಾಷಣ ಕೂಡ ವಿಮರ್ಶೆಯ ನೆಲೆಯನ್ನು ಬಿಟ್ಟುಕೊಡಬಾರದು ಎನ್ನುವಂತೆ ಆವತ್ತು ಆಮೂರರು ಆಡಿದ ಮಾತು ಈವತ್ತೂ ನನ್ನ ಮನಸ್ಸಲ್ಲಿ ನಾಟಿವೆ. ಬಾಯುಪಚಾರಕ್ಕಾಗಿ ಅವರು ಮಾತನ್ನು ಎಂದೂ ದುಂದು ಮಾಡುವವರಲ್ಲ. ಔಚಿತ್ಯ ಮತ್ತು ಗಾಂಭೀರ್ಯ, ಲೇಖಕನಿಗೆ ಅನ್ಯಾಯವಾಗಬಾರದು ಎಂಬ ಕಾಳಜಿ ಅವರ ಮಾತು ಬರವಣಿಗೆಯ ಮುಖ್ಯ ಕಾಳಜಿ.

ಈಗ ಆಮೂರರು ಧಾರವಾಡದಿಂದ ಬೆಂಗಳೂರಿಗೆ ಬಂದಿರುವರು. ಓದು ಬರಹಗಳೇ ಅವರ ಸವ್ಯಸಾಚಿತ್ವ. ಯಾವಾಗಲಾದರೂ ಫೋನು ಹಚ್ಚಿ ಮನೆಗೆ ಬನ್ನಿ ಎಂದು ಪ್ರೀತಿಯಿಂದ ಆಹ್ವಾನಿಸುವರು. ಹೋದರೆ ಆತಿಥ್ಯದ ನಂತರ ಅನೇಕ ಅರಿವಿಗೆ ಅನ್ನವಾಗುವ ಮಾತನ್ನಾಡುವರು. ಅವರು ಸದಾ ಹೀಗೇ ಓದುತ್ತಾ ಬರೆಯುತ್ತಾ ನಮ್ಮಂಥವರನ್ನು ಚೋದಿಸುತ್ತಾ ನಮ್ಮೊಂದಿಗಿರಲಿ ಎಂದು ಆಶಿಸುವೆ. ಈಗವರು ಶಂಕರರ ದಕ್ಷಿಣಾಮೂರ್ತಿ ಸ್ತೋತ್ರದ ಬಗ್ಗೆ ಕೆಲಸ ಮಾಡುತ್ತಿರುವರು. ಅದ್ವೈತದ ಪರಮ ಸೂಕ್ಷ್ಮಗಳನ್ನು ಸಮಗ್ರವಾಗಿ ಶಂಕರರು ಆ ಸ್ತೋತ್ರದಲ್ಲಿ ವಿವೇಚಿಸಿರುವರು ಎಂಬುದು ಆಮೂರರ ಅನಿಸಿಕೆ. ಮೊನ್ನೆ ದೂರವಾಣಿಯಲ್ಲಿ ಮಾತಾಡುವಾಗ "ಆರೋಗ್ಯ ಮೊದಲಿನಂತೆ ಇಲ್ಲ. ದೇಹದ ಪ್ರತಿಯೊಂದು ವಿಭಾಗದ ಕಾರ್ಯಶೀಲತೆಯ ಬಗ್ಗೆಯೂ ಧ್ಯಾನಿಸುವಂತಾಗಿದೆ!" ಎಂದು ಆಮೂರರು ಎಂದಾಗ ತಕ್ಷಣ ನನಗೆ ಕುಮಾರವ್ಯಾಸನ ಭೀಮನ ಮಾತು ನೆನಪಾಯಿತು. ದೇಹವಿದಪಜಯ ಧಾಮವಲಾ! ಎನ್ನುತ್ತಾನೆ ಅವನು. ಒಮ್ಮೆ ಗೆಲುವಿನ ಸಾಧನಸಾಮಗ್ರಿಯಾಗಿದ್ದ ದೇಹ ವಯಸ್ಸಾಗುತ್ತಾ ದುರ್ಬಲಗೊಂಡು ನಿತ್ಯವ್ಯವಸಾಯ ಮತ್ತು ಏರುಪ್ರಯಾಣಕ್ಕೆ ತೊಡಕಾಗಿ ಪರಿಣಮಿಸುತ್ತದೆ. "ಯಾಕೋ ಕೈಗೆತ್ತಿಕೊಂಡ ಕೃತಿಯನ್ನು ಮುಗಿಸುವೆನೋ ಇಲ್ಲವೋ ಎನ್ನಿಸುತ್ತಿದೆ ನನಗೆ!"– ಎಂದು ಆಮೂರರು ಎಂದಾಗ ನನ್ನ ಮನಸ್ಸು ಕಲಕುತ್ತದೆ. ಅವರ ಸಂಕಲ್ಪ ಬಲ ದೊಡ್ಡದು. ಕೈಗೊಂಡ ಕೃತಿಯನ್ನು ಕೊನೆಗಾಣಿಸದೆ ಅವರು ಬಿಡರು. ಅವರ ಕ್ರಿಯಾಶಕ್ತಿಯ ಬಗ್ಗೆ ಅಪಾರ ವಿಶ್ವಾಸ ಇರುವ ನಮ್ಮಂಥವರ ಬಯಕೆಯೂ ಅಷ್ಟೆ. ಅವರ ಕೃತಿ ಬೇಗ ಪೂರ್ಣಗೊಳ್ಳಲಿ. ಅದು ಕನ್ನಡಕ್ಕೆ ಮಹತ್ವದ ಮತ್ತೊಂದು ಕೊಡುಗೆಯಾಗಲಿ.

ಕೇವಲ ಹಿರಿಯ ಲೇಖಕರಾಗಿ ಮಾತ್ರವಲ್ಲ, ತಮ್ಮ ವ್ಯಕ್ತಿತ್ವದ ಹಿರಿಮೆಯಿಂದಲೂ ಆಮೂರರು ನನ್ನನ್ನು ಗಾಢವಾಗಿ ಪ್ರಭಾವಿಸಿದವರು. ಅನೇಕರು ತಮ್ಮ ಅತ್ಯಂತ ಪ್ರಭಾವಶಾಲಿ ಬರವಣಿಗೆಯಿಂದ ನಮ್ಮ ಮನಸ್ಸಲ್ಲಿ ಸ್ಥಾನ ಗಳಿಸುವವರು. ಆದರೆ ಅವರ ವ್ಯಕ್ತಿತ್ವ ನಮಗೆ ಪ್ರಿಯವಾಗದಿದ್ದರೆ ವ್ಯಕ್ತಿಯಾಗಿ ದೂರವೇ ಉಳಿಯುವವರು. ಆಮೂರರಂಥ ಕೆಲವರು ಮಾತ್ರ ವ್ಯಕ್ತಿಯಾಗಿಯೂ ಲೇಖಕರಾಗಿಯೂ ನಮ್ಮ ಗೌರವವನ್ನು ಸಮಾನ ನೆಲೆಯಲ್ಲಿ ಗಳಿಸುವವರು.

ನೀರಲ್ಲಿ ಮುಳುಗಿದವ ಚಡಪಡಿಸುವಂತುಸಿರಿಗೆ ನಿಮಗೆ ಸದಾ
ಸಾಹಿತ್ಯದ ಚಡಪಡಿಕೆ. ಹೊಸದಾಗಿ ಕಂಡದ್ದ,
ಕಾಣ ಬಂದವರಿಗೆ ಫಡ ಫಡ ತಿಳಿಸುವವರೆಗೆ ನಿಲ್ಲದ ನುಡಿ. ಹೇಗಿರುವಿರಿ
ಯಾವಾಗ ಬಂದಿರಿ ಎಂಬುದಷ್ಟೆ ನೆಲದ ಗಡಿ. ಮೂರನೇ
ವಾಕ್ಯದಿಂದಲೇ ಮೋಡಗಳ ನುಡಿಸಿ ಒಳಮಿಡುಕುವ ಬಾನಗಡಿ.
ಕಾರ್ಮುಗಿಲಿಂದ ಹೊರಕ್ಕೆ ನಾಗಮಿಂಚೆಳೆದು ಚಾಟಿ ಝಳಪಿ
ಸುವ ಚಕಿತಾತ್ಮ ಚಮತ್ಕೃತಿ. ಏನು ತಿಂದೆವೊ ಏನು ಕುಡಿದೆವೋ...
ಉಂಡ ಅಗುಳಿನ ಲೆಕ್ಕ ಇಡದ ತಾರಾಚಕಿತ ತೆವಲಿನ ಬಾಲನ ನೋಡಿ
ಬಾಳ ಹಿಂಬಾಲಕ ಕಾಲ ಕಿಸಕ್ಕನೆ ನಕ್ಕ!
ಶಾಲೆ ಮಕ್ಕಳ ಕ್ಯೂನಲ್ಲಿ ಮೊಗದ ಹಿಂದಿನ ಅರೆಮೊಗದ
ತವಕದಿಣುಕಿನ ಕತ್ತರಿಗಣ್ಣು. ಮುಗಿಯದ ಮಾತು.
ಕೂತು–ನಿಂತು–ನಡೆಯುತ್ತ–ಹೊಸಿಲು ದಾಟುತ್ತ–ಗೇಟ ತೆರೆದು
ಹಾಗೇ ಒರಗಿ ನಿಲ್ಲುತ್ತ–ಕಡೆದು ತೇಲಿದ ಬೆಣ್ಣೆಮುದ್ದೆ
ಬಲಗೈಯಲ್ಲಾಡಿಸುತ್ತ–ಮಾತಿನೊಳಮಾತ ನವನೀತ ಧ್ಯಾನ.

ಗದ್ಯದ ಮೂಲಕ ಹೇಳಬೇಕಾದದ್ದನ್ನು ಪೂರ್ತಿ ಹೇಳಲಿಕ್ಕಾಗಿಲ್ಲ ಎನಿಸಿದಾಗ ಹೀಗೆ ಗದ್ಯದಿಂದ ಪದ್ಯಕ್ಕೆ ಅನಿವಾರ್ಯವಾಗಿ ನಾನು ಹೊರಳಿಕೊಳ್ಳುತ್ತೇನೆ. ತಮ್ಮ ಅಸೀಮತೆಯ ಮೂಲಕವೇ ನನ್ನನ್ನು ನನ್ನ ಸ್ವಧರ್ಮಕ್ಕೆ ಚೋದಿಸಿದ ಆಮೂರರನ್ನು ನಾನಿಲ್ಲಿ ಕೃತಜ್ಞತೆಯಿಂದ ನೆನೆಯಲೇಬೇಕು.

ಪ್ರೀತಿಯೆಂಬ ಮಾಟಗಾರಿಕೆ...

ಚಿತ್ರ: ಎ.ಎನ್.ಮುಕುಂದ್

ಜನವರಿ ಇಪ್ಪತ್ತಾರೆಂದರೆ

ಭಾರತದ ಗಣರಾಜ್ಯೋತ್ಸವದ ದಿನ. ಅದು ಕನ್ನಡದ ಒಲವಿನ ಕವಿ ಕೆ.ಎಸ್. ನರಸಿಂಹಸ್ವಾಮಿ ಅವರ ಜನ್ಮದಿನವೂ ಹೌದು! ಹಾಗಾಗಿ ನಮ್ಮ ಮೆಚ್ಚಿನ ಕವಿಯ ಜನ್ಮದಿನವನ್ನು ನಾವು ಮರೆಯಲಿಕ್ಕೇ ಆಗದು. ಇಪ್ಪತ್ತಾರು ಬಂತೆಂದರೆ ಬೆಳಗಾಬೆಳಿಗ್ಗೆಯೇ ನನಗೆ ಶಿವರುದ್ರಪ್ಪನವರು ಫೋನ್ ಮಾಡುತ್ತಿದ್ದರು.

ಮೂರ್ತಿಯವರೇ ಮನೆಯಲ್ಲೇ ಇದ್ದೀರಾ?

ಹಲೋ ಇದ್ದೇನೆ ಸರ್... ನಮಸ್ಕಾರ.

ನಮಸ್ಕಾರ ಮೂರ್ತಿಯವರೇ... ಇವತ್ತು ಜನವರಿ ಇಪ್ಪತ್ತಾರು ಗೊತ್ತಲ್ಲ? ಸಂಜೆ ನಾವು ಕೆಎಸ್‌ನ ಮನೆಗೆ ಹೋಗಬೇಕು... ಬರುತ್ತೀರಲ್ಲ?

ಬರುತ್ತೀನಿ ಸರ್. ನೀವು ಐದು ಗಂಟೆಗೆಲ್ಲಾ ಸಿದ್ಧವಾಗಿರಿ.

ಇದು ಪ್ರತಿವರ್ಷವೂ ನಡೆಯುತ್ತಿದ್ದ ವಿದ್ಯಮಾನ.

ಸಂಜೆ ಬನಶಂಕರಿಯಲ್ಲಿದ್ದ ಕೆ.ಎಸ್.ನ ಮನೆಗೆ ಅವರ ಆಪ್ತ ಲೋಕ ಆಗಮಿಸುತ್ತಿತ್ತು. ಕವಿಗಳು; ಸಹೃದಯರು; ಅಭಿಮಾನಿಗಳು. ಆ ಗುಂಪಲ್ಲಿ ಅವರ ಕವಿತೆಯನ್ನು ಯೌವನದಿಂದ ಮೆಚ್ಚಿ ಆರಾಧಿಸುತ್ತಿದ್ದ ಒಬ್ಬ ರಿಕ್ಷಾ ಡ್ರೈವರ್ ಸಹಾ ಇರುತ್ತಿದ್ದರು! ನಾನು – ಜಿ.ಎಸ್.ಎಸ್, ಕೆ.ಎಸ್.ನ ಮನೆಗೆ ಸಾಮಾನ್ಯವಾಗಿ ಒಟ್ಟಿಗೇ ಹೋಗುತ್ತಿದ್ದೆವು. ಸಣ್ಣ ವರಾಂಡ ದಾಟಿದರೆ ಒಂದು ಹಾಲು. ಅಲ್ಲೊಂದು ಒಂಟಿ ಮಂಚ. ಅದರ ಮೇಲೆ ಚಕ್ಕಳಂಬಕ್ಕಳ ಹಾಕಿ, ಬಿಳಿ ಜುಬ್ಬ, ಬಿಳಿ ಪಂಚೆಯಲ್ಲಿ, ಅಲೆಅಲೆ ಬಿಳಿಗೂದಲ ಕೆಎಸ್‌ನ ಕೂತಿರುತ್ತಿದ್ದರು. ಅವರಿಗೆ ವಯೋಧರ್ಮದಿಂದ ಕಣ್ಣು ಸ್ವಲ್ಪ ಸುಮಾರಾಗಿತ್ತು. ನೋಡು... ಯಾರೋ ಬಂದರು... ಎಂದು ಪತ್ನಿ ವೆಂಕಮ್ಮನವರಿಗೆ ಕೂಗುತ್ತಿದ್ದರು. ಅವತ್ತು ಕವಿಪತ್ನಿಯೂ ಭರ್ಜರಿ ಸೀರೆ ಉಟ್ಟುಕೊಂಡು, ಮುಡಿತುಂಬ ಮಲ್ಲಿಗೆ ಮುಡಿದು, ಹಣೆಯ ದುಂಡುಕುಂಕುಮದೊಂದಿಗೆ ಅಡುಗೆ ಮನೆಯಿಂದ ಹೊರಬರುತ್ತಾ – ಓಹೋ ಶಿವರುದ್ರಪ್ಪನವರು, ವೆಂಕಟೇಶಮೂರ್ತಿ...! ಬನ್ನಿ ಬನ್ನಿ... ಈಗಷ್ಟೇ ಶಿವಮೊಗ್ಗ

ಸುಬ್ಬಣ್ಣ, ಲಕ್ಷ್ಮೀನಾರಾಯಣಭಟ್ಟರು ಬಂದಿದ್ದರು.... ಎಂದು ಗಟ್ಟಿಯಾಗಿ ಮಾತಾಡುತ್ತಿದ್ದರು. ಕೆ.ಎಸ್.ನ ನಿರ್ಭಾವುಕ ಮುಖದಲ್ಲೇ... ಬನ್ನಿ ಬನ್ನಿ.... ನೀವು ಬಂದದ್ದು ಸಂತೋಷ...! ಎನ್ನುತ್ತಿದ್ದರು.

ನಾವು ಕೆಎಸ್‌ನ ಕಾಲು ಮಡಿಚಿ ಕೂತಿದ್ದ ಮಂಚದ ಪಕ್ಕದಲ್ಲಿದ್ದ ಕುರ್ಚಿಗಳ ಮೇಲೆ ಕೂತು ಕವಿಯ ಕೈ ಕುಲುಕಿ ಅಭಿನಂದಿಸುತ್ತಾ ಇದ್ದೆವು. ಜನವರಿ 26ರಂದು ಕೆಎಸ್‌ನ ದಂಪತಿಗಳು ಬನ್ನಿ ಅಂತ ಯಾರನ್ನೂ ಕೂಗುತ್ತಿರಲಿಲ್ಲ. ನಿಜ. ಆದರೆ ಆವತ್ತು ತಪ್ಪದೆ ಅವರ ಮನೆಗೆ ಹೋಗಿ ಅವರನ್ನು ನೋಡಿಕೊಂಡು ಬರೋದು ನಮಗೆಲ್ಲ ಅಭ್ಯಾಸವಾಗಿ ಹೋಗಿತ್ತು. ವೆಂಕಮ್ಮನವರು ದೊಡ್ಡ ಪಾತ್ರೆಯಲ್ಲಿ ಉಪ್ಪಿಟ್ಟು ಮಾಡಿ ಬಂದ ಅತಿಥಿಗಳಿಗೆಲ್ಲಾ ಉಪಚಾರಮಾಡಿ ನೀಡುತ್ತಾ ಇದ್ದರು. ಉಪ್ಪಿಟ್ಟು ತಿನ್ನುತ್ತಾ ಕೆಎಸ್‌ನ ಅವರೊಂದಿಗೆ ಉಭಯಕುಶಲೋಪರಿ ನಡೆಯುತ್ತಾ ಇತ್ತು. ನರಸಿಂಹಸ್ವಾಮಿ ಅವರದ್ದು ಮಾತು ಬಹಳ ಕಮ್ಮಿ. ಹೆಚ್ಚು ಮಾತು ಅವರ ಪತ್ನಿಯದ್ದೇ. ನೋಡಿ... ಬೆಳ್ಳಗೆ ಮಲ್ಲಿಗೆ ಹಾಗೆ ಜುಬ್ಬ ಒಗೆದು ಕೊಟ್ಟಿರುತ್ತೇನೆ... ಹಾಳು ನಶ್ಯ ಉದುರಿಸಿಕೊಂಡು ಜುಬ್ಬ ಕೊಳೆ ಮಾಡಿಕೊಳ್ಳುತ್ತಾರೆ... ಎಂದು ವೆಂಕಮ್ಮ ಆಕ್ಷೇಪಿಸುತ್ತಿದ್ದರು. ಅದಕ್ಕೆ ಕೆ.ಎಸ್.ನ. ಪ್ರತಿಕ್ರಿಯಿಸುತ್ತಿರಲಿಲ್ಲ. ಅವರ ಪಕ್ಕದಲ್ಲೇ ಇರುತ್ತಿದ್ದ ನಶ್ಯಡಬ್ಬಿಯನ್ನು ನಾನು ಗಮನಿಸುತ್ತಿದ್ದೆ. ಅವರ ಬಲಗೈ ತುದಿ ಬೆರಳು ನಶ್ಯಾದಿಂದ ಕಪ್ಪಾಗಿರುತ್ತಿತ್ತು. ಹೆಬ್ಬೆರಳಿಂದ ತೋರುಬೆರಳನ್ನು ಉದ್ದಕ್ಕೂ ನೇವರಿಸುತ್ತಾ ಕೆಎಸ್‌ನ ಮೌನವಾಗಿ ಕೂತಿರುತ್ತಿದ್ದರು.

ಏನಪ್ಪಾ ಮೂರ್ತಿ... ಹೋದವಾರ ಪರಿಷತ್ತಿನಲ್ಲಿ ನಡೆದ ಸಭೆಗೆ ನಿಮಗೂ ಆಹ್ವಾನವಿತ್ತೋ? ನಿಮಗೂ ಒಂದು ತಗಡು ಕೊಟ್ಟರು ತಾನೆ? ಎಂದು ವೆಂಕಮ್ಮ ಅಲವತ್ತುಕೊಳ್ಳುತ್ತಿದ್ದರು. ಮನೆಯಲ್ಲಿ ಇವನ್ನೆಲ್ಲಾ ಇಡಲಿಕ್ಕೆ ಜಾಗವೇ ಇಲ್ಲವಪ್ಪಾ... ಅವನ್ನು ದಿನಾ ಒರೆಸಿ ಒರೆಸಿ ಇಡೋದರಲ್ಲಿ ನನ್ನ ಸೊಂಟ ಬಿದ್ದು ಹೋಗತ್ತೆ... ತಗಡಿನ ಬದಲು ದುಡ್ಡಾದರೂ ಕೊಟ್ಟರೆ ನಮಗೆ ತರಕಾರಿಗೋ ಮಾತ್ರೆಗೋ ಆಗತ್ತೆ ಅಲ್ಲವಾ? ಎಂದು ವೆಂಕಮ್ಮ ಚಡಪಡಿಸುತ್ತಾ ಇದ್ದರು!

ಅಷ್ಟರಲ್ಲಿ ಹೂವಿನ ಹಾರ ಸಮೇತ ಅಪರಿಚಿತರೊಬ್ಬರು ಬಂದರು. ಸ್ವಾಮೀ ನಾನು ಬಿ.ಸಿ.ಗೌಡ. ಗಡ್ಡ ಹಣ್ಣಾಗಿದೆ ನನಗೆ. ಆದರೂ ಈವತ್ತೂ ನಾನು ನನ್ನ ಹೆಂಡತಿ ನಿಮ್ಮ ಮೈಸೂರು ಮಲ್ಲಿಗೆ ಒಟ್ಟಿಗೇ ಓದುತ್ತೀವಿ... ಎನ್ನುತ್ತಾ ಕವಿಗಳಿಗೆ ಹಾರಹಾಕಿ ಕಾಲುಮುಟ್ಟಿ ನಮಸ್ಕಾರ ಮಾಡಿದರು!

ಕೂತ್ಕೊಳ್ಳಿ... ಉಪ್ಪಿಟ್ಟು ಕೊಡ್ತೀನಿ...

ಇಲ್ಲ ತಾಯಿ... ಬೇರೆ ಏನೋ ಕೆಲಸ ಇದೆ....

ರಾಮರಾಮ... ಯಜಮಾನರ ಹುಟ್ಟುಹಬ್ಬದ ದಿನ ನಮ್ಮ ಮನೆಗೆ ಬಂದು ಬರೀ ಹೊಟ್ಟೆಯಲ್ಲಿ ನೀವು ಹೋಗೋದುಂಟೆ?

ಈಚೆಗೆ ಏನು ಬರೆದಿರಿ? ಎಂದು ಜಿಎಸ್ಎಸ್ ಪ್ರಶ್ನಿಸುತ್ತಿದ್ದರು. ವೆಂಕಟೇಶಮೂರ್ತಿ ಅಂತ ನನ್ನ ಮಿತ್ರರು ಬರ್ತಾರೆ... ನಾನು ಹೇಳಿದ್ದು ಬರ್ಕೊಳ್ತಾರೆ.... ನೆನ್ನೆ ರಾತ್ರಿ ಕೂಡ ಬಾಯಲ್ಲೇ ಹೇಳಿ ಒಂದು ಪದ್ಯ ಬರೆಸಿದೆ!

ನೀವು ಪುಣ್ಯವಂತರು... ಸರಸ್ವತಿ ಇನ್ನೂ ನಿಮ್ಮ ಕೈಬಿಟ್ಟಿಲ್ಲ... ನನ್ನನ್ನು ನೋಡಿ... ನೀರು ನಿಂತ ಮೇಲೆ ನಲ್ಲಿಯಲ್ಲಿ ಜಿನುಗುವ ನೀರ ಹನಿಯಂತೆ ಯಾವಾಗಲೋ ಒಂದು ಕವನ ಜಿನುಗುತ್ತದೆ... ಎಂದು ಜಿ.ಎಸ್.ಎಸ್ ನಗುತ್ತಿದ್ದರು.

ಅಯ್ಯೋ... ಈವರೆಗೆ ನೀವು ಬರೆದದ್ದೇ ಬೇಕಾದಷ್ಟು ಇದೆಯಲ್ಲಾ...! ಕವಿತೆ–ವಿಮರ್ಶೆ... ಬೇರೆ ಲೇಖಕರ ಬಗ್ಗೆ ನೀವು ತೋರಿಸೋ ಪ್ರೀತಿ ಸಾಮಾನ್ಯವೇ? ನನ್ನ ಬದುಕನ್ನ ಗಂಧದ ಕೊರಡಿಗೆ ಹೋಲಿಸಿದೋರು ನೀವು... ಎಂಥ ಅದ್ಭುತ ರೂಪಕ ಅದು! ನನಗೆ ದೊಡ್ಡ ಪ್ರಶಸ್ತಿ ಅದು... ಎಂದು ಕೆಎಸ್‌ನ ತಡೆತಡೆದು ನಿಧಾನವಾಗಿ ಮಾತಾಡಿದರು.

ಹಿರಿಯರಿಬ್ಬರ ಮಾತು ಕಥೆಗಳನ್ನು ನಾನು ಸಂತೋಷದಿಂದ ಆಲಿಸುತ್ತಾ ಕೂತೆ. ಅಷ್ಟರಲ್ಲಿ ಫೋನ್ ರಿಂಗಾಯಿತು. ಬೆಳಗಿನಿಂದ ಹೀಗೇ ನೋಡಿ...ಅಂತ ವೆಂಕಮ್ಮ ಸಂಭ್ರಮದಿಂದಲೇ ಒಟಗುಟ್ಟಿ ಫೋನ್ ಎತ್ತಿದರು. ಆ ಕಡೆಯಿಂದ ಪುತಿನ ಫೋನ್ ಮಾಡಿ ಕೆಎಸ್‌ನಗೆ ಅಭಿನಂದನೆ ಹೇಳುತ್ತಾ ಇದ್ದರು! ಥ್ಯಾಂಕ್ಸ್... ಪರವಾಗಿಲ್ಲ... ಏನೋ ದೇವರ ದಯೆ.. ಎಂದು ಕೆಎಸ್‌ನ ತಮ್ಮ ಅದೇ ನಿರ್ಭಾವುಕ ಧ್ವನಿಯಲ್ಲಿ ಉತ್ತರಿಸಿದ್ದಾಯಿತು.

ನರಸಿಂಹಾಚಾರ್ ತುಂಬ ಪ್ರೀತಿಯ ಮನುಷ್ಯ... ತುಂಬ ಅಕ್ಕರಾಸ್ತೆಯ ಮನುಷ್ಯ... ಆದರೆ ಅವರ ಕವಿತೆ ಬಹಳ ಪೆಡುಸು... ಕೆಎಸ್‌ನ ಉದ್ಗಾರ.

ನಿಮಗೇನನ್ನಿಸತ್ತೆ ಶಿವರುದ್ರಪ್ಪನವರೇ?

ಕವಿಯ ವ್ಯಕ್ತಿತ್ವವನ್ನ ಆತ ಬೆಳೆದ ಪರಿಸರವೇ ರೂಪಿಸತ್ತೆ ಅಲ್ವಾ? ಬೇಂದ್ರೆ, ಕುವೆಂಪು, ಪುತಿನ, ಒಬ್ಬೊಬ್ಬರೂ ಒಬ್ಬರಿಗಿಂತ ಒಬ್ಬರು ಭಿನ್ನ... ಹಾಗೇ ನಿಮ್ಮ ಕವಿತೆಯೂ... ಈ ವೈವಿಧ್ಯವೇ ಕನ್ನಡ ಕಾವ್ಯದ ಸ್ವಾರಸ್ಯ... ಎಂದರು ಜಿಎಸ್ಎಸ್.

ಅದು ಸರಿ ಬಿಡಿ.. ಎಂದು ಕೆಎಸ್‌ನ ಮಾತಿಗೆ ಮುಕ್ತಾಯ ತಂದರು. ಅದು ಸರಿ ಬಿಡಿ ಎನ್ನುವುದು ಅವರಿಗೆ ಪ್ರಿಯವಾದ ವಾಕ್ಯಗುಚ್ಛ. ಅವರ ಹೆಬ್ಬೆರಳು ತೋರುಬೆರಳನ್ನು ಇನ್ನೂ ನೇವರಿಸುತ್ತಲೇ ಇತ್ತು!

ನೀವು ಪುಣ್ಯವಂತರು ಸರ್... ನಿಮ್ಮ ಹುಟ್ಟುಹಬ್ಬವನ್ನು ಇಡೀ ದೇಶ ಆಚರಿಸುತ್ತದೆ! ಇಂಥ ಭಾಗ್ಯ ಎಷ್ಟು ಜನಕ್ಕುಂಟು....? ಎಂದು ನಾನು ಹೇಳಿದರೆ, ನಾನು ಬರೆದ ಹುಟ್ಟುಹಬ್ಬ ಕವನ ಓದಿದೀರಿ ತಾನೆ? ನನ್ನ ಹುಟ್ಟುಹಬ್ಬದ ಸ್ವಾರಸ್ಯ

ಅಲ್ಲಿ ಗೊತ್ತಾಗತ್ತೆ ನಿಮಗೆ! ಎಂದು ಕೆ.ಎಸ್.ನ ತೂಗಿತೂಗಿ ನುಡಿದರು. ಅವರ ಮಾತು ಕಮ್ಮಿ. ಆದರೆ ಆಡುವ ಒಂದೊಂದು ಮಾತೂ ಗುಂಡು ಹೊಡೆದಂತೆ. ಮೈಸೂರಿನ ಸಾಹಿತ್ಯ ಸಮ್ಮೇಳನದಲ್ಲಿ ಹಿರಿಯ ನವ್ಯ ಕವಿ ಒಬ್ಬರು ಕಾವ್ಯವೆಂದರೆ ಒಂದು ತಪಸ್ಸು... ನರಸಿಂಹಸ್ವಾಮಿಯವರ ಹಾಗೆ ಜನರನ್ನು ಖುಷಿಪಡಿಸಲು ಕವಿತೆ ಬರೆಯಬಾರದು... ಎಂದು ಹಿರಿಯ ಕವಿಗೆ ಬಿಟ್ಟಿ ಬೋಧನೆ ನೀಡಿದ್ದರು. ಕೆಎಸ್‌ನ ತಣ್ಣಗೆ ಅದಕ್ಕೆ ಪ್ರತಿಕ್ರಿಯಿಸಿದ್ದರು. ನನ್ನ ಪರಮ ಮಿತ್ರರು ಕಾವ್ಯ ಒಂದು ತಪಸ್ಸು ಅಂದರು. ನನಗೆ ತಪಸ್ಸಿನ ಅಡ್ರೆಸ್ ಗೊತ್ತಿಲ್ಲ. ಅದನ್ನು ಈ ಗೆಳೆಯರು ತಿಳಿಸಿದರೆ ಹೋಗಿ ನೋಡಿಕೊಂಡು ಬರುತ್ತೇನೆ!

ಬೆಂಗಳೂರಿನ ನ್ಯಾಷನಲ್ ಕಾಲೇಜಿನ ಸಭೆಯಲ್ಲಿ ಗೋಪಾಲಕೃಷ್ಣ ಅಡಿಗರು ಕೆಎಸ್‌ನ ಅವರ ಒಂಬತ್ತನೇ ಕವಿತಾ ಸಂಗ್ರಹವನ್ನು ಬಿಡುಗಡೆ ಮಾಡಿದ ಸಂದರ್ಭ. ಅಡಿಗರು ಕಿರುಗಣ್ಣು ಮಾಡಿ ನಗುತ್ತಾ ನರಸಿಂಹ ಸ್ವಾಮಿ ಈ ವಯಸ್ಸಲ್ಲಿ ನವಪಲ್ಲವ ಎಂದು ತಮ್ಮ ಕವಿತಾಸಂಗ್ರಹಕ್ಕೆ ಹೆಸರಿಟ್ಟಿದ್ದಾರೆ! ಕೆ.ಎಸ್.ನ ಥಟ್ಟನೆ ಉತ್ತರಿಸಿದರು. ನವ ಎಂದರೆ ಹೊಸದು ಅಂತ ಅಲ್ಲ; ಒಂಭತ್ತನೇದು ಅಂತ! ದೊಡ್ಡವರ ನಡುವೆ ನಡೆಯುವ ಈ ಶುಭ್ರವಾದ ತಮಾಷೆಯ ಮಾತು ಕಥೆ ಕೂಡ ಅದೆಷ್ಟು ಚೆನ್ನಾಗಿರುತ್ತೆ! ಕಹಿಯ ಸೋಂಕಿಲ್ಲದ ಹಾಸ್ಯ ಅದು!

ನಾನು ಒಮ್ಮೆ ಕೆಎಸ್‌ನ ಮನೆಗೆ ಹೋಗಿದ್ದಾಗ ಅವರು ಬಾಯಿ ಚಪ್ಪರಿಸುತ್ತಾ (ಅದು ಅವರ ಅಭ್ಯಾಸ) "ಹೇಗಿದ್ದಾರಪ್ಪಾ ನಿಮ್ಮ ಗುರುಗಳು?" ಎಂದು ಪ್ರಶ್ನಿಸಿದರು. ಪುತಿನ ಬಗ್ಗೆ ಅವರು ಕೇಳಿದ್ದು. ನಾನು ಹೇಳಿದೆ: ವಯಸ್ಸಾಯಿತಲ್ಲ ಸರ್! ಕಣ್ಣು ಮಂದ. ಕಿವಿ ಸುಮಾರು...!

ಕೆ.ಎಸ್.ನ ಥಟ್ಟನೆ ಹೇಳಿದರು: "ಕಣ್ಣು ಕಿವಿ ಮಾತ್ರ ಅಲ್ಲ! ಮೂಗೂ ಸುಮಾರೇ!".

ಕೆಎಸ್‌ನ ಯಾಕೆ ಹಾಗೆ ಹೇಳಿದರು ಅನ್ನೋದು ನನಗೆ ಗೊತ್ತಾಗಲಿಲ್ಲ. ಸಂಜೆ ಒಬ್ಬನೇ ಮನೆಯಲ್ಲಿ ಕೂತಿದ್ದಾಗ ಒಮ್ಮೆಗೇ ಕೆಎಸ್‌ನ ಅವರ ಮಾತಿನ ಅರ್ಥ ಹೊಳೆಯಿತು. ಪುತಿನ ಮೈಸೂರುಮಲ್ಲಿಗೆಯ ಬಗ್ಗೆ ಮಾತಾಡುತ್ತಾ, ಒಮ್ಮೆ... "ಕಾವ್ಯವೇನೋ ಚೆಲುವಾಗಿದೆಯಪ್ಪಾ... ಆದರೆ ಅದರಲ್ಲಿ ಆಳ ಕಡಿಮೆ" ಎಂದಿದ್ದರಂತೆ. ಆ ಮಾತು ಹೇಗೋ ಬಾಯಿಂದ ಬಾಯಿಗೆ ದಾಟಿ ಕೆಎಸ್‌ನ ಅವರ ಕಿವಿಗೆ ಬಿದ್ದಿದೆ! ಅದಕ್ಕೇ ಅವರು ಪುತಿನ ಅವರಿಗೆ ಮೂಗೂ ಸುಮಾರೆ ಎಂದದ್ದು! ಮೈಸೂರ ಮಲ್ಲಿಗೆಯ ಘಮವನ್ನ ಆಘ್ರಾಣಿಸಲಿಕ್ಕೆ ಮೂಗು ಚೆನ್ನಾಗಿರಬೇಕಷ್ಟೇ! ಅದನ್ನು ಗ್ರಹಿಸಲಾಗದಿದ್ದರೆ ಮೂಗು ಸುಮಾರೇ ಮತ್ತೆ! ಪುತಿನ ಮೂಗು ಸುಮಾರು ಎಂದದ್ದು ಪುತಿನಗೆ ತಿಳಿಯಿತು. ಅವರು ಗಟ್ಟಿಯಾಗಿ ನಕ್ಕು ನಿಜವಾದ ಕವಿಯಪ್ಪಾ ಅವರು ಎಂದು ತಾರೀಫು ಮಾಡಿದರು!

ಜಿಎಸ್‌ಎಸ್ ಮತ್ತು ನನ್ನನ್ನು ಬೇಡ ಎಂದರೂ ಬಿಡದೆ ಕೆಎಸ್‌ನ ದಂಪತಿಗಳು ಬಾಗಿಲವರೆಗೂ ಬಂದು ಬೀಳ್ಕೊಟ್ಟರು. ಅಂಗಳದಲ್ಲಿ ಸಣ್ಣ ಬೃಂದಾವನವೂ ಇತ್ತು. ಕಳೆಕಳೆಯಾದ ಶ್ರೀತುಳಸಿ ಕೃಷ್ಣ ತುಳಸಿಗಳೂ ಇದ್ದವು. ಸುಣ್ಣ ಬಳಿದ ಬೃಂದಾವನದ ಹಣೆಗೆ ವೆಂಕಮ್ಮ ಅರಿಸಿನ ಕುಂಕುಮ ಏರಿಸಿ ಬೆಳಿಗ್ಗೆ ಪೂಜಿಸಿದ್ದು ಎದ್ದು ಕಾಣುತ್ತಾ ಇತ್ತು. ಅಲ್ಲೊಂದು ಪುಟ್ಟ ಜಗಲಿ. ಎದುರು ಮನೆಯ ಪುಟ್ಟ ಮಗು ಕೆಎಸ್‌ನ ಬಳಿ ಬಂದಿತು.

ವೆಂಕಮ್ಮ ನಕ್ಕರು. ಈ ಮಗು ನಮ್ಮೋರನ್ನು ತುಂಬ ಹಚ್ಚಿಕೊಂಡು ಬಿಟ್ಟಿದೆ... ದಿನವೂ ಸಂಜೆ ಬಂದು ಅವರೊಂದಿಗೆ ಆಡಿಕೊಳ್ಳುತ್ತದೆ! ಎಂದರು.

ತಾತಾ... ಹ್ಯಾಪೀ ಬರ್ತ್‌ಡೇ ಎಂದು ಮಗು ಕೂಗಿತು. ಇವತ್ತು ಕವಡೆ ಆಡೋಣವಾ...? ಎಂದು ತಾತನ ಕೈ ಹಿಡಿದು ಎಳೆಯಿತು.

ಕೆಎಸ್‌ನ ಅವರ ಪಗಡೆ ಆಟದ ಪದ್ಯ ನನಗೆ ನೆನಪಾಯಿತು!

ಮದುವೆಯಾಗಿ ತಿಂಗಳಿಲ್ಲ
ನೋಡಿರಣ್ಣ ಹೇಗಿದೆ?
ನಾನು ಕೂಗಿದಾಗಲೆಲ್ಲಾ
ಬರುವಳೆನ್ನ ಶಾರದೆ!
ನಾನು ನನ್ನ ಶಾರದೆ
ಪಗಡೆಯಾಡಬಾರದೆ?

ಮನಸ್ಸಲ್ಲೇ ಈ ಪದ್ಯ ಗುನುಗುತ್ತಾ ನಾನು ರಸ್ತೆಗೆ ಇಳಿದೆ. ಸಂಜೆಯ ಹೊಂಬೆಳಕು ಕವಿತ ಎಂಬ ಹೆಸರಿನ ಕೆಎಸ್‌ನ ಅವರ ಪುಟ್ಟ ಗೃಹಕ್ಕೆ ಬಂಗಾರದ ಲೇಪ ಮಾಡಿತ್ತು. ಬಾಗಿಲ ತೋಳಿಗೊರಗಿ ವೆಂಕಮ್ಮ ನಸು ಬಾಗಿ ನಿಂತಿದ್ದರು. ಅತಿಥಿಗಳು ಹೋಗುವ ತನಕ ಕೆಮ್ಮಬಾರದು ಎಂದು ಅವರು ಉಸಿರು ಬಿಗಿಹಿಡಿದುಕೊಂಡಂತಿತ್ತು. ನಾವು ರಸ್ತೆಗಿಳಿಯುತ್ತಲೇ ಅವರ ಕೆಮ್ಮು ಒತ್ತಿಕೊಂಡು ಬಂತು. ಕೆ ಎಸ್ ನ ಮೊದಲೇ ಹಾಲು ಬಿಳುಪು. ಸಂಜೆಯ ಬೆಳಕಲ್ಲಿ ಬಂಗಾರದ ಪುತ್ಥಳಿಯಂತೆ ಕಣ್ತುಂಬುವಂತಿದ್ದರು. ಮಗುವಿನೊಂದಿಗೆ ಮಗುವಾಗಿ ಅವರು ಕವಡೆ ಆಟದಲ್ಲಿ ತೊಡಗಿದ್ದರು.

ಈಗ ಅವರ ಮನೆಯಿಲ್ಲ. ಸ್ವತಃ ಮನೆಯೊಡೆಯನೂ ಇಲ್ಲ. ಜನವರಿ 26ರ ಕವಿಯ ಹುಟ್ಟುಹಬ್ಬದ ಸಂಭ್ರಮವೂ ಇಲ್ಲ. ಕವಿಪತ್ನಿಯ ಬಿಚ್ಚುಮಾತಿನ ಗಟ್ಟಿ ಉಪಚಾರವೂ ಇಲ್ಲ. ಆದರೆ ಕೆಎಸ್‌ನ ಆ ಮಗುವಿನೊಂದಿಗೆ ಆಡುತ್ತಾ ಆಡುತ್ತಾ ಹೊನ್ನಚಿತ್ತಾರವಾಗಿ ಮಾರ್ಪಟ್ಟ ಆ ಸ್ವರ್ಣ ಘಳಿಗೆ ಗಟ್ಟಿಯಾಗಿ ನನ್ನ ಕಣ್ಣಲ್ಲಿ ಕೂತುಬಿಟ್ಟಿದೆ. ಪ್ರೀತಿಸುವ ಶಕ್ತಿ ದೊಡ್ಡದು. ಅದು ತಾನು ಪ್ರೀತಿಸಬೇಕಾದ ವಸ್ತುವನ್ನು ತನಗೆ ತಾನೇ ಹುಡುಕಿಕೊಂಡು ಬದುಕಿನ ದಿವ್ಯಲೀಲೆಯಲ್ಲಿ ಮೈಮರೆಯುತ್ತದೆ!

ಮಗುನಗೆಯ
ಪ್ರೌಢ ಕವಿ

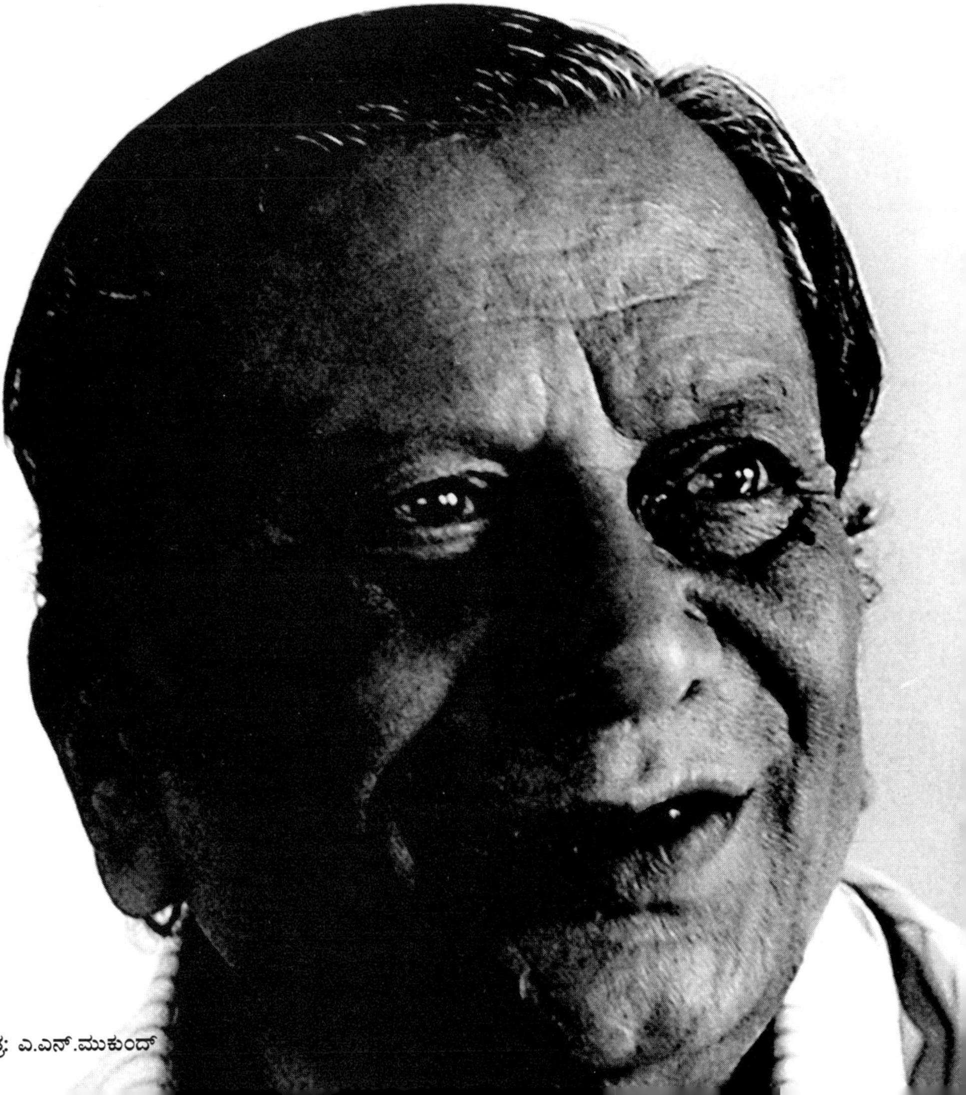

ಚಿತ್ರ: ಎ.ಎನ್.ಮುಕುಂದ್

ದಶಕಗಳ ಹಿಂದಿನ

ಮಾತು ಹೇಳುತ್ತೇನೆ. ಕೆ.ವಿ.ಸುಬ್ಬಣ್ಣ ಅದೇನೋ ಉತ್ಸವಕ್ಕೆ ಕವಿಗಳನ್ನೆಲ್ಲಾ ಹೆಗ್ಗೋಡಿಗೆ ಕರೆಸಿಕೊಂಡಿದ್ದರು. ಸುರಂ ಎಕ್ಕುಂಡಿ, ರಾಮಚಂದ್ರಶರ್ಮ ನಾನು ಒಟ್ಟಿಗೇ ಹೋಗಿದ್ದೆವು! ಪಗಡೆ ಹಾಸಿನ ಹಣ್ಣಿನ ಮನೆಯಲ್ಲಿ ಬೇರೆ ಬೇರೆ ಬಣ್ಣದ ಕಾಯಿಗಳು ಒಟ್ಟಿಗೇ ಸೇರಿದಂತೆ ಇತ್ತು! ಮೊದಲ ಕವಿಗೋಷ್ಠಿ ನೀನಾಸಂ ರಂಗಮಂದಿರದಲ್ಲಿ. ಅದನ್ನು ನಡೆಸಿಕೊಟ್ಟವರು ಕೀರ್ತಿನಾಥ ಕುರ್ತಕೋಟಿ. ಕವಿಗಳನ್ನು ಕುರಿತು ಕೀರ್ತಿ ಕೆಲವು ಮಾತುಗಳನ್ನು ಹೇಳುವುದು. ಆ ಬಳಿಕ ಆಯಾ ಕವಿಗಳು ತಮ್ಮ ಕವಿತೆಗಳನ್ನು ವಾಚಿಸುವುದು. ಕವಿಗೋಷ್ಠಿ ಎಂದರೆ ಹೀಗಿರಬೇಕು ಎನ್ನುವಂತೆ ಗೋಷ್ಠಿ ನಡೆಯಿತು. ಉತ್ಸವದ ಕೊನೆಯ ದಿನ ಸಾಗರದಲ್ಲಿ ಮತ್ತು ಇನ್ನೊಂದು ಗ್ರಾಮಾಂತರ ಪ್ರದೇಶದಲ್ಲಿ ಸುಬ್ಬಣ್ಣ ಕವಿಗೋಷ್ಠಿ ಏರ್ಪಡಿಸಿದ್ದರು. ನಾನಂತೂ ಹಳ್ಳಿಗೆ ಹೋಗಲೊಲ್ಲೆ ಎಂದು ಶರ್ಮ! ಅಲ್ಲಿ ನನ್ನ ಬಿಕ್ಕಟ್ಟಾದ ಕವಿತೆ ಯಾರಿಗೆ ಅರ್ಥವಾಗುತ್ತದೆ? ಇದು ಅವರ ನಿಲುವು. ಸಾಗರ ಪಟ್ಟಣದಲ್ಲಿ ನಡೆದ ಕವಿಗೋಷ್ಠಿಯಲ್ಲಿ ನಾನು ಕವಿತೆ ಓದುವೆ ಎಂದರು ಶರ್ಮಾಜಿ. ಸುಬ್ಬಣ್ಣ ನನಗೆ ನೀವು ಎಕ್ಕುಂಡಿಯೊಂದಿಗೆ ಹಳ್ಳಿಗೆ ಹೋಗಿ ಎಂದರು. ನನಗೇನು ಹಳ್ಳಿ ಹೊಸದೆ... ಮರಳಿ ತವರಿಗೆ ಎಂದು ಎಕ್ಕುಂಡಿ ಕುಲುಕುಲು ನಕ್ಕರು. ಅವರು ಮಾತಾಡುವಾಗ ತುಸು ಬೆನ್ನ ಬಾಗಿಸಿ, ಬಟ್ಟಲು ಕಣ್ಣುಗಳನ್ನು ಗುಂಡಗೆ ಅರಳಿಸಿ ಖೊಳ್ ಎಂದು ಮಗುವಿನ ಅಕಾರಣ ನಗು ನಗುತ್ತಾ ನಾವು ಹಳ್ಳಿಗೇ ಹೋಗೋಣ ಬಿಡಿ... ಹೂಂ ಎಂದು ನನ್ನ ಬೆನ್ನು ಚಪ್ಪರಿಸಿದರು. ಎಕ್ಕುಂಡಿ ಹೂಂ ಎಂದು ರಾಗವೆಳೆಯುವುದರಲ್ಲೇ ಒಂದು ಸೊಗಸಿತ್ತು. ಹಂ,ಹೂಂ, ಇತ್ಯಾದಿ ಉದ್ಗಾರಗಳನ್ನು ಅವರು ತಮ್ಮ ಸಂಭಾಷಣೆಯ ವೇಳೆ ಮತ್ತೆ ಮತ್ತೆ ಬಳಸುತ್ತಾ ಇದ್ದರು. ಅವರು ಕವಿತೆ ಓದುವಾಗ ಹಾಡುತ್ತಿರುವರೋ ಎನ್ನುವಂತೆ ಎಳೆದು ಎಳೆದು ಓದುತ್ತಿದ್ದರು. ಹಿಂದಿನಿಂದಲೂ ಅವರ ಕಥನ ಕವನಗಳು ನನಗೆ ಮೋಡಿ ಹಾಕಿದ್ದವು. ಅವರ ಹಾವಾಡಿಗರ ಹುಡುಗ ಅದೆಷ್ಟು ಬಾರಿ ಓದಿದ್ದೆನೋ! ಅವರೊಂದಿಗೆ ಹಳ್ಳಿಯೊಂದರಲ್ಲಿ ಕವಿತೆ ಓದುವುದು ನನಗೆ ಪ್ರಿಯವಾಗಿತ್ತು. ಶರ್ಮರನ್ನೂ ನಾನು ವಿಶೇಷವಾಗಿ ಹಚ್ಚಿಕೊಂಡಿದ್ದೆನಾದರು

ಎಕ್ಕುಂಡಿಯವರೊಂದಿಗೆ ನನ್ನ ಒಡನಾಟ ತುಂಬ ಆಪ್ತವಾಗಿತ್ತು. ವಯಸ್ಸಾದರೂ ಪುತಿನ ಮತ್ತು ಎಕ್ಕುಂಡಿಯವರ ಮುಖಗಳಲ್ಲಿ ಹಾರ್ಲಿಕ್ಸ್ ಬೇಬಿಯ ಮುಗ್ಧ ಸೌಂದರ್ಯವಿರುತ್ತಿತ್ತು. ಆ ಮಗುತನ ಆ ಇಬ್ಬರು ಮಹಾ ಪ್ರೌಢರ ಟ್ರೇಡ್ ಮಾರ್ಕ್ ಎನ್ನುವಂತಿತ್ತು. ವಯಸ್ಸಾಗಿದ್ದರೂ ಮಗುವಿನ ನಗೆಯನ್ನ ಅವರ ಮುಖಗಳು ಮರೆತೇ ಇರಲಿಲ್ಲ! ಓಹೋ! ಮೂರ್ತಿಯವರು... ಬನ್ನಿ ಬನ್ನಿ ಹೂಂ... ನರಹಳ್ಳಿಯವರೂ ಬಂದಿದ್ದಾರೆ! ಎನ್ನುತ್ತಿದ್ದರು ಎಕ್ಕುಂಡಿ ಶ್ರೀರಾಂಪುರದ ರೈಲ್ವೆಸ್ಟೇಷನ್ ಬಳಿ ಇದ್ದ ಎಕ್ಕುಂಡಿ ಮನೆಗೆ ನಾವು ಹೋದಾಗ! ನಿಮ್ಮನ್ನು ಯಾಕೋ ನೋಡಬೇಕೆನ್ನಿಸಿತು. ಬಂದೆವು... ಎಂದು ನಾನು ಹೇಳಿದರೇ.... ಹಾಂ.... ಅಲ್ಲವೇ ಮತ್ತೆ ಬರಲೇಬೇಕು! ಹೂಂ.... ಬಾಗಿಲು ತೆರೆದಾಗ ಮನೆಯೊಳಕ್ಕೆ ಎಳೆಬಿಸಿಲು ಬರುತ್ತಲ್ಲಾ ಹಾಗೆ ವಯಸ್ಸಾದವರ ಮನೆಗೆ ಚಿಕ್ಕವರು ಬರುತ್ತಾ ಇರಬೇಕು... ಎಂದು ಎಕ್ಕುಂಡಿ ಮುಖದ ತುಂಬ ನಗುತ್ತಾ ಇದ್ದರು.

ಹೆಗ್ಗೋಡಿನ ವಿಷಯ ಹೇಳುತ್ತಾ ಇದ್ದೆ. ಒಂದು ಜೀಪಿನಲ್ಲಿ ನಾನು, ಎಕ್ಕುಂಡಿ ಸುಬ್ಬಣ್ಣ ಸೂಚಿಸಿದ್ದ ಹಳ್ಳಿಗೆ ಹೋದಾಗ ರಾತ್ರಿ ಎಂಟುಗಂಟೆ ಸಮಯ! ಟೀ ಕುಡಿಯಲಿಕ್ಕೆ ಒಂದು ಚಾ ಅಂಗಡಿಗೆ ಹೋದೆವು. ಚಾ ಅಂಗಡಿಯಲ್ಲಿ ಚಿನ್ನಾರಿ ಮುತ್ತದ ಹಾಡು ಹಚ್ಚಿದ್ದರು! ಓಹೋ! ಎಲ್ಲಿಹೋದರೂ ನಿಮ್ಮದೇ ಹಾಡು! ರೆಕ್ಕೆ ಇದ್ದರೆ ಸಾಕೆ ಹಕ್ಕಿಗೆ ಬೇಕು ಬಾನು... ಎಷ್ಟು ಸೊಸಾಗಿದೆಯಪ್ಪಾ! ಎಂದು ಎಕ್ಕುಂಡಿ ಉದ್ಗಾರ ತೆಗೆದರು! ಬಹಳ ಹಿಂದಿನಿಂದಲೂ ಎಕ್ಕುಂಡಿ ಮತ್ತು ನನ್ನ ನಡುವೆ ಪತ್ರವ್ಯವಹಾರವಿತ್ತು. ಅವರು ಬೆಂಗಳೂರಿಗೆ ಬಂದ ಮೇಲೆ ನಮ್ಮ ಒಡನಾಟ ಮತ್ತಷ್ಟು ನಿಕಟವಾಯಿತು. ಹೇಳೀಕೇಳಿ ಎಕ್ಕುಂಡಿ ಕಥೆ ಹೇಳುವ ಕವಿ ಅಲ್ಲವಾ? ನಾನು ಮಿಥಿಲೆಗೆ ಹೋಗಿ ಜನಕ ರಾಜನ ಹೊಲದ–ಎಂಬ ಅವರ ಮನೋಹರ ಕವಿತೆಯನ್ನು ಅವರು ದೀರ್ಘ ಏರಿಳಿತದೊಂದಿಗೆ ಹಾಡುಮಾಡಿ ಹೇಳುವಾಗ ಅದನ್ನು ಕೇಳಿ ಮರುಳಾಗದವರು ಯಾರು? ಅವರ ಕವಿತೆಗಳಲ್ಲಿ ದೇವತೆಗಳು ಮನುಷ್ಯರಾಗುತ್ತಿದ್ದರು; ಮನುಷ್ಯರು ದೇವತೆಗಳಾಗುತ್ತಿದ್ದರು! ಆ ರಾತ್ರಿ ಎಕ್ಕುಂಡಿ ಆ ಹಳ್ಳಿಯಲ್ಲಿ ಕೊಳದ ಗೌರಿ ಎಂಬ ಪದ್ಯ ಓದಿದರು. ಆ ಪದ್ಯ ಕೇಳಿದಾಗ ಕವಿತೆಯ ಕೊನೆಗೆ ಆಸ್ಫೋಟವಾಗುವ ಬೆರಗು ನನ್ನನ್ನು ದಂಗುಬಡಿಸಿತ್ತು. ಹಳ್ಳಿಯ ರಸಿಕರು ಆಹಾ! ಎಂದು ಉದ್ಗಾರ ತೆಗೆದಿದ್ದರು. ಆ ಪದ್ಯದಲ್ಲಿ ಕೊಳದ ಗೌರಿ ಕೊಳದ ಮೆಟ್ಟಿಲ ಮೇಲೆ ಕೂತು ತನ್ನ ಹೊಂಬಣ್ಣದ ಕೂದಲುಗಳನ್ನು ಬಾಚಿಕೊಳ್ಳುತ್ತಾ ಇದ್ದಾಳೆ! ಸುತ್ತೂ ಸಂಪನ್ನವಾದ ಪ್ರಕೃತಿ. ತಾವರೆ, ಹಂಸ, ಮೀನ, ತಂಬೆಲರು. ತೇಲುವ ಮೋಡ, ಆಡುವ ನವಿಲುಗಳು. ನವಿಲು ತನ್ನವಳಿಗೆ ಹೇಳುತ್ತದೆ: ಇಲ್ಲಿ ಬಾ ನೋಡೆ ಇಲ್ಲಿ! ಕಣ್ಣುಗಳ ಪುಣ್ಯವೇ ಹಣ್ಣಾಗಿ ಹೆಣ್ಣಾಗಿ ಕುಳಿತ ಹಾಗಿಲ್ಲವೇ ಮೆಟ್ಟಿಲಲ್ಲಿ?". ಆ ವೇಳೆಗೆ ಅದೆಲ್ಲಿದ್ದನೋ, ಒಬ್ಬ ಬಳೆಗಾರ ಕೊಳದ ಬಳಿಗೆ ಬಂದ! ಕೊಳದ ಗೌರಿಯನ್ನು ನೋಡಿದ! ಬಳೆಗಾರ ಕೂಗಿದ್ದ ಬೇಕೆ ಬಳೆಯು?

"ಕುಂದಣದ ಚಂದ ಬಳೆ,
ಮುತ್ತು ರತ್ನಗಳ ಬಳೆ, ಹವಳ ಮಾಣಿಕ್ಯಗಳ
ಹೆಣೆದ ಬಳೆಯು,
ಹಸೆಮಣೆಯನೇರಿಸುವ ಹಸನಾದ ಬಳೆ ಬೇಕೆ?
ಬಣ್ಣಗಳ ಗಾಜು ಬಳೆ, ಬೇಕೆ ಬಳೆಯು?"

ಬಾರಯ್ಯ ಬಳೆಗಾರ ಬಳೆ ತೊಡಿಸಿ ಹೋಗು ಎಂದು ಗೌರಿ ಬಳೆಗಾರನನ್ನು ಕೂಗಿದಳು! ಬಳೆಗಾರನಿಗೆ ಒಂದು ಕ್ಷಣ ಬೆರಗು! "ಹೊಂಗೂದಲಿನ ತಾಯಿ ಯಾರು ಇವರು?". ಅಷ್ಟರಲ್ಲಿ ಬಳೆಮಾರುವ ವೃತ್ತಿಪರತೆ ಅವನ ಮೈಮರೆಸಿತು. ಮೆಟ್ಟಿಲ ಮೇಲೆ ಕೂತು ಕೊಳದ ಗೌರಿ ಕೈತುಂಬ ಬಳೆ ತೊಡಿಸಿಕೊಂಡಳು. ಹೋಗಿ ಆ ಗುಡಿಯಲ್ಲಿ ಕೇಳು... ಹಣ ಕೊಡುತ್ತಾರೆ! ಎಂದಳು. ಬಳೆಗಾರ ಗುಡಿಗೆ ಬಂದ. ಹೊಂಗೂದಲಿನ ತಾಯಿ ಬಳೆ ತೊಡಿಸಿಕೊಂಡಿದ್ದಾರೆ! ನೀವು ಹಣ ಕೊಡುವುದಾಗಿ ಅಮ್ಮ ಹೇಳಿದರು! ಸ್ವಾಮಿ ಹಣ ಕೊಡಿ ಎಂದು ದೇವಿಗೆ ಆರತಿ ಎತ್ತುತ್ತಿದ್ದ ಅರ್ಚಕನ ಕೇಳಿದ. ಯಾವ ಬಳೆ? ಎಲ್ಲಿಯ ಹಣ? ತೊಡಿಸಿಕೊಂಡವರು ಯಾರು? ಎಂದು ಅರ್ಚಕನಿಗೆ ಬೆರಗು! ಕೊಳದ ಬಳಿ ಬಂದು ನೋಡಿದರೆ ಅಲ್ಲಿ ಯಾರೂ ಕಾಣುತ್ತಿಲ್ಲ! ಅರ್ಚಕ ಮತ್ತು ಬಳೆಗಾರ ತಿರುಗಿ ಗುಡಿಗೆ ಬಂದು ಏನೋ ಸಂದೇಹ ಬಂದು ದೇವಿಯನ್ನು ನೋಡುತ್ತಾರೆ! ವಿಗ್ರಹದ ಕೈತುಂಬ ಬಳೆಗಾರ ತೊಡಿಸಿದ್ದ ಹೊಸ ಬಳೆಗಳು ಕಾಣುತ್ತಿವೆ!

ಇದು ಎಕ್ಕುಂಡಿಯವರ ಪದ್ಯದ ಒಂದು ಸೊಗಸಾದ ಮಾದರಿ. ದೇವಿ ಗೌರಿಗೆ ಬಳೆಗಾರ ಕಂಡಾಗ ಬಳೆ ಇಡಿಸಿಕೊಳ್ಳುವ ಆಸೆಯಾದದ್ದು ದೇವಿಯ ಮನುಷ್ಯಸಹಜ ವರ್ತನೆ. ಅದಕ್ಕೇ ಎಕ್ಕುಂಡಿ ಅನ್ನುತ್ತಿದ್ದರು: ದೇವರು ಮನುಷ್ಯರಾಗಬೇಕು; ಮನುಷ್ಯರು ದೇವರಾಗಬೇಕು! ಜನ ನಿರಂಜನರಾಗಬೇಕು ಎನ್ನುವುದು ಅವರ ಬಹು ಪ್ರಸಿದ್ಧವಾದ ಉಕ್ತಿ!

ಆ ರಾತ್ರಿ ಎಕ್ಕುಂಡಿಯವರ ಕವಿತೆ ಹಳ್ಳಿಯ ಸಹೃದಯರನ್ನು ಮೋಡಿ ಮಾಡಿಬಿಟ್ಟಿತು. ನಾನು ಪದ್ಯವನ್ನೇ ಧ್ಯಾನಿಸುತ್ತಾ ಸರಿರಾತ್ರಿಯಲ್ಲಿ ಹೆಗ್ಗೋಡಿಗೆ ಹಿಂದಿರುಗಿದೆ. ಇಂಥ ವಿದ್ಯುತ್ತು ಈ ತಂತಿಯಲ್ಲಿ ಹೇಗೆ ಹರಿಯಿತು ಎಂದು ಬೆರಗುಪಡುತ್ತಾ. ಪಕ್ಕದಲ್ಲೇ ಕುಳಿತು ಮಗುನಗೆ ನಗುತ್ತಿದ್ದ ಕವಿಗಳನ್ನು ಅಚ್ಚರಿಯಿಂದ ಕದ್ದು ಕದ್ದು ನೋಡುತ್ತಾ!

ದಂಡಕದಂತೆ ಉದ್ದಕ್ಕೂ ಲಯದ ಅಲೆ ಮುಕ್ಕುಳಿಸುತ್ತಾ ಸಾಗುತ್ತಿದ್ದ ಎಕ್ಕುಂಡಿಯವರ ಕಥನ ಶೈಲಿ ಬಕುಲದ ಹೂಗಳು ಎಂಬ ಅವರ ಹೊಸಾ ಕವಿತಾ ಸಂಗ್ರಹದಲ್ಲಿ ಇದ್ದಕ್ಕಿದ್ದಂತೆ ತನ್ನ ಸ್ವರೂಪವನ್ನು ಬದಲಿಸಿಕೊಂಡು ಬಿಟ್ಟಿತು. ಸರಾಗ

ಸೆಳವಿನ ಬದಲು ನಿಂತು ನಿಂತು ಮುರಿದು ಮುರಿದು ವಿಲಕ್ಷಣ ಲಯದಲ್ಲಿ ಹರಿಯತೊಡಗಿತ್ತು. ಕವಿತೆ ಪೊರೆ ಕಳಚಿ ಹೊಸ ಬೆಡಗು ಪಡೆದ ಎಳೆನಾಗರವಾಗಿತ್ತು. ವಿಷವಿಲ್ಲದ ಎಳೆನಾಗರ! ದೈವವನ್ನು ಈ ಮಣ್ಣಲ್ಲೇ ಒಕ್ಕಿಕೊಳ್ಳುವ ಹೊಸ ಬೇಸಾಯ ಶುರುವಾಗಿಯೇ ಬಿಟ್ಟಿತು. ಕಾಳಿದಾಸನನ್ನು ಉಜ್ಜಯಿನಿಯ ಯಾತ್ರೆಗೆ ಬಂದ ಇಬ್ಬರು ರೈತರು ಭೆಟ್ಟಿಮಾಡುವ ಕವಿತೆಯಂತೂ ನನ್ನನ್ನು ನಿಬ್ಬೆರಗುಗೊಳಿಸಿತ್ತು. ಆ ಕವನವೂ ಬಕುಲದ ಹೂವುಗಳು (1991) ಸಂಗ್ರಹದಲ್ಲಿ ಇದೆ! ಕುಂಭರಾಮ ಮತ್ತು ಭೈರೋ ಸಿಂಹ ಎಂಬ ಇಬ್ಬರು ರೈತರು ಶಿವರಾತ್ರಿಯ ಜಾತ್ರೆಗೆ ಬಂದವರು ಕವಿ ಕಾಳಿದಾಸನನ್ನು ನೋಡಲು ಕವಿಯ ಮನೆಗೆ ಬರುತ್ತಾರೆ! ಕವಿಯ ಮನೆ ಚೈತ್ರವೇ ಬಿಡಾರ ಹೂಡಿದಂತೆ ಇತ್ತು! ಇಬ್ಬರೂ ಕೈಮುಗಿದುಕೊಂಡು ಕಾದಿರಲು ಕವಿ ಹೊರಗೆ ಬಂದರು!

ಕೈಮುಗಿದು ಕಾದಿರಲು ಹೊರಗೆ ಬಂದರು
ಆತ. ಮಂಜಿರದ ಮುಂಜಾವಿನಂಥ ಬಟ್ಟೆ,
ಹೆಗಲಲ್ಲಿ ಶಾಲು, ಮುಖದಲ್ಲಿ ನಗೆ, ಕೂ
ತಂತೆ ಹೊಂಬಾಳೆ ಎಲೆಯಲ್ಲಿ ಒಂದು ಚಿಟ್ಟೆ!

ಕವಿ ರೈತರನ್ನು ಒಳಗೆ ಕರೆದರು. ಸ್ವಾಮಿ ಮಹಾಕಾಲೇಶ್ವರನ ದರ್ಶನವಾಯಿತು. ದೊಡ್ಡವರು ತಾವು ಎಂಬುದು ತಿಳಿದು ತಮ್ಮನ್ನು ನೋಡಿಕೊಂಡು ಹೋಗಲು ನಿಮ್ಮ ಮನೆಗೆ ಬಂದೆವು! ಕವಿರತ್ನ ಕಾಳಿದಾಸರು ನೀವೇ ಅಲ್ಲವೆ? ಶಕುಂತಲೆಯನ್ನು ದೊರೆಗೆ ಒಪ್ಪಿಸಿದವರು ತಾವೇ ತಾನೇ? ತರುಣಿಗೆ ಒದಗಿದ ಶಾಪವನ್ನು ಉಂಗುರದಿಂದ ಕಳೆದವರು ನೀವೇ ಅಲ್ಲವೇ? ನೀವೇ ಅಲ್ಲವೇ ಮೋಡದೊಂದಿಗೆ ಮಾತಾಡಿದವರು?

ಈಗ ನನ್ನಿಂದ ತಮಗೆ ಏನಾಗಬೇಕು ಸ್ವಾಮಿ ಎಂದು ಕಾಳಿದಾಸ ರೈತರನ್ನು ಕೇಳಿದರು. ಭೈರೋಸಿಂಹ ಎನ್ನುವ ರೈತ ನುಡಿದ: ನೀವು ಕಳಿಸಿದಿರಲ್ಲ ಒಂದು ಮೋಡ, ರಾಮಗಿರಿಯಿಂದ ಅಲಕಾವತಿಯ ಯಕ್ಷಿಗೆ? ಆ ಬಗ್ಗೆ ತಮ್ಮಲ್ಲಿ ಒಂದು ಬಿನ್ನಹವುಂಟು!

"ಬಾಯೊಣಗಿ ನಿಂತಿಹುದು ನಮ್ಮ ಪಯರು
ಹನಿ ನೀರಿಲ್ಲದೆ. ಮೋಡಕ್ಕೆ ಹೇಳುವಿರೆ?
ದಾರಿಯಲ್ಲಿವರಿಗೂ ನೀರು ಸುರಿಸು"

ಲೌಕಿಕ ಮತ್ತು ಅಲೌಕಿಕ ಸಹಜವಾಗಿ ಎಕ್ಕುಂಡಿಯವರಲ್ಲಿ ಕೈ ಹಿಡಿಯುವುದು ಹೀಗೆ! ಈ ಕವಿಯು ಸಾಮಾಜಿಕ ಪ್ರಜ್ಞೆ, ಜನಮುಖೀ ಕವಿತ್ವ ಎಂಬ ಮಾತಿಗೆ ಒದಗಿಸಿದ ಹೊಸ ಅರ್ಥವಿದು! ಬಂಡಾಯ ಹೀಗೂ ದನಿ ಪಡೆಯಬಹುದಲ್ಲವೆ?

ಬಕುಲದ ಹೂವುಗಳು ಸಂಗ್ರಹಕ್ಕೆ ಕೇಂದ್ರ ಸಾಹಿತ್ಯ ಅಕಾಡೆಮಿ ಪುರಸ್ಕಾರ ದೊರೆಯಿತು! ಎಕ್ಕುಂಡಿ ಅಭಿಮಾನಿಗಳಾದ ನಮಗೆಲ್ಲಾ ಸಂತೋಷವೋ ಸಂತೋಷ! ಆಗ ವಿದ್ಯಾಭೂಷಣರು ಸುಬ್ರಹ್ಮಣ್ಯ ಮಠದ ಸ್ವಾಮಿಗಳು. ಅವರಿಂದ ನನಗೆ ಕರೆ ಬಂತು! ಕೇಂದ್ರ ಸಾಹಿತ್ಯ ಅಕಾಡೆಮಿ ಪುರಸ್ಕಾರ ಪಡೆದಿರುವ ಎಕ್ಕುಂಡಿಯವರನ್ನು ಮಠ ಸನ್ಮಾನಿಸುತ್ತಿದೆ. ನೀವು ಮತ್ತು ಲಕ್ಷ್ಮೀಶ ತೋಳ್ಪಾಡಿ ಕವಿಯ ಬಗ್ಗೆ ಅಭಿನಂದನೆಯ ನುಡಿಗಳನ್ನು ಆಡಬೇಕು. ಬನ್ನಂಜೆಯವರು ಮುಖ್ಯ ಅತಿಥಿಗಳಾಗಿರುತ್ತಾರೆ!

ಸುಬ್ರಹ್ಮಣ್ಯ ನೋಡಬೇಕೆಂಬ ಆಸೆಯಿತ್ತು. ಈಗ ಅವಕಾಶ ತಾನಾಗಿ ಒದಗಿಬಂದಿತ್ತು. ಜೊತೆಗೆ ಎಕ್ಕುಂಡಿಯವರೊಂದಿಗೆ ಸಹಪ್ರಯಾಣ. ಎಕ್ಕುಂಡಿ ಪತ್ನಿಯೊಂದಿಗೆ. ನಾನು ನನ್ನ ಶ್ರೀಮತಿಯೊಂದಿಗೆ. ಕಾರ್ಯಕ್ರಮ ಸೊಗಸಾಗಿ ನಡೆಯಿತು. ರಾತ್ರಿ ಊಟ ಮುಗಿದ ಮೇಲೆ ನಾವು ನಾಲ್ವರೂ ಪೌಳಿಯ ಜಗಲಿಯ ಮೇಲೆ ಕೂತು ಆ ಮಾತು ಈ ಮಾತು ಆಡುತ್ತಾ ಇದ್ದೇವೆ. ನಾನು "ಸರ್! ನೀವು ಮಾರ್ಕ್ಸ್ ಮತ್ತು ಮಧ್ವರನ್ನು ಒಟ್ಟಿಗೇ ನಿಮ್ಮ ಕಾವ್ಯದಲ್ಲಿ ತರುತ್ತಿರುವ ಬಗ್ಗೆ ಕೆಲವರ ಆಕ್ಷೇಪವಿದೆ ಎಂದೆ" ನಸುನಗುತ್ತಾ.

ಎಕ್ಕುಂಡಿ ಯಥಾಪ್ರಕಾರ ತಮ್ಮ ಕಣ್ಣುಗಳನ್ನು ಗುಂಡಗೆ ಅರಳಿಸಿ "ಹೌದಾ? ಹಾಗಂತಾರಾ? ಯಾಕೆ ಹಾಗಂತಾರೆ ? ಮಧ್ವ ಮತ್ತು ಮಾರ್ಕ್ಸ್ ಇಬ್ಬರೂ ಮನುಷ್ಯರ ಹಕ್ಕಿನ ಪರವಾಗಿ ಹೋರಾಡಿದವರಲ್ಲವಾ?"

"ಹಕ್ಕಿನ ಬಗ್ಗೆಯಾ?"

"ಹೂಂ...ಅಲ್ಲವಾ ಮತ್ತೆ! ಮಾರ್ಕ್ಸ್ ಮಹಾಶಯರು ಪ್ರತಿ ಮನುಷ್ಯನಿಗೂ ಒಂದು ತುಂಡು ನೆಲದ ಮೇಲೆ ಹಕ್ಕಿದೆ ಎನ್ನುತ್ತಾರೆ. ಮಧ್ವ ಮುನಿಗಳು ಪ್ರತಿಯೊಬ್ಬ ಮನುಷ್ಯನಿಗೂ ಒಂದು ತುಂಡು ಆಕಾಶದ ಮೇಲೆ ಹಕ್ಕಿದೆ ಎನ್ನುತ್ತಾರೆ! ಅವರಿಬ್ಬರೂ ಒಟ್ಟಿಗೇ ಯಾಕೆ ಇರಬಾರದು?"

ಈವತ್ತಿಗೂ ಸುಬ್ರಹ್ಮಣ್ಯದ ಅರೆಬೆಳಕಿನ ಇರುಳಲ್ಲಿ ಜಗಲಿಯ ಮೇಲೆ ಕೂತು ಎಕ್ಕುಂಡಿ ಹೇಳಿದ ಈ ಮಾತು ನನ್ನ ಕಿವಿಯಲ್ಲಿ ಅನುರಣಿಸುತ್ತಾ ಇದೆ.....

ಕವಿಯು ತೀರಿದ ಮೇಲೆ
ಕವಿತೆಯೇ ನಾಲಗೆ!

1959ರಲ್ಲಿ ನಾನು

ಹೊಳಲ್ಕೆರೆಯಲ್ಲಿ ಹೈಸ್ಕೂಲ್ ವಿದ್ಯಾರ್ಥಿಯಾಗಿದ್ದಾಗ ಗೋಪಾಲಕೃಷ್ಣ ಅಡಿಗರ ಒಂದು ಪದ್ಯ ಪಠ್ಯದಲ್ಲಿತ್ತು. ಆ ವಯಸ್ಸಲ್ಲೇ ಅಡಿಗರ ಪದ್ಯ ಬೇಂದ್ರೆ, ಕುವೆಂಪು, ಕೆ.ಎಸ್.ನ ಅವರ ಪದ್ಯಗಳಿಗಿಂತ ಭಿನ್ನ ಅಂತ ನನಗೆ ಏಕೆ ಅನ್ನಿಸಿತೋ ತಿಳಿಯೆ. ಅನ್ನಿಸಿದ್ದಂತೂ ನಿಜ. 1966ರಲ್ಲಿ ನಾನು ಮಲ್ಲಾಡಿಹಳ್ಳಿಯ ಹೈಸ್ಕೂಲಿಗೆ ಟೆಕ್ನಿಕಲ್ ಅಸಿಸ್ಟೆಂಟ್ ಎಂಬ ಹುದ್ದೆಯ ನಿರ್ವಹಣೆಗೆ ಬಂದೆ. ಮಕ್ಕಳಿಗೆ ಕಾರ್ಪೆಂಟರಿ, ಲೇತ್ ವರ್ಕ್ ಮೊದಲಾದುವನ್ನು ಕಲಿಸುವುದು ನನ್ನ ಕೆಲಸವಾಗಿತ್ತು. ಓದಿದ್ದು ಡಿಪ್ಲೊಮ ಆದರೂ ನನಗೆ ಸಾಹಿತ್ಯದ ಅದಮ್ಯ ಹುಚ್ಚು. ನನ್ನ ಕನ್ನಡ ಪ್ರೀತಿ ಗಮನಿಸಿ ನಮ್ಮ ಪ್ರಿನ್ಸಿಪಾಲರು ನನಗೆ ಕನ್ನಡ ಕ್ಲಾಸ್ ಕೂಡಾ ತೆಗೆದುಕೊಳ್ಳುವಂತೆ ಹೇಳಿದರು. ನನಗೆ ಕವಿತೆ ಬರೆಯುವ ಚಟ ಬೇರೆ ಇತ್ತು. ಅದನ್ನು ಪ್ರೋತ್ಸಾಹಿಸುವಂಥ ವಾತಾವರಣವೂ ಮಲ್ಲಾಡಿಹಳ್ಳಿಯಲ್ಲಿ ಇತ್ತು! ಆಶ್ರಮ ಮತ್ತು ಶಾಲೆಯ ಸಂಸ್ಥಾಪಕರಾದ ತಿರುಕ ಕಾವ್ಯನಾಮದ ಸ್ವಾಮಿಗಳೂ ಸ್ವತಃ ಬರಹಗಾರರಾಗಿದ್ದರು. ಎನ್.ಎಸ್. ಚಿದಂಬರರಾವ್ ನಮ್ಮ ಸ್ಕೂಲಲ್ಲೇ ಇಂಗ್ಲಿಷ್ ಅಧ್ಯಾಪಕರು. ಸಾಹಿತ್ಯ ನಮ್ಮಿಬ್ಬರನ್ನೂ ಗಾಢವಾಗಿ ಬೆಸೆದಿತ್ತು. ಹೇಳೀ ಕೇಳಿ ಅದು ನವ್ಯಕಾಲದ ವಿಜೃಂಭಣೆಯ ಕಾಲ. ಪ್ರಜಾವಾಣಿಯಲ್ಲಿ ನವ್ಯಮಾರ್ಗದ ಕವಿತೆಗಳು, ನವ್ಯ ಮಾದರಿಯ ಕಥೆಗಳು ಪ್ರಕಟವಾಗುತ್ತಿದ್ದವು. ಭಾನುವಾರ ನಾನು ಮತ್ತು ಎನ್.ಎಸ್.ಸಿ ಪ್ರಜಾವಾಣಿಯ ಪದ್ಯಗಳ ಗಂಟು ಬಿಡಿಸುವ ಆಟದಲ್ಲಿ ತೊಡಗಿಕೊಳ್ಳುತ್ತಿದ್ದೆವು! ನಮ್ಮ ಮನೆಗೆ ಸಾಕ್ಷಿ ಪತ್ರಿಕೆ, ಸಂಕ್ರಮಣ, ಕವಿತಾ, ಲಹರಿ ಮೊದಲಾದ ಪತ್ರಿಕೆಗಳು ಬರುತ್ತಾ ಇದ್ದವು. ಅಕ್ಷರ ಪ್ರಕಾಶನದಿಂದ ಬಹುಮುಖ್ಯವಾದ ಎಲ್ಲಾ ನವ್ಯ ಕೃತಿಗಳನ್ನೂ ನಾನು ತರಿಸಿಕೊಂಡಿದ್ದೆ! ಅವುಗಳ ಅಭ್ಯಾಸ ಮಾಡುತ್ತಾ ಇದ್ದೆ! 1968ರಲ್ಲಿ ನನ್ನ ಮದುವೆಯಾದಾಗ ಮನೋಹರ ಗ್ರಂಥಮಾಲೆ ಪ್ರಕಟಿಸಿದ ಸಂಸ್ಕಾರ, ಹಳದಿಮೀನು ರಾಮಾನುಜನ್ನರ ಹೊಕ್ಕುಳಲ್ಲಿ ಹೂವಿಲ್ಲ ನನಗೆ ಉಡುಗೊರೆಯಾಗಿ ಬಂದಿದ್ದವು. ಜೊತೆಗೆ ಬಂಕಿಮಚಂದ್ರ, ಶಾಂತಲ (ಕೆ.ವಿ.ಅಯ್ಯರ್–ದು) ಕೃತಿಗಳನ್ನು ನನ್ನ ಗೆಳೆಯರು ಉಡುಗರೆಯಾಗಿ ನೀಡಿದ್ದರು! ನಾನು ಆ ವರ್ಷಗಳಲ್ಲೇ ಕುವೆಂಪು

ಅವರ ಶ್ರೀ ರಾಮಾಯಣ ದರ್ಶನಂ ಚಿತ್ರದುರ್ಗದಿಂದ ತರಿಸಿ ನನ್ನ ಸಾಹಿತ್ಯಾಸಕ್ತ ಗೆಳೆಯ ಕಾಮತ್ತರೊಂದಿಗೆ ಓದತೊಡಗಿದ್ದೆ. ಜೊತೆಗೆ ನನಗೆ ಪ್ರಿಯ ಕವಿಯಾಗಿದ್ದ ಕುಮಾರವ್ಯಾಸ. ಎನ್.ಎಸ್.ಸಿ ಕೂಡ ಕುಮಾರವ್ಯಾಸನ ಭಕ್ತರಾಗಿದ್ದರು. ಗಮಕ ರೀತಿಯಲ್ಲಿ ಗದುಗಿನ ಭಾರತವನ್ನು ಸೊಗಸಾಗಿ ಹಾಡುತ್ತಿದ್ದರು. ಹೀಗೆ ನಾನೊಂದು ಸಮ್ಮಿಶ್ರ ಸಾಹಿತ್ಯಕ ವಾತಾವರಣದಲ್ಲಿ ಬೆಳೆದವನಾದರೂ ನನ್ನ ಮೇಲೆ ನವ್ಯ ಸಂಪ್ರದಾಯದ ಬರವಣಿಗೆ ಗಾಢವಾದ ಪ್ರಭಾವ ಬೀರಿತ್ತು. ಅದರಲ್ಲೂ ಅಡಿಗರ ಕಾವ್ಯದ ಪ್ರಖರತೆ, ಮೊನಚು, ಧ್ಯಾನಶೀಲತೆ, ವಿಡಂಬನೆ, ಚಿಂತನೆ, ಭಾವಕ್ಕೆ ತಕ್ಕಂತೆ ಪ್ರವಹಿಸುವ ಲಯ ಇವುಗಳಿಂದ ಆಕರ್ಷಿತನಾಗಿ ಎನ್.ಎಸ್.ಸಿ ಜೊತೆಗೂಡಿ ಅಡಿಗರ ಪದ್ಯಗಳನ್ನು ಏಕಾಗ್ರತೆಯಿಂದ ಓದತೊಡಗಿದ್ದೆ!

ಆ ಕಾಲದಲ್ಲಿ ಅಡಿಗ ಓರ್ವ ಪ್ರಶ್ನಾತೀತ ಕವಿಯಾಗಿದ್ದರು. ಕಾವ್ಯ ಬರೆಯುವವರಿಗೆ ಅವರೇ ಆದರ್ಶ. ಆದರೆ ಅವರಂತೆ ಬರೆಯುವುದು ಕಷ್ಟಸಾಧ್ಯವಾದುದರಿಂದ ಎ.ಕೆ.ರಾಮಾನುಜನ್, ಪಿ.ಲಂಕೇಶರನ್ನು ತರುಣರು ಹೆಚ್ಚಾಗಿ ಅನುಸರಿಸುತ್ತಾ (ಅನುಕರಿಸುತ್ತಾ!) ಇದ್ದರು. ಜೊತೆಗೆ ನಿಸಾರ್ ಅಹಮದರು. ನಾನೂ ಪ್ರಾರಂಭದಲ್ಲಿ ಈ ಮೂವರು ಕವಿಗಳ ಶೈಲಿಯನ್ನು ನನ್ನ ಮೇಲೆ ಆರೋಪಿಸಿಕೊಂಡು ಕವಿತೆ ಬರೆಯಲು ಶುರುಮಾಡಿದೆ! ಆ ಕಾಲದಲ್ಲಿ ಕಾವ್ಯ ಕಥೆ ಕಾದಂಬರಿ ವಿಮರ್ಶೆ ಎಲ್ಲವೂ ಅಡಿಗರ ಒಂದು ವಾಕ್ಯದ ಒಪ್ಪಿಗೆಗೆ ಹಾತೊರೆಯುತ್ತಿದ್ದವು. ಅವರ ಮಾತೇ ಆಖೈರ್ ಮಾತಾಗುತ್ತಿತ್ತು. ಸಾಕ್ಷಿ, ಪ್ರಜಾವಾಣಿಯಲ್ಲಿ ತಮ್ಮ ಬರಹ ಪ್ರಕಟವಾಗಬೇಕೆಂಬುದು ಹೊಸಲೇಖಕರ ತಹತಹವಾಗಿತ್ತು! (ಪ್ರಜಾವಾಣಿಯಲ್ಲಿ ವೈ.ಎನ್.ಕೆ ಇದ್ದರಲ್ಲ!). ನವ್ಯ ಕಾವ್ಯ ಅಡಿಗರ ಮೂಲಕ ತನ್ನ ಕಾವ್ಯಮೀಮಾಂಸೆಯನ್ನು ಗಟ್ಟಿಯಾಗಿ ರೂಪಿಸಿಕೊಂಡಿತ್ತು. ಆಡುಮಾತು, ಮಣ್ಣಿನ ವಾಸನೆ, ಭಾಷೆಯಲ್ಲಿ ಭಾವಾಭಿನಯ, ಭಾವಕ್ಕೆ ತಕ್ಕ ಲಯ, ಹಾಡುವಂತೆ ಬರೆಯಬಾರದೆಂಬ ಛಲ, ತನಗೆ ದಕ್ಕಿದ್ದನ್ನು ಪ್ರಾಮಾಣಿಕವಾಗಿ ಸಮಗ್ರವಾಗಿ ಭಾಷೆಯ ಮೂಲಕ ಅಭಿವ್ಯಕ್ತಿಸಬೇಕೆಂಬ ಹಠ, ನಾವು ಬರೆಯಬೇಕಾದದ್ದು ಮೌಲ್ಯಾರಾಧನೆಯ ಕಾವ್ಯವನ್ನಲ್ಲ; ಮೌಲ್ಯಶೋಧಕ ಕಾವ್ಯವನ್ನೆಂಬ ನಿಲುವು ಎಲ್ಲವನ್ನೂ ನಾನೂ ಸಾರಾಸಗಟಾಗಿ ಆವಾಹಿಸಿಕೊಂಡವನೇ!

1968ರಲ್ಲಿ ನನ್ನ ಪ್ರಥಮ ಕವನ ಸಂಕಲನ ಗೆಳೆಯ ಈಶ್ವರಚಂದ್ರನ ಸಹಕಾರದಿಂದ ಪ್ರಕಟವಾಯಿತು. ಆಗ ಅಡಿಗರು ಉಡುಪಿಯಲ್ಲಿದ್ದರು. ಅಡಿಗರಿಗೆ ಒಂದು ಪ್ರತಿ ಕಳಿಸಿ ಅವರ ಅಭಿಪ್ರಾಯಕ್ಕೆ ಕಾಯುತ್ತ ಕುಳಿತೆ! ತಿಂಗಳುಗಳೇ ಆದವು. ಅಡಿಗರಿಂದ ಪತ್ರ ಬರಲಿಲ್ಲ. ನನ್ನಂಥ ಹೊಸಕವಿಯನ್ನು ಓದುವುದಕ್ಕೆ ಅವರಿಗೆ ವ್ಯವಧಾನ ಎಲ್ಲಿರುತ್ತೆ ಎನ್ನುವ ನಿರಾಶೆ ನಿಧಾನಕ್ಕೆ ಮನಸ್ಸನ್ನು ಆವರಿಸಿತು. ಇನ್ನು ಪದ್ಯಗಳನ್ನು ಬರೆಯದಿರುವುದೇ ಸೈ! ಎಂದು ಗೋವಿಂದ ಪೈ ಪ್ರಾಸತ್ಯಾಗದ

ಬಗ್ಗೆ ಪ್ರತಿಜ್ಞೆ ಮಾಡಿದಂತೆ ಪ್ರತಿಜ್ಞೆ ಮಾಡಿದ್ದೂ ಆಯಿತು. ಹೀಗಿರುವಾಗ ಒಂದು ದಿನ ಅಡಿಗರಿಂದ ಪತ್ರವೊಂದು ಬಂದೇ ಬಿಡೋದೆ! ಕವರ್ ಬಿಡಿಸಿ ನೋಡಿದೆ! ಹೌದು! ಅಡಿಗರದ್ದೇ ಹಸ್ತಾಕ್ಷರದ ಸಾಕಷ್ಟು ದೀರ್ಘವಾದ ಪತ್ರ. ನಿಮ್ಮ ಕಾವ್ಯ ಪ್ರಯೋಗಗಳೆಲ್ಲವೂ ನಿಜವಾದ ಕಾವ್ಯ ಪ್ರಯೋಗಗಳೆಂದು ಬರೆದಿದ್ದಾರೆ! ನಾನು ಮತ್ತೆ ಕಾವ್ಯ ರಚನೆಗೆ ತೊಡಗಿಯೇ ಬಿಟ್ಟೆ! ಆಮೇಲೆ ಎಲ್ಲೂ ನಿಲ್ಲಲಿಲ್ಲ. ಈವರೆವಿಗೂ ಬರೆಯುತ್ತಲೇ ಬಂದಿದ್ದೇನೆ. ಅಡಿಗರಿಗೆ ನಾನು ಬಾಯ್ಮಾತಿನ ಕೃತಜ್ಞತೆ ಹೇಳಿದರೆ ಸಾಕೇ?

ಮುಂದೆ ಎಂಎ ಮಾಡಿ ನಾನು ಬೆಂಗಳೂರಿಗೆ ಬಂದೆ. ಅಡಿಗರೂ ಬೆಂಗಳೂರಿಗೆ ಬಂದು ನೆಲೆಸಿದ್ದರು. ಅವರನ್ನು ಮತ್ತೆ ಮತ್ತೆ ಭೇಟ್ಟಿ ಮಾಡುವುದು ಶುರುವಾಯಿತು. ಕ್ರಮೇಣ ಅಡಿಗರೂ ನನ್ನೊಂದಿಗೆ ಸ್ನೇಹಶೀಲರಾಗಿ ನಡೆದುಕೊಳ್ಳತೊಡಗಿದರು! ಯುದ್ಧವೊಂದನ್ನು ಗೆದ್ದ ಹೆಮ್ಮೆ ನನಗೆ! ನನ್ನ ಕವಿತೆ ಲೇಖನಗಳೂ ಸಾಕ್ಷಿಯಲ್ಲಿ ಪ್ರಕಟವಾದವು! ಹೌದು! ನಾನೂ ಕವಿಯೇ ಎಂದು ವಿಶ್ವಾಸ ಉಂಟಾಯಿತು! ಅಡಿಗರು ಸುಲಭಕ್ಕೆ ಯಾರನ್ನೂ ಒಪ್ಪುವವರಲ್ಲ. ಬೇಂದ್ರೆಯೊಬ್ಬರನ್ನು ಮಾತ್ರ ಅವರು ದೊಡ್ಡ ಕವಿ ಎನ್ನುತ್ತಿದ್ದರು! ತಮಗಿಂತ ಕಿರಿಯರಾದ ಪ್ರತಿಭಾಶಾಲಿಗಳ ಬಗ್ಗೆ ಅಪಾರ ಪ್ರೀತಿ ಅವರಿಗೆ! ಎಷ್ಟು ಜನ ತರುಣರಿಗೆ ಅವರು ಮುನ್ನುಡಿಗಳನ್ನು ಬರೆದು ಪ್ರೋತ್ಸಾಹಿಸಿದರು! ಅವರು ಗುರುತಿಸಿದ್ದ ಲೇಖಕರೆಲ್ಲಾ ಮುಂದೆ ದೊಡ್ಡ ದೊಡ್ಡ ಲೇಖಕರಾಗಿ ರೂಪುಗೊಂಡವರೇ! ಹಗಲಲ್ಲಿ ಮರೆಯಾಗುವ ನಕ್ಷತ್ರಗಳಂತೆ ಹಳಬರು ಹಿಂದೆ ಸರಿದರು. ಅಡಿಗರು ಬರೆಯುವ ಸಂದರ್ಭದಲ್ಲಿ ಎಂಬ ನುಡಿಗಟ್ಟು ಚಲಾವಣೆಗೆ ಬಂತು! ಆಗಿನ ವಾತಾವರಣ ಹೇಗಿತ್ತು ಎಂಬುದನ್ನು ಸೂಚಿಸಲಷ್ಟೇ ಈ ಮಾತು ಹೇಳುತ್ತಿದ್ದೇನೆ. ಅನೇಕರು ಸಮರ್ಥವಾಗಿ ಬರೆಯುವ ಮೂಲಕವೇ ಒಂದು ಸಮೃದ್ಧ ಸಾಹಿತ್ಯ ಸಂಸ್ಕೃತಿ ನಿರ್ಮಾಣವಾಗುವುದೆಂಬುದೇ ನನ್ನ ಗಾಢ ನಂಬಿಕೆ.

ಅಡಿಗರು ಗಹನವಾದ ಕಾವ್ಯ ರಚನೆಯಿಂದಷ್ಟೇ ತನ್ನ ಬಾಳು ಸಾರ್ಥಕವಾಗುವುದು ಎಂದು ದೃಢವಾಗಿ ನಂಬಿದ್ದರು. ಆ ನಂಬಿಕೆ ನಿಜವಾಗುವಂತೆ ಅದ್ಭುತವಾದ ಧ್ಯಾನಶೀಲ ಕವಿತೆಗಳನ್ನೂ ರಚಿಸಿದರು. ವೈಯಕ್ತಿಕವಾಗಿ ಅವರ ಭೂಮಿಗೀತ ಮತ್ತು ವರ್ಧಮಾನ ನನ್ನ ಬಹುಮೆಚ್ಚಿನ ಕವಿತಾ ಸಂಗ್ರಹಗಳು. ಅವುಗಳಲ್ಲೇ ಅವರ ಹೆಚ್ಚಿನ ಕಾಂಟೆಂಪ್ಲೇಟೀವ್ ಕವಿತೆಗಳಿರುವುದು. ಲಯವಿದೆ. ಆದರೆ ಆ ಲಯದಲ್ಲಿ ಲೋಲುಪ್ತಿಯಿಲ್ಲ. ಆಡುನುಡಿಯ ನುಡಿಗಟ್ಟಿದೆ. ಆದರದು ಗದ್ಯಾತ್ಮಕವಾಗಿಲ್ಲ. ಹೊಸ ಹೊಸ ಪ್ರತಿಮೆಗಳು, ಮುಕ್ತವಾದ ಭಾಷಾ ಪ್ರಯೋಗ, ಹತ್ತು ಸಂಗತಿಗಳನ್ನು ಒಂದು ಪಂಕ್ತಿಯಲ್ಲಿ ಹೇಳುವ ಕ್ರೋಢೀಕರಣ ಪ್ರತಿಭೆ! ಪಂಪ ವಚನಕಾರರಲ್ಲಿ ಇತ್ತಲ್ಲ ಅಂಥ ಬಿಕ್ಕಟ್ಟು. ಕಾವ್ಯದ ಬಗ್ಗೆ ಅವರಿಗಿದ್ದ ನಿತಾಂತ ನಿಷ್ಠೆ

ನಂತರದ ಅನೇಕರಿಗೆ ಇಲ್ಲ. ಈ ಮಾಧ್ಯಮ ನಿಷ್ಠೆ, ಪ್ರಖರ ಸಾಮಾಜಿಕ ಪ್ರಜ್ಞೆ, ಕಾವ್ಯ ಮೂಲಭೂತವಾಗಿ ಒಂದು ಕಲಾರಚನೆ ಎಂಬ ನಚ್ಚು, ಅಸಾಮಾನ್ಯವಾದ ಸಂಕಲ್ಪಬಲ... ಅಡಿಗರನ್ನು ದೊಡ್ಡ ಕವಿಯನ್ನಾಗಿ ಮಾಡಿದೆ.

ಅಡಿಗರು ಕಾವ್ಯರಚನೆಯಲ್ಲಿ ನೂರಕ್ಕೆ ನೂರು ಗಹನಗಂಭೀರ. ಆದರೆ ನಿತ್ಯವ್ಯವಹಾರದಲ್ಲಿ ತಮಾಷೆ, ಚೇಷ್ಟೆ, ವ್ಯವಹಾರಶೂನ್ಯತೆ ಅವರನ್ನು ನಮ್ಮೆಲ್ಲರ ಹತ್ತಿರ ತರುತ್ತಿತ್ತು! ಯಾರನ್ನಾದರೂ ಟೀಕಿಸುವಾಗ ಅವರು ಕಣ್ಣು ಹೊಡೆಯುವ ರೀತಿ ನೋಡುವಂತಿರುತ್ತಿತ್ತು!

ಒಮ್ಮೆ ಪುಂಖಾನುಪುಂಖವಾಗಿ ಅಡಿಗರು ಸಿಗರೇಟು ಸುಡುತ್ತಾ ಕೂತಿದ್ದಾರೆ. ನಾನು, ಸರ್, ನಿಮಗೆ ಹೇಗೆ ಇಂಥ ಅದ್ಭುತ ಪ್ರತೀಕಗಳು ಹೊಳೆಯುತ್ತವೆ ಎಂದು ಮುಗ್ಧವಾಗಿ ಕೇಳುತ್ತೇನೆ. ಅಡಿಗರು ಒಂದು ಕ್ಷಣ ತಡೆದು ತಣ್ಣಗೆ ನಗುತ್ತಾರೆ: "ಅವೆಲ್ಲಾ ನನ್ನ ಬೆನ್ನ ಹಿಂದೆ ನಿಂತ ಯಾರೋ ಥಟ್ಟನೆ ನನ್ನ ಟೇಬಲ್ಲಿನ ಮೇಲೆ ಹಾಕುತ್ತಾರೆ!". ನಾನು ತಿಳಿದಂತೆ ಟೈರಹಿತ ಸೂಟುಧಾರಿ ಕವಿಗಳಲ್ಲಿ ಅಡಿಗರೇ ಮೊದಲಿಗರು! ಅವರು ಗಾಂಧಿಬಜಾರಿಗೆ ತರಕಾರಿ ವ್ಯಾಪಾರ ಮತ್ತು ನಾಡಿಗರ ಕರ್ನಾಟಕ ಬುಕ್ ಹೌಸಿನಲ್ಲಿ ಸ್ನೇಹಿತರನ್ನು ಭೆಟ್ಟಿ ಮಾಡಿ ಸರಸ ಸಲ್ಲಾಪ ನಡೆಸಲು ನಿತ್ಯವೂ ಬರುತ್ತಾ ಇದ್ದರು! ಅವರೊಂದಿಗೆ ಸ್ವಲ್ಪಕಾಲ ಕಳೆಯುವುದಕ್ಕೆ ನಾನು ಬಿಡುವಾದಾಗ ಗಾಂಧಿಬಜಾರಿಗೆ ಹೋಗುತ್ತಿದ್ದೆ. ಸ್ವಲ್ಪ ಹೊತ್ತು ತಮ್ಮನ್ನು ನೋಡಲು ಬರುವ ತರುಣರೊಂದಿಗೆ ಮುಕ್ತವಾಗಿ ಹರಟಿದ್ದಾದ ಮೇಲೆ ಗುಂಪು ಗಾಂಧಿಬಜಾರಿನ ಪಶ್ಚಿಮ ತುದಿಯಲ್ಲಿದ್ದ ಅಷ್ಟೇನು ರಷ್ಷಿರದ ಹೋಟೆಲ್ಲಿಗೆ ಹೋಗುವುದು! ನನಗೆ ಅರ್ಧ ದೋಸೆ ಸಾಕಪ್ಪಾ ಅನ್ನುವರು ಅಡಿಗರು. ಅಲ್ಲಿ ಅರ್ಧ ಮಸಾಲೆ ತಿಂದು ಸಿಗರೇಟು ಸುಟ್ಟು ತರಕಾರಿ ಚೀಲ ಸಮೇತ ಅವರು ರಿಕ್ಷಾದಲ್ಲಿ ಮನೆಗೆ ಹೊರಟಾಗ ನಾನಂತೂ ಬೆರಗಿನಿಂದ ಈ ಕವಿಯನ್ನು ನೋಡುತ್ತಾ ಇದ್ದೆ! ಹಿರಿಮೆ ಕಾವ್ಯದಲ್ಲಿ. ಸರಳಸಾಮಾನ್ಯತೆ ನಿತ್ಯ ಬದುಕಿನಲ್ಲಿ!

ಅಡಿಗರು ನಾನು ಅವರ ಮನೆಗೆ ಹೋದಾಗ ತಮ್ಮ ಕಾವ್ಯದ ಬಗ್ಗೆ ಯಾವತ್ತೂ ಮಾತಾಡಿದವರಲ್ಲ! ತಮ್ಮ ಮನೆಯಲ್ಲಿ ಮನೆವಂದಿಗರಾಗಿ ನೆಲೆಸಿರುವ ನಾಯಿ ಬೆಕ್ಕುಗಳ ಮೇಲೇ ಅವರ ಮಾತು! ಪುಟ್ಟ ಎಂಬ ನಾಯಿಯಂತೂ ಅವರಿಗೆ ಅತ್ಯಂತ ಪ್ರಿಯವಾಗಿತ್ತು. ಪುಟ್ಟನಿಗೆ ಪಪ್ಪಾಯಿ ಎಂದರೆ ತುಂಬ ಇಷ್ಟ! ಪುಟ್ಟನಿಗೆ ಕೊಳಕರನ್ನು ಕಂಡರಾಗುವುದಿಲ್ಲ... ಪುಟ್ಟನಿಗೆ ಕನ್ನಡ ಹೇಗೆ ಅರ್ಥವಾಗುತ್ತೆ ಎಲ್ಲವನ್ನೂ ಬಣ್ಣಿಸಿ ಬಣ್ಣಿಸಿ ಮಾತಾಡುತ್ತಿದ್ದರು. ಇದು ತನ್ನ ಬಗ್ಗೆಯೇ ಅಡಿಗರು ಹೇಳುತ್ತಿರುವ ಮಾತು ಎಂದು ಆ ಮೂಕ ಜೀವಿಗೆ ಹೇಗೆ ತಿಳಿಯುತ್ತಿತ್ತೋ! ಅದು ಮಾತುಗಳನ್ನು ಆಲಿಸುತ್ತಾ ಬಾಲ ಗುಂಡಾಡಿಸುತ್ತಾ ನಮ್ಮ ಮುಂದೇ ಕೂತಿರುತ್ತಿತ್ತು.

ಅಡಿಗರ ಮನೆಯಲ್ಲಿ ಒಂದು ಬೆಕ್ಕಲ್ಲ; ಬೆಕ್ಕಿನ ಸಂಸಾರವೇ ಇತ್ತು! ಯಜಮಾನ ಬೆಕ್ಕನ್ನು ಗುಂಡ ಎಂದು ಅವರು ಕರೆಯುತ್ತಿದ್ದರು ಎಂದು ನನ್ನ ನೆನಪು! ಅವರು ಮನೆ ಬದಲಿಸಿ ಬಾಡಿಗೆ ಮನೆಯಿಂದ ಸ್ವಗೃಹಕ್ಕೆ ಬಂದಾಗ ಗುಂಡ ಎಲ್ಲಿ ಹೋಗಿದ್ದನೋ! ಎಷ್ಟು ಕಾದರೂ ಅವನು ಹಿಂದಿರುಗಿಲ್ಲ. ಮನೆ ಬದಲಿಸಿದ ಮೇಲೂ ಗುಂಡನನ್ನು ಕರೆತರಲು ಅಡಿಗರು ಎಷ್ಟೋ ಬಾರಿ ತಾವು ಹಿಂದಿದ್ದ ಮನೆಗೆ ಹೋಗಿದ್ದಾರೆ. ಒಮ್ಮೆ ಮಾತ್ರ ಗುಂಡ ಸಿಕ್ಕನಂತೆ. ಅಡಿಗರು ಕರೆದಾಗ ನೀವ್ಯಾರೋ ನನಗೆ ಗೊತ್ತೇ ಇಲ್ಲ ಎಂಬಂತೆ ಹೊರಟು ಹೋದನಂತೆ! ಅಡಿಗರು ನೊಂದುಕೊಂಡು ಹೇಳಿದರು. ನಾಯಿಗಳಿಗೆ ಮನುಷ್ಯ ಮುಖ್ಯ. ಬೆಕ್ಕುಗಳಿಗೆ ಸ್ಥಳ ಮುಖ್ಯ. ನೋಡಿ, ಗುಂಡ ನಾನು ಕರೆದರೂ ನನ್ನೊಂದಿಗೆ ಬರಲೇ ಇಲ್ಲ.

ಅಡಿಗರ ಕಾವ್ಯ ಎಲಿಯೆಟ್, ಏಟ್ಸ್ ಮೊದಲಾದ ಇಂಗ್ಲಿಷ್ ಕವಿಗಳತ್ತ ಕೈಚಾಚಿದ್ದರೂ ಅದರ ಬೇರು ನಮ್ಮ ಋಷಿ ಪರಂಪರೆಯಲ್ಲಿ ಬೇರು ಬಿಟ್ಟಿತ್ತು. ಆದಕ್ಕೇ ಅಡಿಗರು ಪ್ರಧಾನವಾಗಿ ಆರ್ಷೇಯ ಕವಿ ಎಂದು ಅನಂತಮೂರ್ತಿ ಹೇಳಿದ್ದು. ಕಡೆಕಡೆಯ ದಿನಗಳಲ್ಲಿ ಅಡಿಗರು ತುಂಬ ಮಿದುವಾಗಿದ್ದರು. ಆಪ್ತರನ್ನು ನೋಡಿದಾಗ ಅವರ ಕಣ್ಣಲ್ಲಿ ನೀರೇ ಬಂದುಬಿಡುತ್ತಾ ಇತ್ತು. ನಿಷ್ಠೆ ಎಂಬುದು ಅವರು ಮೆಚ್ಚುವ ಬಹುದೊಡ್ಡ ಮೌಲ್ಯವಾಗಿತ್ತು. ಸ್ನೇಹ, ಪ್ರೀತಿ, ಭಕ್ತಿ ಎಲ್ಲದರಲ್ಲಿಯೂ ದೃಢವಾದ ನಿಷ್ಠೆ ಇರಬೇಕಯ್ಯಾ ಎಂದು ಯಾವಾಗಲೂ ಹೇಳುತ್ತಿದ್ದರು.

ಅವರ ಸಮಗ್ರ ಕಥೆಗಳ ಸಂಗ್ರಹಕ್ಕೆ ನಾನು ಮುನ್ನುಡಿ ಬರೆದದ್ದು ಅವರು ನನ್ನ ಮೇಲಿಟ್ಟಿದ್ದ ಪ್ರೀತಿಯನ್ನು ತೋರುವುದೆಂದು ನಾನು ನಂಬಿದ್ದೇನೆ! ಅವರ ಬರವಣಿಗೆಗೆ ಯಾರ ಮುನ್ನುಡಿಯ ಅಗತ್ಯವಿತ್ತು? ಇವೆಲ್ಲ ಪ್ರೀತಿಯ ಅಭಿವ್ಯಕ್ತಿಗೆ ನಾವು ಹುಡುಕಿಕೊಂಡ ಉಪಾಯಗಳಲ್ಲವೇ ಎಂದು ನಾನು ಅನೇಕ ಬಾರಿ ಅಂದುಕೊಳ್ಳುತ್ತೇನೆ! ಅಡಿಗರಿಗೆ ತಮಗಿಂತ ಹಿರಿಯರು, ತಮ್ಮ ಸಮಕಾಲೀನರು ಆದ ಲೇಖಕರಿಗಿಂತ ತಮಗಿಂತ ಕಿರಿಯರೊಂದಿಗೇ ಹೆಚ್ಚಿನ ಒಡನಾಟ. ಅನಂತಮೂರ್ತಿ, ಲಂಕೇಶ್, ಎಂ.ಜಿ.ಕೆ, ಎನ್.ಎಸ್.ಲಕ್ಷ್ಮೀನಾರಾಯಣಭಟ್ಟ, ಜಿ.ಎಚ್.ನಾಯಕ, ಕಂಬಾರ, ಕೆ.ಸದಾಶಿವ, ಟಿ.ಜಿ.ರಾಘವ, ಆಲನಹಳ್ಳಿ ಕೃಷ್ಣ, ವ್ಯಾಸರಾವ್, ದಿವಾಕರ್, ಬಿ.ಆರ್.ಲಕ್ಷ್ಮಣರಾವ್, ಕೆ.ಸತ್ಯನಾರಾಯಣ, ಎ.ಎನ್.ಪ್ರಸನ್ನ- ಹೀಗೆ ಬಹು ದೊಡ್ಡ ತರುಣರ ಗುಂಪೇ ಅವರ ಹಿಂದೆ ಇರುತ್ತಾ ಇತ್ತು. ಬಿ.ಆರ್.ಎಲ್ ಅವರ ಪತ್ನಿಯ ತಂಗಿಯೇ ಅಡಿಗರ ಸೊಸೆಯಾದ ಮೇಲೆ ಅಡಿಗ ಮತ್ತು ಬಿ.ಆರ್. ಎಲ್ ಅವರ ಸಂಬಂಧ ಇನ್ನಷ್ಟು ನಿಕಟವಾಗಿತ್ತು. ಆ ವರ್ಷಗಳಲ್ಲಿ ಲಕ್ಷ್ಮಣರಾವ್ ಚಿಂತಾಮಣಿಯಲ್ಲಿ ತಮ್ಮ ಗೆಳೆಯರ ಗುಂಪು ಕಟ್ಟಿಕೊಂಡು ಬೆಂಗಳೂರಿಂದ ಅನೇಕ ಲೇಖಕರನ್ನು ಚಿಂತಾಮಣಿಗೆ ಕರೆಸಿಕೊಳ್ಳುತ್ತಿದ್ದರು! ಬಹಳ ಸಲ ಹಿರಿಯ ಕವಿ ರಾಮಚಂದ್ರಶರ್ಮರ ಕಾರಲ್ಲಿ! (ಶರ್ಮ ತಮ್ಮ ಕಾರನ್ನು ಶರ್ಮ ಟ್ರಾನ್ಸ್ಪೋರ್ಟ್

ಎಂದು ತಾವೇ ಗೇಲಿಮಾಡಿಕೊಳ್ಳುತ್ತಿದ್ದರು!). ಅಡಿಗರೊಂದಿಗೆ ನಾನು ಅದೆಷ್ಟು ಬಾರಿ ಚಿಂತಾಮಣಿಗೆ ಹೋಗಿದ್ದೇನೋ! ಒಮ್ಮೆ ಸಾಹಿತಿಗಳ ದೊಡ್ಡ ಗುಂಪೇ ಚಿಂತಾಮಣಿಯಲ್ಲಿ ಸೇರಿತ್ತು. ಸಂಜೆ ಸಭೆಯಲ್ಲಿ ಅಡಿಗರು ಮಾತಾಡುವಾಗ ಸಭೆಯಲ್ಲಿ ಇದ್ದ ಯಾರೋ ಗೃಹಿಣಿಯ ಮುಖ ಅವರ ಮನಸ್ಸನ್ನು ಆಕ್ರಮಿಸಿದೆ. ಈಕೆಯನ್ನು ನಾನು ಎಲ್ಲೋ ನೋಡಿದ್ದೇನೆ! ಇದು ನಾನು ಕಂಡು ಯಾವಾಗಲೋ ಕಳೆದುಕೊಂಡ ಅತ್ಯಾಪ್ತ ದ್ವಿತೀಯಾರ್ಧ ಎಂದು ಅವರಿಗೆ ಬೋಧೆಯಾಗಿದೆ. ಆ ಅನಿಸಿಕೆಯೇ ಮುಂದೆ ಮಜಭೂತಾದ ಅದ್ಭುತ ಕವಿತೆಯಾಗಿ ರೂಪತಾಳಿದ್ದು. ಚಿಂತಾಮಣಿಯಲ್ಲಿ ಕಂಡ ಮುಖ ಎಂಬುದು ಕವಿತೆಯ ಶೀರ್ಷಿಕೆ. ಅಡಿಗರ ಅಜರಾಮರ ಕವಿತೆಗಳಲ್ಲಿ ಅದೂ ಒಂದು. ಲಕ್ಷ್ಮಣ ತನ್ನ ಯಾವತ್ತಿನ ತಮಾಷೆ ಮತ್ತು ಚೇಷ್ಟೆಯ ಧಾಟಿಯಲ್ಲಿ ಅಡಿಗರನ್ನು ಕೇಳಿದ್ದು: "ಚಿಂತಾಮಣಿಯಲ್ಲಿ ನನಗೇ ಕಾಣದ ಅದ್ಯಾವ ಮುಖ ನಿಮಗೆ ಕಂಡಿದ್ದು ಸರ್?". ಅಡಿಗರು ನಗುತ್ತಾ ಹೇಳಿದರು: ಅದು ನಿನಗೆ ಕಾಣುವ ಮುಖ ಅಲ್ಲವಯ್ಯಾ! ನನಗೆ ಮಾತ್ರ ಕಾಣುವಂಥದ್ದು!. ಅಡಿಗರ ಉತ್ತರದಿಂದ ಲಕ್ಷ್ಮಣರಾವ್ ಕೂಡ ಸೇರಿದಂತೆ ನಾವೆಲ್ಲಾ ನಕ್ಕಿದ್ದೂನಕ್ಕಿದ್ದೆ!

ಅಡಿಗರು ಕೊನೆಗಾಲದಲ್ಲಿ ಅನಾರೋಗ್ಯದಿಂದ ತುಂಬ ನರಳಿದರು. ಅವರು ತೀರಿಕೊಂಡಾಗ ಅವರ ಮನೆಯ ಮುಂದೆ ಜನಜಾತ್ರೆ. "ಅಡಿಗರು ತೀರಿಕೊಂಡಿಲ್ಲ. ಇದು ಸುಳ್ಳು ಸುದ್ದಿ"- ಎಂದು ಕಿರಂ ಮತ್ತೆ ಮತ್ತೆ ಹೇಳುತ್ತಾ ಶತಪಥ ಹಾಕುತ್ತಾ ಇದ್ದರು. ರತ್ನಮಾಲ ಪ್ರಕಾಶ್ ಅಡಿಗರ ಪಾದಮೂಲದಲ್ಲಿ ಕೂತು ಯಾವ ಮೋಹನ ಮುರಲಿ ಕರೆಯಿತು ದೂರ ತೀರಕೆ ನಿನ್ನನು ಎಂಬ ಅವರ ಜನಪ್ರಿಯ ಕವಿತೆಯನ್ನು ಹಾಡಿದಾಗ ನೆರೆದಿದ್ದವರ ಕಣ್ಣಲ್ಲೆಲ್ಲಾ ನೀರು ತುಂಬುತ್ತಾ ಇತ್ತು.

ನನಗೆ ಕಿರಂ ಮಾತು ನೂರಕ್ಕೆ ನೂರು ನಿಜ ಎನ್ನಿಸಿತು. ಕವಿಯು ತೀರಿದ ಮೇಲೆ ಕವಿತೆಯೇ ನಾಲಗೆ! ಎಂದು ಒಟಗುಟ್ಟುತ್ತಾ ಅಡಿಗರ ಕೂಪಮಂಡೂಕ ಹಿಡಿದು ಏಕಾಂತದಲ್ಲಿ ಮುಳುಗಿದೆ. ಅಡಿಗರು ಮಾತ್ರ ನಿಜ; ಉಳಿದೆಲ್ಲ ಜಗತ್ತು ಸುಳ್ಳು ಅನ್ನಿಸಿತು ಆ ಮುಳುಗಡೆಯ ಎದೆಗುದಿಯ ಕ್ಷಣ.

ಎರಡು ಇರುಳಿನ ನಡುವೆ

ಚಿತ್ರ: ಎ.ಎನ್.ಮುಕುಂದ್

ಈಗ ಮುಪ್ಪಿನಿಂದ

ಹಣ್ಣಾಗಿರುವ ಎಲ್.ಎಸ್.ಎಸ್.ಅವರು ಒಂದು ಕಾಲದಲ್ಲಿ ಲೋಕಕ್ಕೆಲ್ಲಾ ಬೇರುಹರೆ ಚಾಚಿ ಹರಡಿಕೊಂಡಿದ್ದ ದೊಡ್ಡ ಮರ ನಾವು ನೋಡುನೋಡುತ್ತಿರುವಂತೆಯೇ ಹಿಡಿಯೊಂದರಲ್ಲಿ ಅಡಕಗೊಳ್ಳುವ ಬೀಜರೂಪೀವೃಕ್ಷವಾದ ಬೆಡಗಿನಂತೆ ನನಗೆ ಕಾಣುವರು. ತೊಂಬತ್ತು ನಾಲಕ್ಕರ ಪಕ್ವ ಪ್ರಾಯ. ಮಾತು ಅಸ್ಪಷ್ಟ. ದೇಹ ಅಸ್ಥಿರ. ಚಕ್ರಾಸನದಲ್ಲಿ ಕೂತು ನಿಧಾನಕ್ಕೆ ಚಲಿಸುವ ಪರಾವಲಂಬಿತ ಶರೀರ. ನಿಂತಲ್ಲೇ ಲೋಕವನ್ನೇ ಕಾಣಿಸುತ್ತಿದ್ದ ಅವರ ಅಸ್ಖಲಿತ ಮಾತುಗಾರಿಕೆ ಕೇಳಿ ಮರುಳಾಗಿದ್ದವನು ನಾನು. ಆ ವಾಕ್ಸಂಪತ್ತು ಈಗ ಅವರ ಮಾನಸದಲ್ಲಿಯೇ ಮುಳುಗಿ ಹೋಗಿರುವುದೆ? ನಾನು ಕೇಳಿದ ಅವರ ಕೊನೆಯ ಭಾಷಣ ನಮ್ಮ ಕಾಲೇಜಿಗೆ ಅವರು ಬಂದು ವಿದ್ಯಾರ್ಥಿಗಳಿಗೆ ಮಾಡಿದ್ದು. ಅದು ಕೇವಲ ಹೊರೆ ಇಳಿಸಿ ಹಗುರಾಗುವ ಕೈಂಕರ್ಯವಾಗಿರಲಿಲ್ಲ. ಗುರು ಶಿಷ್ಯನಿಗೆ ಏಕಾಂತದಲ್ಲಿ ಮೆಲುದನಿಯಲ್ಲಿ ನೀಡುವ ಆಪ್ತ ಬೋಧೆಯಂತಿತ್ತು. ಬದುಕಿನ ಅರ್ಥವೇನು? ಹುಟ್ಟು ಸಾವು ದೈವ ಕೇಡು ಇವುಗಳ ನಿಗೂಢ ಮನುಷ್ಯ ಜೀವಿತವನ್ನು ಶತಮಾನಗಳಿಂದ ಹೇಗೆ ಕಾಡುತ್ತಾ ಬಂದಿದೆ? ಇಂಥ ತಲ್ಲಣಗೊಳಿಸುವ ಸಂಗತಿಗಳನ್ನು ಜಗತ್ತಿನ ಮಹಾನ್ ಸಾಹಿತ್ಯದ ಮಹಾಪಾತ್ರಗಳ ಮತ್ತು ತಾವು ತಮ್ಮ ಜೀವನದಲ್ಲಿ ಕಂಡ ವಿಭಿನ್ನ ವ್ಯಕ್ತಿಗಳ ಹೆಣಿಗೆಯಲ್ಲಿ ಪ್ರತಿಮಿಸುತ್ತಾ ಹೋಗಿದ್ದರು. ಅವರ ಮಾತುಗಳು ಅದೆಷ್ಟು ಗಾಢ ಪ್ರಭಾವ ಬೀರಿದ್ದವೆಂದರೆ ಮಾತು ಮುಗಿದ ಮೇಲೂ ಸಭೆ ಮೌನದಲ್ಲಿ ಅದ್ದಿದಂತಿತ್ತು. ನಮ್ಮ ಪ್ರಾಚಾರ್ಯ ಘಾ|ಆಂದ್ರಾದೆ ಅವರ ಕಣ್ಣಲ್ಲಿ ತೆಳ್ಳನೆಯ ನೀರಿನ ಪಸೆ. ಹಿ ಈಜ್ ಟೋಟಲ್ಲಿ ಡಿಫರೆಂಟ್ ಟುಡೆ ಎಂದು ಜಿ.ಕೆ.ಜಿ ಉದ್ಗಾರ ತೆಗೆದಿದ್ದರು. ಆವತ್ತಿನ ಶೇಷಗಿರಿರಾಯರ ಭಾಷಣವನ್ನು ನಾನು ಯಾವತ್ತು ಮರೆಯಲಾರೆ. ಅದು ಭಾಷಣವಾಗಿರದೆ ಗೀತೆಯ ಆಪ್ತವಾಕ್ಯದಂತಿತ್ತು.

ಅಂತರಂಗದ ದೀಪಕ್ಕೆ ನಾನಾ ಮೂಲೆಗಳಿಂದ ವಿಶ್ವ ಸಾಹಿತ್ಯದ ತೈಲದ ಪೂರೈಕೆ, ಜೊತೆಗೆ ಆ ಅಧ್ಯಯನದೊಂದಿಗೆ ತಮ್ಮ ಜೀವನಾನುಭವವನ್ನು

ಮೇಳೈಸುವ ಆತ್ಮಾನುಸಂಧಾನ ರಾವ್ ಅವರ ಮಾತಿಗೆ ಆ ಕಣ್ತಂಪಿನ ಬೆಳಕಿನ ಶಕ್ತಿಯನ್ನು ನೀಡಿದ್ದವೆಂದು ನಾನು ಈವತ್ತೂ ನಂಬುತ್ತೇನೆ! ಎಲ್.ಎಸ್.ಎಸ್ ತಮ್ಮ ಬದುಕಿನ ಉತ್ತರಾರ್ಧದಲ್ಲಿ ಹೀಗೆ ಹೃದಯಕ್ಕೆ ತಾಗುವಂತೆ ಮಾತಾಡುತ್ತಿದ್ದರು. ನಾನು ಹೋದಾಗಲೆಲ್ಲಾ ಅವರ ಕೋಣೆಯಲ್ಲಿ ಅಭ್ಯಾಸದ ಕುರ್ಚಿಯಲ್ಲಿ ಕೂತು ಏನೋ ಬರೆಯುವ ಓದುವ ಶೇಷಗಿರಿರಾಯರನ್ನೇ ನಾನು ನೋಡಿದ್ದು. ಒಂದು ಬನಿಯನ್ನು. ಬಿಳಿಯ ಲುಂಗಿ ಅವರ ಸಾಮಾನ್ಯ ಉಡುಪು. ಕೋಣೆಯ ತುಂಬ ಪೇರಿಸಿಟ್ಟ ಪುಸ್ತಕಗಳು. ಸಾಹಿತ್ಯ ವಿಮರ್ಶೆ ಚರಿತ್ರೆ ತತ್ವಶಾಸ್ತ್ರ ಎಷ್ಟು ವೈವಿಧ್ಯಮಯವಾದ ಗ್ರಂಥಗಳು. ಅವರ ಕೋಣೆಯನ್ನು ಪ್ರವೇಶಿಸಬೇಕಾದರೆ ಮೈಯೆಲ್ಲಾ ಕಣ್ಣಾಗಿರಬೇಕು. ಗೋಡೆಗೊರಗಿಸಿ ನಿಲ್ಲಿಸಿರುವ ಪುಸ್ತಕಗಳ ಅಟ್ಟಣಿಗೆಗೆ ಎಲ್ಲಿ ಕೈ ಮೈ ತಾಗಿ ಅವು ಕೆಳಕ್ಕೆ ಉರುಳಿ ಬೀಳುವುವೋ ಎಂಬ ಭಯ! ಬನ್ನಿ ಬನ್ನಿ ಎಂದು ಎಲ್.ಎಸ್.ಎಸ್ ಕೋಣೆಯಲ್ಲಿ ಕೂತೇ ಆಹ್ವಾನಿಸುತ್ತಿದ್ದರು. ಅವರನ್ನು ಕಾಣಲು ಬರುವವರೂ ನಾನಾ ಬಗೆಯ ವಯೋಮಾನದ ಆಸಕ್ತಿಗಳ ಜನ– ಸಾಹಿತಿಗಳು ಕಲಾವಿದರು ಕನ್ನಡ ಚಳುವಳಿಗಾರರು ರಾಜಕಾರಣಿಗಳು ಪತ್ರಕರ್ತರು ವಿದ್ಯಾರ್ಥಿಗಳು.... ಚಿಮೂ ಬಂದಿದ್ದರು. ಈಗಷ್ಟೇ ಹೋದರು ಎನ್ನುವರು. ಭಾರತೀ... ಮೂರ್ತಿ ಬಂದಿದಾರೆ ಕಣ್ರೀ ಎನ್ನುವರು. ಅದು ಕೇವಲ ಮಾಹಿತಿ ಪೂರೈಕೆಯಲ್ಲ. ಕಾಫಿ ತನ್ನಿ ಎಂಬ ಸೂಚನೆ. ಪತ್ನಿ ಒಂದು ವೇಳೆ ಮನೆಯಲ್ಲಿ ಇಲ್ಲದಿದ್ದರೆ ಎಲ್.ಎಸ್.ಎಸ್ ತಾವೇ ಮುಂಗಾಲಲ್ಲಿ ಜೋಲಿ ಹೊಡೆಯುತ್ತಾ ಒಳಗೆ ಹೋಗಿ ಟೀಯೊಂದಿಗೆ ಹಿಂದಿರುಗುವರು. ಹೇಳಿ... ಹೊಸ ಪದ್ಯ ಬರೆದಿರಾ? ಎಂದು ಪ್ರೀತಿಯಿಂದ ವಿಚಾರಿಸುವರು. ಲಹರಿಬಂತೆಂದರೆ ತಾವು ಕಂಡುಂಡ ಅನೇಕ ರಸವತ್ತಾದ ಪ್ರಸಂಗಗಳನ್ನು ವಿವರವಾಗಿ ನಿರೂಪಿಸುವರು. ಎಷ್ಟೇ ಆಗಲಿ ಕಥೆಗಾರರಲ್ಲವೇ? ದೊಡ್ಡವರ ಹಿರಿಮೆ, ಕಿರಿಮೆ, ಜೀವನೋತ್ಸಾಹ ಒಂದೊಂದೂ ಗರಿಬಿಚ್ಚಿ ಹಾರುವುವು. ಹೀಗೆ ಗಂಟೆಗಟ್ಟಲೆ ಮಾತು ಸಾಗುವುದು. ತಾವು ಈಚೆಗೆ ಅಭ್ಯಾಸ ಮಾಡಿದ ಗ್ರೀಕ್ ಕೃತಿಯೋ, ಇಂಗ್ಲಿಷ್ ಕೃತಿಯೋ, ಕನ್ನಡದ ಹೊಸ ಕೃತಿಯೋ... ಯಾವುದಾದರೂ ಆಗಬಹುದು. ವಿವರವಿವರವಾಗಿ ವಿಶ್ಲೇಷಿಸುವರು. ಅಭ್ಯಾಸದ ಕೋಣೆ ತರಗತಿಯಾಗಿ ರೂಪಾಂತರಗೊಳ್ಳುವುದು. ನಾನು ವಿದ್ಯಾರ್ಥಿಗಳ ಪ್ರತಿನಿಧಿ. ಅವರು ಪ್ರಾಧ್ಯಾಪಕರು! ಗಂಟೆಯ ಕಂಟಕವಿಲ್ಲದ ತರಗತಿ ಅದು!

ನನ್ನ ಸಿಂದಬಾದನ ಆತ್ಮಕಥೆ ಪ್ರಕಟವಾದ ಹೊಸದು. ಆ ಸಂಗ್ರಹದಲ್ಲಿ ಸೌಗಂಧಿಕಾ ಎಂಬ ಹೆಸರಿನ ದೀರ್ಘ ಷಟ್ಪದೀ ಕವಿತೆಯಿತ್ತು. ಅದನ್ನು ಗಮಕ ರೂಪದಲ್ಲಿ ಹಾಡಿಸಿದರೆ ಹೇಗಿರುತ್ತೆ ಎಂಬ ಹುಚ್ಚು ಹತ್ತಿತು. ಗೆಳೆಯ ಉಪಾಧ್ಯರು ಎನ್.ಆರ್.ಕಾಲೋನಿಯ ರಾಮ ಮಂದಿರದ ಸಭಾಂಗಣ ನಿಗದಿಪಡಿಸಿದರು. ಗಮಕಿ ಎಂ ಆರ್ ಸತ್ಯನಾರಾಯಣ ಅವರಿಂದ ಸೌಗಂಧಿಕಾದ ಗಮಕ ವಾಚನ!

ಎಲ್.ಎಸ್.ಶೇಷಗಿರಿರಾವ್ ಮುಖ್ಯ ಅತಿಥಿಗಳು. ಈ ಕಾರ್ಯಕ್ರಮದಲ್ಲಿ ಪಾಲ್ಗೊಳ್ಳಲು ರಾಘವೇಂದ್ರ ಪಾಟೀಲ ಮಲ್ಲಾಡಿಹಳ್ಳಿಯಿಂದ ಬಂದಿದ್ದರು. ಅವರಿನ್ನೂ ಸಣ್ಣಕಥೆಗಳನ್ನು ಬರೆಯಲು ಪ್ರಾರಂಭಿಸಿದ ಹೊಸತು. ತಮ್ಮ ಕಥಾಸಂಗ್ರಹಕ್ಕೆ ಶೇಷಗಿರಿರಾಯರಿಂದ ಮುನ್ನುಡಿ ಬರೆಸಬೇಕೆಂಬ ಉಮೇದು ಅವರಿಗೆ. ನೀವು ಹೇಳಿ ಅವರಿಂದ ಮುನ್ನುಡಿ ಬರೆಸಿಕೊಡಿ ಎಂದು ನನ್ನನ್ನು ಕೇಳಿದರು. ಅನೇಕ ವಿಶೇಷ ಸಂಚಿಕೆಗಳಲ್ಲಿ ಬಹುಮಾನ ಪಡೆದಿದ್ದ ಕಥೆಗಳವು. ನಾನು ಪಾಟೀಲರನ್ನು ಶೇಷಗಿರಿರಾಯರಿಗೆ ಪರಿಚಯ ಮಾಡಿಕೊಟ್ಟು ಪಾಟೀಲರಿಗೆ ಮುನ್ನುಡಿ ಬರೆದುಕೊಡಲು ಪ್ರಾರ್ಥಿಸಿದೆ. ಒಂದೇ ಮಾತಿಗೆ ಆಯಿತು ಎಂದು ಎಲ್.ಎಸ್.ಎಸ್ ಒಪ್ಪಿಕೊಂಡರು. ಹೊಸ ಲೇಖಕರನ್ನು ಬೆಳೆಸುವುದು ಹಿರಿಯರ ಹೊಣೆಗಾರಿಕೆ ಎಂಬ ನಿಲುವು ಅವರದ್ದು. ಪ್ರಕಾಶಕರು ಅನಕೃ ಅವರ ಬಳಿ ಹೋಗಿ, ಹೊಸ ಕಾದಂಬರಿ ಪ್ರಕಾಶನಕ್ಕೆ ಕೇಳಿದರೆ, ಸುಬ್ಬರಾವ್ ಅಂತ ತರುಣ ಇದ್ದಾರೆ. ಬಹಳ ಚೆನ್ನಾಗಿ ಬರೆಯುತ್ತಾರೆ. ನೀವು ಅವರ ಕಾದಂಬರಿ ಪ್ರಕಟಿಸುವುದಾದರೆ ನನ್ನ ಕಾದಂಬರಿ ನಿಮಗೆ ಕೊಡುತ್ತೇನೆ! ಕಟ್ಟೀಮನಿ ಅವರ ಕಾದಂಬರಿ ಹಾಕಿದರೆ ನನ್ನ ಕಾದಂಬರಿ ಕೊಡುತ್ತೇನೆ ಎನ್ನುತ್ತಿದ್ದರಂತೆ ಅನಕೃ. ಈ ಸಂಗತಿಯನ್ನು ಬಹಳ ಅಭಿಮಾನದಿಂದ ಎಲ್.ಎಸ್.ಎಸ್ ಅನೇಕ ಬಾರಿ ನನಗೆ ಹೇಳಿದ್ದಾರೆ.

ಈಚೆಗೆ ನನ್ನ ಬಳಿ ಬಂದ ತರುಣ ಲೇಖಕರೊಬ್ಬರು ಹೆಸರು ಮಾಡಬೇಕೆಂದರೆ ಎಷ್ಟು ಬರೆಯಬೇಕು ಎಂಬ ವಿಲಕ್ಷಣ ಪ್ರಶ್ನೆ ಮುಂದಿಟ್ಟರು. ಎಲ್.ಎಸ್.ಎಸ್. ಬರೆದಷ್ಟನ್ನು ನೀವು ಓದಿದರೆ ಸಾಕು. ಆನಂತರ ನೀವು ಬರೆಯುವ ಒಂದೇ ಪುಸ್ತಕ ನಿಮ್ಮ ಹೆಸರನ್ನು ಬೆಳಕಿಗೆ ತರಬಲ್ಲದು ಎನ್ನುತ್ತಾ ನಾನು ನಕ್ಕೆ! ಎಲ್.ಎಸ್.ಎಸ್ ಕೋಪಗೊಂಡಿದ್ದು ಉದ್ರಿಕ್ತರಾಗಿದ್ದು ನಾನು ನೋಡಿಲ್ಲ. ಸದಾ ಸಮಾಧಾನ. ನೊಂದು ಬಂದವರಿಗೆ ಸಾಂತ್ವನ. ನನ್ನ ಶ್ರೀಮತಿ ತೀರಿಕೊಂಡಾಗ ಮನೆಗೆ ಬಂದರು. ಒಂದೂ ಮಾತಾಡಲಿಲ್ಲ. ಬಹಳ ಹೊತ್ತು ನನ್ನ ಕೈ ಹಿಡಿದು ಕೂತಿದ್ದರು. ಹಾಗೆ ಅವರು ಕೈ ಒತ್ತಿ ಹಿಡಿದು ಕೂತಿದ್ದು ನನಗೆ ಕೊಟ್ಟ ಸಮಾಧಾನ ಅಷ್ಟಿಷ್ಟಲ್ಲ.

ನನ್ನ ಎಷ್ಟೊಂದು ಮುಗಿಲು ಸಾನೆಟ್ ಸಂಗ್ರಹ ಪ್ರಕಟವಾದಾಗ ಕನ್ನಡದ ಪ್ರಭಾವಿ ಲೇಖಕರೊಬ್ಬರು ಪತ್ರಿಕೆಯಲ್ಲಿ ಅದನ್ನು ಉಧ್ವಸ್ತಗೊಳಿಸುವಂಥ ವಿಮರ್ಶೆ ಬರೆದಾಗ ಎರಡೇ ದಿನಗಳಲ್ಲಿ ಶೇಷಗಿರಿರಾಯರ ಪತ್ರ ಬಂತು. ಆ ವಿಮರ್ಶೆ ನಿಮ್ಮ ಕೃತಿಗೆ ನ್ಯಾಯ ಕೊಡುವಲ್ಲಿ ಸೋತಿದೆ. ನಾನು ಈಚೆಗೆ ಓದಿದ ಅತ್ಯುತ್ತಮ ಕವಿತಾಸಂಗ್ರಹಗಳಲ್ಲಿ ಎಷ್ಟೊಂದು ಮುಗಿಲು ಒಂದು. ನೀವು ಹತಾಶರಾಗದೆ ಯಾವತ್ತಿನ ಉತ್ಸಾಹದಿಂದ ಮುಂದುವರೆಯಿರಿ ಎಂದು ಧೈರ್ಯ ಆತ್ಮವಿಶ್ವಾಸ ಕುದುರಿಸುವ ದೀರ್ಘ ಪತ್ರ ಬರೆದಿದ್ದರು! ಒಬ್ಬ ಲೇಖಕನ ಬದುಕಿನಲ್ಲಿ ಇಂಥವೆಲ್ಲಾ ಮರೆಯಲಾಗದ ಕ್ಷಣಗಳು.

ಕೇಡಿನ ಕಲ್ಪನೆ ಮತ್ತು ಸಾವಿನ ನಿಗೂಢತೆ ಎಲ್.ಎಸ್.ಎಸ್ ಅವರನ್ನು ಸದಾ ಕಾಡುವ ಸಂಗತಿಗಳಾಗಿದ್ದವು. ತನ್ನ ಮನಸ್ಸಲ್ಲಿ ಕಿಂಚಿತ್ ದುಷ್ಟತನವಿದ್ದರೂ ದುಷ್ಟತನವನ್ನು ಎದುರಿಸಲಾಗದು ಎನ್ನುತ್ತಾ ಎಲ್.ಎಸ್.ಎಸ್ ಒಮ್ಮೆ ನನಗೆ ಪ್ರಮಿಥ್ಯೂಸ್ ಎಂಬ ಗ್ರೀಕ್ ದೇವತೆಯ ಕಥೆ ಹೇಳಿದ್ದರು. ಈ ಪ್ರಮಿಥ್ಯೂಸ್ನನ್ನು ಕುರಿತು ಇಂಗ್ಲಿಷ್ ಕವಿ ಶೆಲ್ಲಿ ಒಂದು ನಾಟಕ ಬರೆದಿದ್ದಾನೆ. ಪ್ರಮಿಥ್ಯೂಸ್ ಆನ್ ಬೌಂಡ್ ಎನ್ನುವುದು ಆ ನಾಟಕದ ಹೆಸರು. ಆ ನಾಟಕದಲ್ಲಿ ಬರುವಂತೆ ದೇವತೆಗಳ ಸರ್ವಪ್ರಭುವಾದ ಸ್ಯೂಸ್ ದುಷ್ಟ ಬುದ್ಧಿಯ ದಬ್ಬಾಳಿಕೆ ಅರಸ. ಪ್ರಮಿಥ್ಯೂಸ್ ಸ್ಯೂಸನ ಇಚ್ಛೆಗೆ ವಿರುದ್ಧವಾಗಿ ಮಾನವನಿಗೆ ಅಗ್ನಿಯನ್ನು ತಂದುಕೊಡುತ್ತಾನೆ. ಇದರಿಂದ ಕ್ರುದ್ಧನಾದ ಸ್ಯೂಸ್ ಪ್ರಮಿಥ್ಯೂಸನನ್ನು ಒಂದು ಬಂಡೆಗೆ ಕಟ್ಟಿಹಾಕುತ್ತಾನೆ. ಪ್ರತಿದಿನವೂ ಸ್ಯೂಸನಿಗೆ ಪ್ರಿಯವಾಗಿದ್ದ ಹಕ್ಕಿಯೊಂದು ಹಾರಿ ಬಂದು ಪ್ರಮಿಥ್ಯೂಸನ ಕರುಳನ್ನು ಬಗಿದು ತಿನ್ನುತ್ತದೆ. ಮರು ಬೆಳಿಗ್ಗೆಯ ವೇಳೆಗೆ ಪ್ರಮಿಥ್ಯೂಸನ ಕರುಳು ಮತ್ತೆ ಬೆಳೆಯುತ್ತದೆ! ಹದ್ದು ಪುನಃ ಕರುಳು ಕಿತ್ತು ತಿನ್ನುತ್ತದೆ. ಇದು ಸಹಸ್ರಾರು ವರ್ಷ ಅವಿರತವಾಗಿ ಸಾಗುತ್ತದೆ. ಮಹಾಕ್ರೂರಿಯಾದ ಸ್ಯೂಸನ ಅನ್ಯಾಯಕ್ಕೆ ಒಳಗಾಗಿದ್ದ ಇತರರು ಎಂದು ಈ ಪ್ರಮಿಥ್ಯೂಸನ ಬಿಡುಗಡೆ ಎಂದು ಹಂಬಲಿಸುತ್ತಾರೆ. ಯಾವಾಗ ಪ್ರಮಿಥ್ಯೂಸನ ಹೃದಯದಲ್ಲಿ ಸ್ಯೂಸನ ಬಗ್ಗೆ ಕ್ರೋಧ ದ್ವೇಷಗಳು ನಾಮಾವಶೇಷವಾಗುವುವೋ ಅಲ್ಲಿಯವರೆಗೆ ಪ್ರಮಿಥ್ಯೂಸನಿಗೆ ಬಿಡುಗಡೆಯಿಲ್ಲ. ಕ್ರೋಧ ದ್ವೇಷಗಳು ಮಾಯವಾದ ಮರುಗಳಿಗೆಯೇ ಸ್ಯೂಸ್ ತಾನಾಗಿ ಸಿಂಹಾಸನಪತಿತನಾಗುತ್ತಾನೆ! ನಮ್ಮಲ್ಲಿಯೇ ಕೇಡು ಇರುವಾಗ ಇನ್ನೊಬ್ಬರಲ್ಲಿರುವ ಕೇಡನ್ನು ಎದುರಿಸುವುದು ಹೇಗೆ? ಎಂದು ಎಲ್.ಎಸ್.ಎಸ್ ಒಂದು ಕ್ಷಣ ಮೌನವಾಗಿ ನನ್ನ ಕಣ್ಣಲ್ಲಿ ಕಣ್ಣಿಟ್ಟು ಕೂತರು. ನನಗೆ ಆದಿಪುರಾಣದ ಭರತ ಬಾಹುಬಲಿಯ ಕಥೆ ನೆನಪಾಗುತ್ತಿತ್ತು. ಎಂಥ ಪಾಪಿಗೂ ಕಡೆಗೆ ಕ್ಷಮೆಯುಂಟು ಎಂಬ ಆದರ್ಶ ಕಲ್ಪನೆಯನ್ನು ಎಲ್.ಎಸ್. ಎಸ್ ಆಳದಲ್ಲಿ ಒಪ್ಪಲಾರರು. ತಮ್ಮ ಮಾತಿಗೆ ಅನುಬಂಧವೆನ್ನುವಂತೆ ಒಮ್ಮೆ ಹೇಳಿದರು: ನನ್ನ ಮಾತು ಪಾಪಿಯೂ ಉದ್ಧಾರವಾಗುತ್ತಾನೆ ಎನ್ನುವ ದರ್ಶನದ ನಿರಾಕರಣೆಯಲ್ಲ. ಅದು ನನ್ನಂಥವನಿಗೆ ಉದ್ಭವಿಸುವ ಸಂದೇಹಗಳ ವಿವರಣೆ.

ತಮ್ಮ ಬದುಕನ್ನು ರೂಪಿಸಿದ ಸಾಹಿತ್ಯ ಒಂದು ತಕ್ಕಡಿಯಲ್ಲಿ. ಬದುಕು ಇನ್ನೊಂದು ತಕ್ಕಡಿಯಲ್ಲಿ. ಇವೆರಡರಲ್ಲಿ ಯಾವುದರ ತೂಕ ಹೆಚ್ಚು ಎಂದು ಕೇಳಿದರೆ ಎಲ್.ಎಸ್.ಎಸ್ ಏನು ಹೇಳುತ್ತಾರೆ? ಅವರು ವಿಶ್ವಾಸದಿಂದ ಹೇಳುತ್ತಾರೆ: ಸಾಹಿತ್ಯವು ಬಹಳ ದೊಡ್ಡದು; ಬದುಕಿನ ವರಗಳಲ್ಲಿ ಒಂದು. ಆದರೂ ಬದುಕು ಅದಕ್ಕಿಂತ ದೊಡ್ಡದು!

ಬದುಕನ್ನು ಅದು ಇದ್ದಂತೇ ಒಪ್ಪಿಕೊಳ್ಳುವುದು..ಅದೇ ನನ್ನ ಬಾಳ ಗುರಿ ಎನ್ನುತ್ತಾರೆ ಎಲ್.ಎಸ್.ಎಸ್.

ನಮ್ಮ ಸಂಸ್ಕೃತಿಯ ಸಮಾಜ ಋಣದ ಕಲ್ಪನೆ ಬಹುದೊಡ್ಡದು ಎನ್ನುತ್ತಾರೆ ಎಲ್.ಎಸ್.ಎಸ್. "ಎಷ್ಟೊಂದನ್ನು ನಾನು ಬದುಕಿನಲ್ಲಿ ಪಡೆಯುತ್ತೇನೆ–ನನ್ನ ಪೂರ್ವಜರಿಂದ, ನಾನು ಕಾಣದ ದೇಶಗಳ ಮತ್ತು ನನ್ನ ದೇಶದ ವಿಜ್ಞಾನಿಗಳು ಮತ್ತು ತಂತ್ರಜ್ಞಾನಿಗಳಿಂದ, ನನ್ನ ಹೆಂಡತಿ ಮಕ್ಕಳಿಂದ, ಸುತ್ತ ಇರುವವರಿಂದ! ನನಗೆ ಹೃದಯಾಘಾತವಾದಾಗ ನನ್ನನ್ನು ಉಳಿಸಿದ ಯಂತ್ರಗಳನ್ನು ಔಷಧಿಗಳನ್ನು ಜಗತ್ತಿಗೆ ಕೊಡಲು ಎಷ್ಟು ಶತಮಾನಗಳ, ಎಷ್ಟು ದೇಶಗಳ, ಎಷ್ಟು ಮಂದಿ ವಿಜ್ಞಾನಿಗಳು, ತಂತ್ರಜ್ಞಾನಿಗಳು, ಯಂತ್ರ ನಿರ್ಮಾಪಕರು, ಕಟ್ಟಡಗಳನ್ನು ಕಟ್ಟುವವರು ಶ್ರಮಿಸಿದ್ದಾರೆ! ಪ್ರತಿಯಾಗಿ ನಾನೇನು ಕೊಡಬಲ್ಲೆ? ನಮ್ಮ ಸಂಸ್ಕೃತಿಯ ಈ ಋಣದ ಕಲ್ಪನೆ ನೈತಿಕವಾದದ್ದು; ಅಗತ್ಯವಾದದ್ದು.

ಯೂಜಿಸ್ ಹ್ಯಾಮಿಲ್ಟನ್ ಬರೆದ ನಾಲಕ್ಕು ಸಾಲುಗಳನ್ನು ಎಲ್.ಎಸ್.ಎಸ್ ತಮ್ಮ ಆತ್ಮಕಥನದ ಕೊನೆಗೆ ಉಲ್ಲೇಖಿಸುತ್ತಾರೆ:

ಗಾಳಿಯಂದದಿ ನಾವು
ಹೋದ ಮೇಲೂ
ವನ ಮಧುರವಾಗುವುವು

ಇಂದಿನಂತೇ!

(ಅನುವಾದ: ವಿಸೀ)

ನಗರಗಳಲ್ಲೂ ಇರುಳಾಗಿಯೇ ಆಗುತ್ತದೆ. ಶೇಷಗಿರಿರಾಯರನ್ನು ನೋಡಿ ಅವರ ಮೌನ ಸಂದೇಶವನ್ನ ಅಶ್ರುತ ವಾಣಿಯನ್ನ ಎದೆಯಲ್ಲಿ ಆವಾಹಿಸಿಕೊಂಡು, ನಾನು ಹೊರಗೆ ಬಂದಾಗ ಮೇಲಿಂದ ನನ್ನ ಕರ್ತವ್ಯ ನಾನು ಬಿಡಲಾರೆ ಎಂಬಂತೆ ಕತ್ತಲೆ ಇಳಿಯುತ್ತಿತ್ತು. ಸಾಲು ದೀಪಗಳು ಯಾಕೋ ಇನ್ನೂ ಹತ್ತಿರಲಿಲ್ಲ. ಬೆಳಕು ಹೋಗಿ ಹೊಸ ಬೆಳಕಿನ್ನೂ ಬಾರದಿರುವ ಸಂಧಿಕ್ಷಣ ನನ್ನ ಎದೆಯಲ್ಲಿ ವಿವರಿಸಲಾಗದ ದಿಗಿಲು ಹುಟ್ಟಿಸುತ್ತಿರುವಾಗ ಕ್ಷಿತಿಜದ ಅಂಚಲ್ಲಿ ಒಂದು ಒಂಟಿ ನಕ್ಷತ್ರ ಫಳಕ್ಕನೆ ಹೊಳೆಯಿತು.

ಕಾವ್ಯದ ಮರ್ಯಾದಾ ಪುರುಷೋತ್ತಮ

ಚಿತ್ರ: ಎ.ಎನ್.ಮುಕುಂದ್

ಬೋಗಾದಿ ಚಂದ್ರಶೇಖರ

ರಾಮಚಂದ್ರಶರ್ಮರಂಥ ತೀವ್ರ ಕಾವ್ಯ ವ್ಯಾಮೋಹಿ ಕನ್ನಡದಲ್ಲಿ ಇನ್ನೊಬ್ಬರಿಲ್ಲ. ವಯಸ್ಸಲ್ಲಿ ನನಗಿಂತ ಇಪ್ಪತ್ತು ವರ್ಷದಷ್ಟು ಹಿರಿಯರು. ಆದರೆ ಯಾವತ್ತೂ ಹಿರಿತನದ ಜಬ್ಬು ತೋರದೆ ನನ್ನನ್ನು ಗೆಳೆಯನಂತೆ ನೋಡಿಕೊಂಡವರು. ಅವರ ಮನೆಗೆ ಹೋದಾಗ, ಅವರೊಂದಿಗೆ ಅವರದ್ದೇ ಕಾರಲ್ಲಿ ಮತ್ತೆ ಮತ್ತೆ ಚಿಂತಾಮಣಿಯಲ್ಲಿ ಲಕ್ಷ್ಮಣರಾವ್ ಗೆಳೆಯರ ಬಳಗದ ಹೆಸರಲ್ಲಿ ನಡೆಸುತ್ತಿದ್ದ ಕಾರ್ಯಕ್ರಮಗಳಲ್ಲಿ ಪಾಲ್ಗೊಳ್ಳಲು ಪಯಣಿಸುತ್ತಿದ್ದಾಗ, ಅವರೊಂದಿಗೆ ಆಗಾಗ ನಡೆಯುತ್ತಿದ್ದ ಇರುಳ ಜಾಗರಣೆಗಳಲ್ಲಿ ನಾವು ಹೆಚ್ಚಾಗಿ ಮಾತಾಡುತ್ತಿದ್ದದ್ದು ಕಾವ್ಯದ ಬಗ್ಗೆ. ಅದರಲ್ಲೂ ವಿಶೇಷವಾಗಿ ಸಮಕಾಲೀನ ಕನ್ನಡ ಕಾವ್ಯದ ಬಗ್ಗೆ. ಹೊಸದಾಗಿ ಏನು ಬಂದರೂ ಅದನ್ನು ಓದುವ ಅದಕ್ಕೆ ತೀವ್ರವಾಗಿ ಸ್ಪಂದಿಸುವ ಕಾವ್ಯದ ಹುಚ್ಚು ಅವರಿಗೆ. ಹೊಸ ಕವಿಗಳ ಬಗ್ಗೆ ತುಂಬ ಆಸಕ್ತಿ. ತಮ್ಮ ಸಮಕಾಲೀನರ ಬಗ್ಗೆ ಕೆಲವೊಮ್ಮೆ ತಳಮಳ, ಕೆಲವೊಮ್ಮೆ ಕಟು ವಿಮರ್ಶೆ– ಆದರೆ ಯಾವತ್ತೂ ಅಸಹನೆ ತೋರದ ಕಾವ್ಯಪ್ರೀತಿ. ನಮ್ಮ ನಡುವೆ ನಡೆದ ಕಾವ್ಯಕೋಲಾಹಲಗಳಿಗೆ ಲೆಕ್ಕವೇ ಇಲ್ಲ! ಏರು ಧ್ವನಿಯಲ್ಲಿ ನಡೆದ ಬಿಸಿಬಿಸಿ ಮಾತಿನ ಚರ್ಚೆ ಕೆಲವೊಮ್ಮೆ ಜಗಳಬಂದಿಯವರೆಗೂ ಹೋಗುತ್ತಿದ್ದ ಕ್ಷಣಗಳು ಅನೇಕ. ಆದರೆ ಮತ್ತೆ ಅವರು ಸಿಕ್ಕಾಗ ಅದೇ ಬೆಚ್ಚನೆಯ ಪ್ರೀತಿ. ಈ ಶರ್ಮರನ್ನು ದ್ವೇಷಿಸುವುದು ಸಾಧ್ಯವೇ ಇಲ್ಲ ಎನ್ನಿಸುವಂಥ ಕಲಕಿಯೂ ಬಗ್ಗಡಗೊಳ್ಳದ ನಿರ್ಮಲ ಸ್ನೇಹ.

ಈಗ ಮತ್ತೆ ಆ ಪ್ರೀತಿಯ ಜೀವವನ್ನು ಇರುಳ ತುದಿಯ ನಸುಕಿನ ಏಕಾಂತದಲ್ಲಿ ನೆನಪಿಸಿಕೊಳ್ಳುತ್ತಾ ಕೂತಿದ್ದೇನೆ. ಶರ್ಮರಿಗೆ ಕಾವ್ಯವೆಂಬುದು ಹೇಗಿರಬೇಕು ಎಂಬ ಬಗ್ಗೆ ತಮ್ಮದೇ ಆದ ನಿಷ್ಠುರ ನಿಲುವುಗಳಿದ್ದವು. ಸಿದ್ಧ ಸೂತ್ರಗಳೂ ಇದ್ದವು. ತಮಗೆ ತಾವೇ ಹಾಕಿಕೊಂಡ ಲಕ್ಷ್ಮಣ ರೇಖೆಯನ್ನು ಈ ಮರ್ಯಾದಾ ರಾಮಚಂದ್ರ ಎಂಥ ಸಂದರ್ಭದಲ್ಲು ಮೀರುವ ಪೈಕಿಯಲ್ಲ. ಕಾವ್ಯ ಕಥೆ ಹೇಳಬಾರದು. ಕಾವ್ಯ ಹಾಡಿಗೆ ಒಗ್ಗುವಂತೆ ಇರಬಾರದು. ಅಸಲಿ ಕಾವ್ಯವನ್ನು (ಕವಿತೆಗಳನ್ನು) ಹಾಡಲೇ

ಬಾರದು. ಹಾಡುವಂಥ ಕಾವ್ಯ ಬರೆದರೆ ಕಾವ್ಯನಿಷ್ಠೆಯ ವ್ರತಭಂಗವಾದಂತೆಯೇ! ಕಾವ್ಯವು ಜಾಳಾಗುವುದಕ್ಕೆ ಗೀತೆಗಳ ರಚನೆ ಕಾರಣವಾಗುವುದು ಎಂದು ಶರ್ಮರು (ನಾನು ಅವರನ್ನು ಶರ್ಮಾಜಿ ಎಂದೇ ಕರೆಯುತ್ತಿದ್ದೆ) ದೃಢವಾಗಿ ನಂಬಿದ್ದವರು. ಒಳ್ಳೆಯ ಕಾವ್ಯ ಬರೆಯುವ ನೀವು, ಲಕ್ಷ್ಮಣ ಹಾಡು ಬರೆದು ಯಾಕೆ ಹಾಳಾಗುವಿರಿ ಎಂದು ಅವಕಾಶ ಸಿಕ್ಕಾಗಲೆಲ್ಲಾ ಬೈಯುತ್ತಿದ್ದರು. ಆದರೆ ಚಿಂತಾಮಣಿಯಲ್ಲಿ ನಡೆದ ನಮ್ಮ ಹಾಡುಗಳ ಸಂಗ್ರಹವನ್ನು ಬಿಡುಗಡೆ ಮಾಡಲು ಶರ್ಮರನ್ನೇ ನಾವು ಆಹ್ವಾನಿಸಿದ್ದೆವು. ಆಗ ಅವರು ಒಂದು ಲೇಖನವನ್ನೇ ಬರೆದು ತಂದು ಓದಿದರು. ಆ ಲೇಖನದಲ್ಲಿ ನಮ್ಮಿಬ್ಬರ ಬರವಣಿಗೆಯನ್ನು ವಿಶ್ಲೇಷಣಾತ್ಮಕವಾಗಿ ಚರ್ಚಿಸಿ, ಕಾವ್ಯಗುಣವನ್ನು ಮನಸಾರೆ ಮೆಚ್ಚಿ, ಜೊತೆಗೆ ಯಥಾಪ್ರಕಾರ ಹಾಡು ಬರೆಯುವುದರ ವಿರುದ್ಧ ಎಚ್ಚರಿಕೆಯ ಕಿವಿಮಾತನ್ನೂ (ಲೌಡ್ ಸ್ಪೀಕರ್ ಮೂಲಕವೇ) ಹೇಳಿದ್ದರು. ಶರ್ಮರ ಕಟೂಕ್ತಿಗೆ ಅವರ ಅಲಂಘನೀಯ ಕಾವ್ಯ ಸಿದ್ಧಾಂತ ಮತ್ತು ಅನನ್ಯವಾದ ಕಾವ್ಯಪ್ರೀತಿಯೇ ಕಾರಣವೆಂಬುದು ತಿಳಿದಿದ್ದರಿಂದ ಅವರ ಟೀಕೆ ಯಾವತ್ತೂ ನಮ್ಮ ಸ್ನೇಹಸಂಬಂಧಕ್ಕೆ ಅಡ್ಡಬರಲಿಲ್ಲ.

ನಿನ್ನಂಥ ಕವಿತೆಗೂ ರಾಗಬೇಕೆ? ಎಂಬ ಶರ್ಮರ ಕವಿತೆಯನ್ನು ನಾನೀಗ ನೆನಪಿಸಿಕೊಳ್ಳುತ್ತೇನೆ. ಆಗ ಆಕಾಶವಾಣಿಯವರು ಸಂಭ್ರಮದ ಯುಗಾದಿ ಸಮಾರಂಭ ಏರ್ಪಡಿಸುತ್ತಿದ್ದರು. ಆ ವರ್ಷ ಚೌಡಯ್ಯ ಮೆಮೋರಿಯಲ್ ಹಾಲಲ್ಲಿ ಯುಗಾದಿ ಕಾರ್ಯಕ್ರಮ. ಎಲ್ಲ ಪ್ರಮುಖ ಕವಿಗಳೂ ಆ ಕಾರ್ಯಕ್ರಮಕ್ಕೆ ಆಹ್ವಾನಿತರಾಗಿದ್ದರು. ಕವಿಗಳು ಬರೆದ ಗೀತೆಗಳನ್ನು ಪ್ರಸಿದ್ಧ ಗಾಯಕರು ಹಾಡುವವರಿದ್ದರು. ಅಂದರೆ ಹಾಡುವಂಥ ಕವಿತೆ ಬರೆಯಬೇಕೆಂಬುದು ಅಲಿಖಿತ ಸೂಚನೆ. ಶರ್ಮರಿಗೂ ಗೀತೆಯನ್ನು ರಚಿಸಲು ಆಹ್ವಾನ ಹೋಗಿತ್ತು. ಶರ್ಮರಿಗೆ ತಮ್ಮ ಸ್ವಧರ್ಮವನ್ನು ಕಳೆದುಕೊಳ್ಳಲಾಗದ ಹಠ. ಆಗ ಅವರು ಬರೆದದ್ದು ನಿನ್ನಂಥ ಕವಿತೆಗೂ ರಾಗಬೇಕೆ? ಎಂಬ ಕವಿತೆ. ಕಾರ್ಯಕ್ರಮಕ್ಕೆ ಶರ್ಮರು ಬಂದಿದ್ದರು. ಅವರ ಕವಿತೆಯನ್ನು ಹಾಡಲು ಹಾಡುಗಾರ ಪಡುತ್ತಿದ್ದ ಶ್ರಮವನ್ನು ಕಣ್ಣಾರೆ ಕಂಡು ಅವರಿಗೆ ಒಂದು ವಿಲಕ್ಷಣ ಖುಷಿ!

ಕೊನೆಯವರೆಗೂ ತಮ್ಮ ಕಾವ್ಯಸಿದ್ಧಾಂತದ ಮಾರ್ಗಸೂಚಿಯಂತೆಯೇ ಶರ್ಮಾಜಿ ನಡೆದರು. ಅವರ ಏಳುಸುತ್ತಿನ ಕೋಟೆ ಮರೆಯಲಿಕ್ಕೇ ಸಾಧ್ಯವಿಲ್ಲ. ಕಾಮದ ಎಳಮೆ, ಪ್ರೌಢತೆ, ಉಲ್ಬಣಗಳನ್ನು ಅತ್ಯಂತ ಧ್ವನಿಪೂರ್ಣವಾಗಿ ಒಂದು ಜಾನಪದ ಕಥೆಯ ಅಲಿಗರಿಯ ಮೂಲಕ ಶಕ್ತವಾಗಿ ಧ್ವನಿಸುವ ಕವಿತೆ ಅದು. ಶರ್ಮರ ಕಾವ್ಯದ ಸ್ವರೂಪ ಖಾಸಗಿ ಪ್ರತಿಮೆಗಳ ಹೊಂಚಿನಿಂದ ಕಿಕ್ಕಿರಿದಿರುವ ಕಾರಣ ಸುಲಭಾಸ್ವಾದ್ಯವಲ್ಲ. ಕಾವ್ಯ ಸುಲಭಕ್ಕೆ ದಕ್ಕಬೇಕೆಂಬ ನಿಲುವೂ ನನ್ನದಲ್ಲ. ಶರ್ಮರು ಏನು ಬರೆದಿದ್ದರೂ ಗಂಭೀರವಾಗಿ ಅದನ್ನು ಹಚ್ಚಿಕೊಂಡು ಓದಿ

ಅವರೊಂದಿಗೆ ಮುಕ್ತವಾಗಿ ಚರ್ಚಿಸುವುದು ಸಾಧ್ಯವಿತ್ತು. ಅವರೊಂದಿಗೆ ನಡೆಯುವ ವಾಗ್ವಾದದ ಫಲವಾಗಿ ಸ್ನೇಹ ಕಳೆದುಕೊಳ್ಳುವ ಭಯವಿರಲಿಲ್ಲ.

ಒಮ್ಮೆ ಅಶ್ವತ್ಥರು ಭಾವಗೀತೆಗಳ ಧ್ವನಿಸುರುಳಿಯೊಂದನ್ನು ಕನ್ನಡದ ಮುಖ್ಯ ಕವಿಗಳಿಂದ ಬರೆಸಿ ಹೊರತರುವ ಯೋಜನೆ ಹಾಕಿಕೊಂಡರು. ಕನ್ನಡವೇ ಸತ್ಯ ಎಂಬ ಹೆಸರಲ್ಲಿ ರಾಜಕುಮಾರರು ಹಾಡಿದ ಭಾವಗೀತೆಯ ಸಂಗ್ರಹ ಆಗಾಗಲೇ ಅಶ್ವತ್ಥರ ಸಂಗೀತದಲ್ಲಿ ಹೊರಬಂದಿತ್ತು. ಕುವೆಂಪು, ಪುತಿನ, ಮಾಸ್ತಿ ಮೊದಲಾದ ನವೋದಯದ ಕವಿಗಳ ಗೀತೆಗಳು ಅವು. ಈಗ ಸಮಕಾಲೀನರಿಂದ ಗೀತೆಗಳನ್ನು ಬರೆಸಿ ರಾಜಕುಮಾರರ ಎರಡನೇ ಭಾವಗೀತೆಯ ಸುರುಳಿ ಹೊರತರುವ ಆಸೆ ಅಶ್ವತ್ಥರಿಗೆ. ಈ ಧ್ವನಿಸುರುಳಿಗೆ ಶರ್ಮರಿಂದ ಗೀತೆ ಬರೆಸಿದರೆ ಚೆನ್ನಾಗಿರುತ್ತದೆ ಎಂದು ಯಾವ ಪುಣ್ಯಾತ್ಮ ಅವರ ಕಿವಿಯಲ್ಲಿ ಊದಿದನೋ ತಿಳಿಯದು. ಅಶ್ವತ್ಥ ಏನಾದರೂ ಮಾಡಿ ಶರ್ಮರಿಂದ ಒಂದು ಗೀತೆಯನ್ನು ಬರೆಸಿಕೊಡಿ ಎಂದು ನನಗೆ ದುಂಬಾಲು ಬಿದ್ದರು. ಮರುದಿನ ಮುಂಜಾನೆ ನಾನು ಶರ್ಮರಿಗೆ ಫೋನು ಹಚ್ಚಿ... ಶರ್ಮಾಜಿ... ದಯವಿಟ್ಟು ಒಂದು ಭಾವಗೀತೆ ಬರೆದುಕೊಡಿ... ಇದು ಅಶ್ವತ್ಥರ ಅಪೇಕ್ಷೆ ಎಂದೆ. ಸಂಜೆಯವರೆಗೆ ಸಮಯ ಕೊಡಿ ಎಂದರು ಶರ್ಮ. ಅವರ ಮೃದುವಾದ ಧ್ವನಿ ಕೇಳಿ ಅವರು ಬರೆದುಕೊಟ್ಟರೂ ಕೊಟ್ಟಾರು ಅನ್ನಿಸಿತು ನನಗೆ. ಸಂಜೆ ಶರ್ಮರಿಂದ ಫೋನ್: ಎಚ್ಚೆಸ್ವಿ... ಈ ವಿಷಯದಲ್ಲಿ ನನ್ನ ಬಲವಂತ ಮಾಡಬೇಡಿ.... ನನ್ನ ಕಾವ್ಯಧರ್ಮಕ್ಕೆ ನಾನು ಭಂಗ ತರಲಾರೆ!". ಇದು ಶರ್ಮರ ಸ್ವಭಾವ. ಗಟ್ಟಿ ನಿಲುವು. ನನಗೆ ಅವರು ಹಾಗೆ ಹೇಳಿದ್ದು ಸಂತೋಷವೇ ಆಯಿತು. ನಮ್ಮ ನಂಬಿಕೆಯ ವಿರುದ್ಧವಾಗಿ ನಾವು ಏನನ್ನೂ ಮಾಡಬಾರದಲ್ಲವೇ? ಅದರಲ್ಲು ನಮ್ಮ ಕಾವ್ಯ ನಿಷ್ಠೆ ಯಾವತ್ತೂ ಸಡಿಲಾಗಬಾರದಲ್ಲ! ನಾನು ಕನ್ನಡ ಕಾವ್ಯ ಪರಂಪರೆಯಿಂದ ಪ್ರಭಾವಿತನಾದವನು. ಹಾಡುಗಬ್ಬ, ಓದುಗಬ್ಬ ಕೇಳಿ ಓದಿ ಬೆಳೆದವನು. ನನಗೆ ಭಾವಗೀತೆಯ ರಚನೆ ಅಪರಾಧವೆನಿಸಲಿಲ್ಲ. ಶರ್ಮರ ಸ್ಫೂರ್ತಿಕೇಂದ್ರಗಳೂ, ಕಾವ್ಯ ತಾತ್ವಿಕತೆಯೂ ಭಿನ್ನವಾದದ್ದು. ಅವರು ತಮ್ಮ ಪಟ್ಟು ಬಿಡದೇ ನಡೆಯುವುದರಲ್ಲಿ ಅವರ ಗೆಲುವು ಮಾತ್ರವಲ್ಲ ಕಾವ್ಯಾರಾಧಕರಾದ ನಮ್ಮೆಲ್ಲರ ಗೆಲುವೂ ಇತ್ತು.

ಬಂಡಾಯದ ಆವೇಶದಲ್ಲಿ ತಮ್ಮ ಕಾವ್ಯರಚನೆ ಶುರುಮಾಡಿದ ಶರ್ಮಾಜಿ, ಎರಡನೇ ಘಟ್ಟದಲ್ಲಿ ಸಮಷ್ಠಿಯ ನೆಲೆಯಿಂದ ವ್ಯಷ್ಠಿಯ ನೆಲೆಗೆ ಹೊರಳಿದರು. ಗಹನವಾದ ಕೆಲವು ನವ್ಯ ಕವಿತೆಗಳನ್ನು ಬರೆದರು. ಕಾಮದ ಮೂಲಕ ಅನುಭವದ ಶೋಧಮಾಡಿದರು. ತಮ್ಮ ದೇಶಾಂತರದ ಅನುಭವಗಳನ್ನು ಕನ್ನಡಕ್ಕೆ ದಕ್ಕಿಸಲು ತಮ್ಮ ಕಾವ್ಯಜೀವನದ ಉದ್ದಕೂ ಪಟ್ಟುಬಿಡದೆ ಹೋರಾಡಿದರು.. ಒಂದೊಂದು ಕವಿತೆಯೂ ಭರವಸೆಯ ವ್ಯವಸಾಯ; ಅಜ್ಞಾತದ ತಳಕ್ಕಿಳಿದು ಬಂದವನ ಭಾಗ್ಯ–

ಎಂದು ನಂಬಿ ಬರೆದರು. ಕವಿತೆಯ ರಚನೆಯನ್ನು ಸಮುದ್ರದಾಳಕ್ಕೆ ಮುಳುಗಿ ಮುತ್ತು ತರುವ ಮುಳುಗುಗಾರ ಕುಂಗನ ನಿಷ್ಠೆಗೆ ಹೋಲಿಸಿಕೊಂಡು ಅರ್ಥ ಪೂರ್ಣ ಕಾವ್ಯ ಕಟ್ಟಿದರು. ಅವರ ಏಳು ಸುತ್ತಿನ ಕೋಟೆಯ ಬಗ್ಗೆ ಈಗಾಗಲೇ ಪ್ರಸ್ತಾಪಿಸಿದ್ದೇನೆ. ಹೇಸರಗತ್ತೆ ಅಸಹಜ ಬೆರಕೆಯಿಂದ ನಿರ್ವೀರ್ಯಗೊಳ್ಳುವ ಜೀವದ ವಿಫಲತೆಯನ್ನು ಆವತ್ತಿನ ಸಾಮಾಜಿಕ ವಿಷಮತೆಯ ಹಿನ್ನೆಲೆಯಲ್ಲಿ ಧ್ವನಿಪೂರ್ಣವಾಗಿ ಕಟ್ಟಿಕೊಟ್ಟರು. ಯಾವತ್ತೂ ಅವರ ಕಾವ್ಯ ಲಯ ತಪ್ಪಲಿಲ್ಲ. ಪ್ರತಿಮಾ ಮಾರ್ಗವನ್ನು ಬಿಟ್ಟುಕೊಡಲಿಲ್ಲ. ಅವರ ವಾಚನದ ಏರುಧ್ವನಿ, ಅತಿ ನಾಟಕೀಯತೆ ಕೆಲವೊಮ್ಮೆ ಅವರ ಕಾವ್ಯದ ಸೂಕ್ಷ್ಮತೆಗೆ ತದ್ವಿರುದ್ಧವಾಗಿ ನಿಲ್ಲುತ್ತಾ ಇತ್ತು. ಆದರೆ ಕಾವ್ಯದಲ್ಲಿ ಮಾತಿನ ರೆಟರಿಕ್ಕನ್ನು ಅವರು ಯಾವತ್ತು ಬಳಸಲಿಲ್ಲ. ಕೆಲವೇ ಮಾತುಗಳಲ್ಲಿ ಹೃದಯ ಝಲ್ಲೆನ್ನುವಂತೆ ಹೃದ್ಯವಾದ ಅನುಭವವನ್ನು ಕಟ್ಟಿಕೊಡುವ ಅವರ ಕ್ರಮ ಅತ್ಯಂತ ವಿಧಾಯಕವಾದದ್ದು. ತಕ್ಷಣ ನನಗೆ ಅವರ ಯುದ್ಧದ ಶೀತಲ ಅನುಭವವನ್ನು ಚಿತ್ರಿಸುವ ಕಿರುಗವನವೊಂದು ನೆನಪಾಗುತ್ತದೆ.

ಹಠಾತ್ತನೆ ಬಿಸಿಲು
ತಗುಲಿ ಥಳ ಥಳ ಹೊಳೆದ
ಪಿಸ್ತೂಲು ಕಂಡು
ಯೋಧ ಕೂಗಿದ
ನೆಲಕ್ಕೆಸೆದು ಕೈಯೆತ್ತಿ ನಿಲ್ಲು
ಮಾತು ಕೇಳದೆ ನಡೆದ
ಹುಟ್ಟು ಕಿವುಡ ಹುಡುಗನೆದೆ ಹೊಕ್ಕ ಗುಂಡು
ಬೆನ್ನಿಂದ ಹೊರಬಂತು
ಮುಗ್ಗರಿಸಿ ಓಡೋಡಿ ಬಂದ ಮುದುಕಿ
ಕೆಂಪು ತಿರುಗುತ್ತಿದ್ದ ಹುಲ್ಲೊಳಗೆ ಹುಡುಕಿ
ಹಬ್ಬಕ್ಕೆ ಕೊಂಡು
ತಂದಿದ್ದ ನಿಗಿನಿಗಿ ಗೊಂಬೆ
ಹಿಡಿದೆದ್ದು ನಿಂತು
ತಲೆಯೆತ್ತಿದಾಗ ಸೂಜಿ ಬಿಸಿಲು
ಚುಚ್ಚಿ ಕಣ್ಣಲ್ಲಿ ನೀರೊಡೆಯಿತು
ಅವಳ ಮುಖದ ಹತ್ತು ಕಾಲುವೆ ತುಂಬ
ಕೋಡಿ ಹರಿಯಿತು.

ಈ ಕವಿತೆಯಲ್ಲಿ ಕಾಣುವ ಮಾತಿನ ಸಂಯಮ, ಚಿತ್ರದ ಜೀವಂತಿಕೆ, ಯುದ್ಧದ ಕ್ರೌರ್ಯ, ಆವರಿಸುವ ದುರಂತವ್ಯಂಗ್ಯ ಅಸಾಮಾನ್ಯವಾದುದು. ಶರ್ಮರ ಈ ಅದ್ಭುತ ಕವಿತೆಯನ್ನು ನಾನು ಯಾವತ್ತೂ ಮರೆಯಲಾರೆ.

ಶರ್ಮರ ಕೊನೆಯ ಕಾವ್ಯ ಸಂಗ್ರಹ ಸಪ್ತಪದಿ ಗಂಡು ಹೆಣ್ಣಿನ, ಅದರಲ್ಲು ಪತಿ ಪತ್ನಿಯ ಸಂಬಂಧದ ಸಂಕೀರ್ಣತೆಯನ್ನು ಚಿತ್ರವತ್ತಾಗಿಯೂ ಹೃದ್ಯವಾಗಿಯೂ ಚಿತ್ರಿಸುವ ಬಹಳ ಸೊಗಸಾದ ಸಾನೆಟ್ಟುಗಳ ಸಂಗ್ರಹ (ಶರ್ಮ ಮತ್ತು ಸೂಕ್ಷ್ಮ ಸಾಹಿತ್ಯ ಸಂವೇದನೆಯ ಪದ್ಮಾ ರಾಮಚಂದ್ರಶರ್ಮರ ಸುದೀರ್ಘ ದಾಂಪತ್ಯ ಜೀವನದ ಪಕ್ವ ಫಲ ಈ ಕಾವ್ಯ ಎನ್ನಬಹುದು). ಶರ್ಮರಿಗೆ ಪ್ರತಿಷ್ಠಿತ ಕೇಂದ್ರ ಸಾಹಿತ್ಯ ಅಕಾಡೆಮಿ ಪುರಸ್ಕಾರ ದೊರಕಿಸಿದ ಕವಿತಾ ಸಂಗ್ರಹವಿದು.

ನಲವತ್ತು ವರ್ಷಗಳ ಸುದೀರ್ಘ ಪ್ರಯಾಣ
ಕೊನೆಯಾಗಿ ಇಲ್ಲಿ ಈಗ ಬೆಳ್ಳೀ ಮರಳಲ್ಲಿ
ನಿಂತ ನಾವಿಕ ನಾನು. ಮಂಜಾದ ಮುದಿಗಣ್ಣ
ಕೆಣಕುವ ಹಾಗೆ ಎಗ್ಗಿಲ್ಲದಂತೆ ಮೈಚೆಲ್ಲಿ
ಮಲಗಿದ ಕಡಲು ನೀನು.

ಇಂಥ ಸಾಲುಗಳನ್ನು ಸಪ್ತಪದಿಯಲ್ಲಿ ಓದಿದಾಗ ಶರ್ಮರ ಕಾವ್ಯದ ಅಸಲಿ ಕಸುಬಿನ ಬಗ್ಗೆ ಯಾರಿಗೆ ತಾನೆ ಗೌರವ ಮೂಡುವುದಿಲ್ಲ?

***

ಶರ್ಮರನ್ನು ನೆನೆದಾಗ ಕೆಲವು ಬಿಡಿ ಚಿತ್ರಗಳು ಥಟ್ಟನೆ ನನ್ನ ಕಣ್ಮುಂದೆ ಪ್ರಜ್ವಲಿಸುತ್ತವೆ:

ಚಿತ್ರ 1: ಚಿಂತಾಮಣಿಯ ಕಾರ್ಯಕ್ರಮವೊಂದಕ್ಕೆ ನಾವೆಲ್ಲಾ ಹೋಗಿದ್ದಾಗ ಕಾರ್ಯಕ್ರಮ ಶುರುವಾಗುವ ಮುನ್ನ ಬಳಗದ ಸಂಪ್ರದಾಯದಂತೆ ದೇವಾಲಯಕ್ಕೆ ಸಂಜೆಯ ಆರತಿಗೆ ಹೋದಾಗ, ಶರ್ಮ, ನಾನು ಗುಡಿಯ ಒಳಗೆ ಬರಲಾರೆ ಎಂದು ದೇವಾಲಯದ ಹೊರಗೆ ಜಗಲಿಯ ಮೇಲೆ ಕೂತ ಚಿತ್ರ.

ಚಿತ್ರ 2: ಪಾರ್ಟಿಯೊಂದು ಮುಗಿದಾಗ ಸರಿರಾತ್ರಿಯಲ್ಲಿ ಪರ್ಸಿಗಾಗಿ ಜೇಬು ತಡಕಿ ಮೈ ಗಾಡ್ ನನ್ನ ಪರ್ಸ್ ಮರೆತು ಬಂದಿದ್ದೇನಲ್ಲ ಎಂದು ಕೈ ಕೊಡವಿ ಪೇಚಾಡುತ್ತಾ ನಿಂತ ಕಸಿವಿಸಿಯ ಚಿತ್ರ.

ಚಿತ್ರ 3: ಧರ್ಮಸ್ಥಳದಲ್ಲಿ ನಾವು ಉಳಿದಿದ್ದ ಮೂರಂತಸ್ತಿನ ಮಹಡಿಯಿಂದ ಅವರ ಕೈಜಾರಿ ಕನ್ನಡಕ ಕಿಟಕಿಯಾಚೆ ಬಿದ್ದಾಗ, ನಾವೆಲ್ಲಾ ಕೆಳಕ್ಕೆ ಹೋಗಿ ಶರ್ಮರ ಕನ್ನಡಕ ಅವರೊಂದಿಗೆ ಸೇರಿ ಟಾರ್ಚಿನ ಬೆಳಕಲ್ಲಿ ಹುಡುಕುವ ಚಿತ್ರ!

ಚಿತ್ರ 4: ಶರ್ಮರನ್ನು ಕಾಣಲು ನಾವು ಕೆಲವರು ಅವರ ಮನೆಗೆ ಹೋದಾಗ ಅವರು ಲಾನ್-ಟೆನ್ನಿಸ್‌ನ ವೀಕ್ಷಣೆಯಲ್ಲಿ ಮಗ್ನರಾಗಿ ಮೈಮರೆತಿದ್ದವರು, ಕಾವ್ಯಕ್ಕೆ ಬದಲು ಟೆನ್ನಿಸ್ಸಿನ ಬಗ್ಗೆ ನಮಗೆ ಅರ್ಧ ತಾಸು ಕಾಮೆಂಟರಿ ಕೊಟ್ಟ ಚಿತ್ರ!

ಹೋಳು ಮುಖ, ಚೂಪುಗಣ್ಣು, ಬಾಯಿಂದ ಉಗುವ ಸಿಗರೇಟಿನ ಹೊಗೆ, ಮೆಟ್ಟಿಲು ಮೆಟ್ಟಿಲು ಕ್ರಾಪು, ಆಗಾಗ ಎದೆಯನ್ನೊತ್ತಿಕೊಂಡು ಉಸಿರಾಟದ ಸಿಕ್ಕು ಬಿಡಿಸಿಕೊಂಡು ಸಲೀಸು ಮಾಡಿಕೊಳ್ಳುವಾಗ ಅವರ ಕಣ್ಣಲಿ ಹೊರಳುವ ನೀರಪಸೆ, ಹರಟೆ ಮುಗಿಸಿ ಮನೆಗೆ ಹೊರಡುವಾಗ ಗಟ್ಟಿಯಾಗಿ ಕೈಹಿಡಿದು ಬೀಳ್ಕೊಡುವ ಸ್ನೇಹದ ಬಿಸಿ ಮರೆಯಲಿಕ್ಕಾಗದ್ದು. ಕನ್ನಡದ ಈ ಗಟ್ಟಿಕವಿ ರಾಮಚಂದ್ರಶರ್ಮ ನನ್ನನ್ನು ಸದಾ ಕಾಡುವ ಕಾವ್ಯಪ್ರತಿಮೆ.

ವ್ರತಗೆಡದ ಬಿಲ್ಲೋಜ

ಚಿತ್ರ: ಎ.ಎನ್.ಮುಕುಂದ್

ಕನ್ನಡದ ಸ್ಕಾಲರ್ ಪೊಯಟ್

ಎಂದು ಖ್ಯಾತರಾದ ರಾಷ್ಟ್ರಕವಿ ಡಾ ಜಿ.ಎಸ್. ಶಿವರುದ್ರಪ್ಪನವರೊಂದಿಗೆ ನನ್ನ ಒಡನಾಟ ದಶಕಗಳ ಕಾಲದ್ದು. ಒಮ್ಮೆ ನಾವಿಬ್ಬರೂ ದೇವರಸೀಮೆ ಕೇರಳದ ತಿರುವನಂತಪುರಕ್ಕೆ ಬಹುಭಾಷಾ ಸಾಹಿತ್ಯ ಸಮ್ಮೇಳನ ಒಂದರಲ್ಲಿ ಭಾಗಿಯಾಗಲು ಹೋಗಿದ್ದೆವು. ಕಾರ್ಯಕ್ರಮ ಸರ್ಕಾರದ ಪೋಷಣೆಯಲ್ಲಿ ನಡೆದದ್ದು. ಆ ಸಮ್ಮೇಳನದಲ್ಲಿ ರಾಮಚಂದ್ರಶರ್ಮ, ಶಾಂತಿನಾಥ ದೇಸಾಯಿ, ಎಚ್.ಎಸ್. ಶಿವಪ್ರಕಾಶ್, ಪ್ರತಿಭಾನಂದಕುಮಾರ್, ಅಗ್ರಹಾರ ಕೃಷ್ಣಮೂರ್ತಿ ಮೊದಲಾದ ಅನೇಕ ಸಾಹಿತ್ಯ ಮಿತ್ರರು ಪಾಲ್ಗೊಂಡಿದ್ದರು. ಆಗ ನಾವೆಲ್ಲಾ ಒಟ್ಟಿಗೇ ಕಳೆದ ಕಾಲ ಬಹು ಚೇತೋಹಾರಿಯಾದುದು. ಅದನ್ನು ದಶಕಗಳ ನಂತರವೂ ನನಗೆ ಮರೆಯಲಿಕ್ಕಾಗಿಲ್ಲ. ಜಿ.ಎಸ್.ಎಸ್ ಸಮ್ಮೇಳನದ ಉದ್ಘಾಟಕರಾಗಿದ್ದರು. ತಮ್ಮ ಇಂಗ್ಲಿಷ್ ಭಾಷಣಕ್ಕೆ ಸಾಕಷ್ಟು ಜೋರಾಗಿಯೇ ಅವರು ಪೂರ್ವಭಾವಿ ಸಿದ್ಧತೆ ನಡೆಸಿದ್ದರು. ನಾನು ಕವಿಗೋಷ್ಠಿಯಲ್ಲಿ ಕವಿತೆ ಓದಬೇಕಾಗಿತ್ತು. ಹಾಗಾಗಿ ಆರಾಮಾಗಿ ನಿರಾಳವಾಗಿ ಆ ಪ್ರವಾಸದಲ್ಲಿ ಜಿ.ಎಸ್.ಎಸ್ ಅವರ ಸಹವರ್ತಿಯಾಗಿದ್ದೆ.

ನಾನು ಮತ್ತು ಜಿ.ಎಸ್.ಎಸ್ ಒಂದೇ ಕೋಣೆಯಲ್ಲಿ ವಸತಿ ಹೂಡಿದ್ದೆವು. ಪರಸ್ಥಳಕ್ಕೆ ಹೋದಾಗ ಜಿ.ಎಸ್.ಎಸ್ ಕೆಲವು ನಿಯಮಗಳನ್ನು ಪಾಲಿಸುತ್ತಿದ್ದರು. ಮೊದಲನೆಯದು ತಮಗೆ ಗೊತ್ತಾಗಿರುವ ಕೋಣೆಯಲ್ಲಿ ಕಮೋಡಿದೆಯೇ ಎಂದು ಖಾತ್ರಿಪಡಿಸಿಕೊಳ್ಳುವುದು! ಎರಡನೇದು ಕೋಣೆಗೆ ಹೋದ ಕೂಡಲೇ ತಾವು ಊರಿಂದ ತಮ್ಮೊಂದಿಗೆ ತಂದಿದ್ದ ಬಿಳಿಯ ಬೆಡ್ಶೀಟ್ ಒಂದನ್ನು ತಮ್ಮ ಹಾಸಿಗೆಯ ಮೇಲೆ ಹಾಸುವುದು. ಮೂರನೇದು ಬಾತ್ ರೂಮಿನಲ್ಲಿ ಖಾಲಿ ಬಕೆಟ್ಟಿನಲ್ಲಿ ಭರ್ತಿ ನೀರು ತುಂಬಿ ಇಡುವುದು. ಈ ಮೂರು ವಿಷಯಗಳನ್ನು ಅವರು ಯಾವತ್ತೂ ಮರೆಯುತ್ತಿರಲಿಲ್ಲ.

ತಿರುವನಂತಪುರದಲ್ಲಿ ನಾವು ಉಳಿದಿದ್ದು ಪಂಚತಾರಾ ಹೋಟೆಲೊಂದರಲ್ಲಿ. ಕಣ್ಣುಕುಕ್ಕುವ ಭವ್ಯತೆ ಹೋಟೆಲ್ಲಿನದು. ಈ ಅತಿಭವ್ಯತೆ, ಅದರೊಂದಿಗೆ ಇರುವ

ಕೃತ್ರಿಮತೆ ಸಾದಾಸೀದಾ ಕವಿಗಳೂ, ಮೂಲಮುಗ್ಧರೂ ಆದ ಜಿಎಸೆಸ್ ಅವರಿಗೆ ಎಷ್ಟು ಮಾತ್ರಕ್ಕೂ ಪ್ರಿಯವಾದುದಲ್ಲ. ಇರೋದು ಇಬ್ಬರು! ನಮಗ್ಯಾಕೆ ಇಷ್ಟು ದೊಡ್ಡ ಕೋಣೆ ಹೇಳಿ! ಕೋಣೆಯೇ ಇದು? ಮನೆ! ಎಂದು ಮೊದಲು ಒಟಗುಟ್ಟಿದರು. ರಾತ್ರಿ ಅತಿಥಿಗಳಿಗೆಲ್ಲ ಸರ್ಕಾರದ ಔತಣವಿತ್ತು. ಔತಣ ಮುಗಿಸಿಕೊಂಡು ನಾವು ನಮ್ಮ ಕೋಣೆಗೆ ಬಂದಾಗ ರಾತ್ರಿ ಹತ್ತುಗಂಟೆ. ಜಿಎಸೆಸ್ ತಮ್ಮ ಜುಬ್ಬ ಪೈಜಾಮದ ಧಿರಿಸು ಕಳಚಿ ಒಂದು ಅಡ್ಡ ಪಂಚೆ ಸುತ್ತಿಕೊಂಡರು. ಲುಂಗಿಯನ್ನು ಬುಕ್ಪೋಸ್ಟ್ ಎಂದು ಅವರು ಹಾಸ್ಯ ಮಾಡುತ್ತಿದ್ದರು! ಓಪನ್ ಅಟ್ ಬೋತ್ ದ ಎಂಡ್ಸ್ ! ಮೇಲಂಗಿಯ ಮೇಲೆ ಸ್ವೆಟ್ಟರು. ತಲೆಗೆ ಮಂಕಿಕ್ಯಾಪು! ರಾತ್ರಿ ತೆಗೆದುಕೊಳ್ಳಬೇಕಾದ ಔಷಧ ಮಾತ್ರೆ ಇತ್ಯಾದಿ ತೆಗೆದುಕೊಂಡಾಯಿತು. ಹೊಟ್ಟೆಹಗುರಾಗಿಡಲು ತಮ್ಮೊಂದಿಗೆ ತಂದಿದ್ದ ಆಯುರ್ವೇದೀಪುಡಿಯನ್ನು ನೀರಲ್ಲಿ ಬೆರೆಸಿ ಕುಡಿದಿದ್ದಾಯಿತು. ಹಲ್ಸೆಟ್ಟು ಕಳಚಿ ತಾವು ತಂದಿದ್ದ ನೀರಿನ ಡಬ್ಬಿಯಲ್ಲಿ ಮುಳುಗಿಸಿಟ್ಟಿದ್ದಾಯಿತು. ಆಹಾ! ಕೇರಳ ಎಂಥ ಸುಂದರ ಸೀಮೆ ನೋಡಿ! ಎಂದು ಮತ್ತೆ ಮತ್ತೆ ಉದ್ಗಾರ ತೆಗೆಯುತ್ತಾ ಹಾಸಿಗೆಯ ಮೇಲೆ ಹಗುರಾಗಿ ಉರುಳಿಕೊಂಡರು. ಕಾಡು ಕಣಿವೆ ಸೂರ್ಯೋದಯ ಸೂರ್ಯಾಸ್ತ ಈ ಮೊದಲಾದ ಪ್ರಾಕೃತಿಕ ಸಂಗತಿಗಳೆಂದರೆ ಒಂದು ಬಗೆಯ ತನ್ಮಯತೆ ಅವರಿಗೆ. ಸಂಜೆ ವಾಕಿಂಗ್ ಹೋದಾಗ ಇದ್ದಕ್ಕಿದ್ದಂತೆ ಥಟ್ಟನೆ ಶಿಲಾಪುತ್ಥಳಿಯಂತೆ ನಿಂತು, ಮಾತಾಡುತ್ತಿದ್ದ ನನ್ನನ್ನು ತಮ್ಮ ಉಷ್ಕಾರದಿಂದ ಸುಮ್ಮನಾಗಿಸಿ, ಸೂರ್ಯಾಸ್ತಮವಾಗುತ್ತಿದೆ. ನೋಡಿ! ಎನ್ನುತ್ತಾ ಪ್ರಕೃತಿಯ ಈ ನಿತ್ಯೋತ್ಸವದಲ್ಲಿ ತನ್ಮಯಗೊಳ್ಳುತ್ತಿದ್ದರು! ಈ ವಿಷಯದಲ್ಲಿ ಅವರು ಕುವೆಂಪು ಅವರ ಶಿಷ್ಯರೇ ಸರಿ!

ಸಾಹಿತ್ಯ ಕುರಿತು ಲೋಕಾಭಿರಾಮವಾಗಿ ಮಾತಾಡುತ್ತಾ ಸ್ವಲ್ಪ ಸಮಯ ಕಳೆಯಿತು. ಮೂರ್ತಿಯವರೇ ಸ್ವಲ್ಪ ಛಳಿ ಅನ್ನಿಸುತ್ತಿದೆ ಅಲ್ಲವಾ? ಎಂದು ಮೆಲ್ಲಗೆ ಹೇಳಿದರು. ಏಸಿ ಆನಿದೆ ಸರ್! ಎಂದೆ. ಅದನ್ನು ಕಡಿಮೆ ಮಾಡಿ ಮತ್ತೆ! ಆಯಿತು ಎಂದು ನಾನು ಏಸೀ ಕಂಟ್ರೋಲ್ ಸ್ವಿಚ್ಚಿಗಾಗಿ ಹುಡುಕಾಡಿದೆ! ಎಲ್ಲೂ ಕಾಣಲಿಲ್ಲ! ಸಿಗಲಿಲ್ಲವಾ? ಇರಿ! ನಾನು ಬರುತ್ತೇನೆ! ಎಂದು ಅವರೂ ಸ್ವಿಚ್ ಶೋಧನೆಯಲ್ಲಿ ತೊಡಗಿದರು. ಕಂಟ್ರೋಲ್ ಸ್ವಿಚ್ ಎಲ್ಲೂ ಕಾಣಲಿಲ್ಲ! ಇದೊಳ್ಳೇ ಫಜೀತಿಯಾಯಿತಲ್ಲ! ಎನ್ನುತ್ತಾ ರಿಸೆಪ್ಷನ್ಗೆ ಫೋನ್ ಮಾಡಿ ಸಹಾಯಕನನ್ನು ಕಳಿಸಲು ತಿಳಿಸಿದರು. ಸಹಾಯಕ ಬಂದ. ನಮ್ಮ ಭಾಷೆ ಅವನಿಗೆ ತಿಳಿಯದು. ಅವನ ಭಾಷೆ ನಮಗೆ ತಿಳಿಯದು. ಈಗ ಆದಿಮ ಮಾನವ ಭಾಷೆಯಾದ ಕೈಸನ್ನೆ ಬಾಯ್ಸನ್ನೆಗೆ ನಾವು ಮೊರೆಹೋಗಬೇಕಾಯಿತು. ಛಳಿ ಹೆಚ್ಚಾಗುತ್ತಿದೆ. ಏಸೀ ಕಡಿಮೆ ಮಾಡಬೇಕು. ನೋಡು! ಮೈಯೆಲ್ಲಾ ನಡುಗುತ್ತಿದೆ! ಏಸೀ ಕಡಿಮೆ ಮಾಡುವುದಕ್ಕೆ ಸಹಾಯ ಮಾಡು! ಎಂಬುದನ್ನು ಜಿಎಸೆಸ್ ಆ ಹುಡುಗನಿಗೆ ಆಂಗಿಕದ ಮೂಲಕ

ಸೂಚಿಸಲು ಪಡಬಾರದ ಪಾಡುಪಡುತ್ತಿದ್ದರು. ಸಂಜ್ಞಾಭಾಷೆಯಲ್ಲಿ ನಾನು ಪರಿಣತನಲ್ಲ. ಹಾಗಾಗಿ ಅಭಿನಯದ ಮೂಲಕ ಹುಡುಗನಿಗೆ ಸಮಸ್ಯೆಯನ್ನು ವಿವರಿಸುವ ಮೂಕಪಾತ್ರಾಭಿನಯವನ್ನು ನಮ್ಮ ಹಿರಿಯ ಕವಿಗಳು ತಾವೇ ವಹಿಸಿಕೊಂಡಿದ್ದರು! ಅವರ ಮೂಕಾಭಿನಯದ ವೀಡಿಯೋ ಮಾಡಬೇಕೆಂದು ನನ್ನ ಚಪಲ. ರೇಗಿಗೀಗಿಯಾರು ಎಂದು ನನ್ನ ಆಸೆಯನ್ನು ಅದುಮಿಟ್ಟುಕೊಂಡೆ. ನಾವು ಕಂಟ್ರೋಲ್ ಸ್ವಿಚ್ಚಿಗಾಗಿ ಕೋಣೆಯ ಮೂಲೆ ಮುಡುಕುಗಳನ್ನೆಲ್ಲಾ, ಕೆಲವೊಮ್ಮೆ ಚತುಷ್ಪಾದಿಗಳಾಗಿ ಹುಡುಕಾಡಿ ಸೋತದ್ದನ್ನು ಆ ಅಮಾಯಕ ಹುಡುಗನಿಗೆ ಕವಿಗಳು ಮಾತೇ ಆಡದೆ ಅಂಗಚೇಷ್ಟೆಯ ಮೂಲಕವೇ ಬಣ್ಣಿಸುತ್ತಾ ಇದ್ದ ರೀತಿಯನ್ನು ನೋಡಿ ಸಂತೋಷಪಡಲು ಎರಡು ಕಣ್ಣು ಸಾಲದಾಯಿತು. ಇದೆಲ್ಲದರ ಪರಿಣಾಮ ಆ ಕೇರಳ ಕಿಶೋರ ಎಣ್ಣೆ ಬಸಿಯುವ ತನ್ನ ತಲೆಯನ್ನು ಜೋರಾಗಿ ಕೊಡವಿ ಮತ್ತೊಬ್ಬನನ್ನು ನಮ್ಮ ಸಹಾಯಕ್ಕೆ ಕಳಿಸುವುದಾಗಿ ಹೇಳಿ ಅಭಯದ ಪೆಚ್ಚುನಗೆ ನಕ್ಕು ನಮ್ಮಿಂದ ಪಾರಾದದ್ದು! ಸಹಾಯಕ ಬರಲಿಲ್ಲ. ರಿಸೆಪ್ಷನ್ ಇಂದ ದೂರವಾಣಿ ಬಂತು! ದೂರುವಾಣಿ ನಮ್ಮದು. ದೂರವಾಣಿ ಅವರದ್ದು. ಕೊನೆಗೆ ತಿಳಿದದ್ದು ಏಸೀ ಸೆಂಟ್ರಲ್ ಸಿಸ್ಟಮ್ ಎನ್ನುವುದು! ಅಷ್ಟೊತ್ತಿಗಾಗಲೇ ಹನ್ನೊಂದು ಗಂಟೆ! ನಾವು ಶಿವಶಿವಾ ಎನ್ನುತ್ತಾ ಇದ್ದಬದ್ದ ರಗ್ಗುಗಳನ್ನೆಲ್ಲಾ ಕವಚಿಕೊಂಡು ನಿದ್ದೆಯ ಪಾತಳಿಗೆ ನಿಧಾನಕ್ಕೆ ಜಾರಿದ್ದಾಯಿತು.

ಬೆಳಿಗ್ಗೆ ನಾನು ಏಳುವ ವೇಳೆಗೆ ಜಿ.ಎಸ್.ಎಸ್ ಎದ್ದು ಸ್ನಾನಾದಿಗಳನ್ನೂ ತೀರಿಸಿ ತಮ್ಮ ಭಾಷಣದ ಟಿಪ್ಪಣಿಗಳನ್ನು ನೋಡುತ್ತಾ ಕುಳಿತಿದ್ದರು. ಟಿಪ್ಪಣಿ ಮಾಡಿಕೊಳ್ಳದೆ ಅವರು ಯಾವತ್ತೂ ಮಾತಾಡುತ್ತಿರಲಿಲ್ಲ. ನೀಟಾಗಿ ಜೋಡಿಸಿದ ಟಿಪ್ಪಣಿಯ ಹಾಳೆಗಳು. ಅದಕ್ಕೊಂದು ಟ್ಯಾಗ್ಬಂಥ! ಈ ಶಿಸ್ತು ಅವರ ಶಿಷ್ಯನಾಗಿದ್ದೂ ನಾನು ಕಲಿಯಲಿಲ್ಲ! ನಾನು ಎದ್ದುದನ್ನು ಗಮನಿಸಿ ಜಿಎಸೆಸ್ ರಾತ್ರಿ ನಿದ್ದೆ ಬಂತಾ? ಏಳಿ... ಸ್ನಾನ ಮಾಡಿ... ಪ್ರಾತಃಕಾಲದ ವಾಕ್ ಮುಗಿಸಿಕೊಂಡು ಬರೋಣ. ಕೇರಳದ ಪ್ರಕೃತಿ ಸೌಂದರ್ಯ ಅಸದೃಶವಾದದ್ದು! ತಡಮಾಡಿದರೆ ಸೂರ್ಯೋದಯ ಮಿಸ್ಸಾಗತ್ತೆ ಎಂದರು! ಬೆಚ್ಚಗೆ ಹಾಸಿಗೆಯಲ್ಲಿ ನಿದ್ದೆಮಾಡುವುದು ಬಿಟ್ಟು ಇವರಿಗೆ ಇದೊಳ್ಳೇ ಸೂರ್ಯೋದಯ ಚಿಂತೆಯಾಯಿತಲ್ಲ ಎಂದು ನಾನು ಮನಸ್ಸಲ್ಲೇ ಗೊಣಗಿಕೊಂಡು ಪ್ರಾತರ್ವಿಧಿಗಳ ನಿರ್ವಹಣೆಗೆ ಬಾತ್ರೂಮ್ ಹೊಕ್ಕೆ!

ಚುಮುಚುಮು ಬೆಳಗು. ಇಬ್ಬರೂ ಸ್ವೆಟ್ಟರ್ ಟೋಪಿ ಇತ್ಯಾದಿ ಧರಿಸಿ ವಾಕಿಂಗ್ ಹೊರಟೆವು. ಪೈಜಾಮದ ತುದಿ ಮಾಸಬಾರದು ಎಂದು ಜಿ.ಎಸ್.ಎಸ್. ಚಪ್ಪಲಿಗೆ ತಾಗದಂತೆ ತಮ್ಮ ಬೆಳ್ಳನೆಯ ಪೈಜಾಮವನ್ನು ಸ್ವಲ್ಪ ಮೇಲಕ್ಕೆ ಎತ್ತಿಕಟ್ಟುತ್ತಿದ್ದರು! ಮತ್ತೆ ಚೊಕ್ಕವಾಗಿ ಪಾಲಿಷ್ ಮಾಡಿದ ಮಿರಿಮಿರಿ ಕಪ್ಪಿನ ಪಾದರಕ್ಷೆಗಳು. ಎತ್ತಂಗಡಿ ಮೂಲಕ ನಾವು ಕೆಳಗೆ ಬಂದು ಹಸಿರು ಮರಗಳ ಕೆಳಗೆ ಅದೆಷ್ಟೋ ಉದ್ದ

ನಡೆದದ್ದಾಯಿತು! ಎಲ್ಲಿ ಸರ್ ನಿಮ್ಮ ಸೂರ್ಯ ? ಕಾಣುತ್ತಲೇ ಇಲ್ಲ! ಎಂದೆ. ಛಳಿಗೆ ಏಳೋದು ಸ್ವಲ್ಪ ಲೇಟಾಗಿರಬಹುದು ಎಂದರು!

ಬಿಳಿಗೂದಲ ಜಾಂಬವಂತರಂತೆ ಮೈತುಂಬ ಶಾಲು ಸುತ್ತಿಕೊಂಡು ನಾವು ಬೆಳಗಿನ ವಾಕ್ ಮುಗಿಸಿ ದಾರಿಯಲ್ಲಿ ಸೂರ್ಯೋದಯವನ್ನೂ ನೋಡಿ ಪುಳಕಿತರಾಗಿ ವಸತಿಗೆ ಹಿಂದಿರುಗಿದ್ದಾಯಿತು! ಬಿಸಿಬಿಸಿ ಕಾಫಿ ತರಿಸಿ ಕುಡಿದು ಮತ್ತೆ ಅದೂಇದೂ ಮಾತು. ಯಾವುಯಾವುದೋ ಪ್ರಕರಣಗಳ ನೆನಪು! ಮಧ್ಯೆ ಇದ್ದಕ್ಕಿದ್ದಂತೇ ಜಿಎಸೆಸ್ ಮಾತು ನಿಲ್ಲಿಸಿ ಹೊಸದಾಗಿ ಒಮ್ಮೆಗೇ ಜ್ಞಾನೋದಯವಾದಂತೆ "ನನಗೆ ಯಾಕೋ ಹೊಟ್ಟೆ ಹಪಹಪ ಅನ್ನುತ್ತೀರಿ! ನಿಮಗೆ ಹಸಿವಾಗುತ್ತಿಲ್ಲವಾ?"– ಎಂದರು.

ಆಗುತ್ತಿದೆ ಸರ್! ನೆನ್ನೆ ಸಾಂಬಾರ್ ರುಚಿ ಯಾಕೋ ನನಗೆ ಹಿಡಿಸಲಿಲ್ಲ...ಊಟ ಸ್ವಲ್ಪ ಕಮ್ಮಿಯೇ ಆಯಿತು...

"ತಿಂಡಿ ಏನಿದೆ ನೋಡಿ ಮತ್ತೆ!"

ನಾನು ಮೆನೂ ನೋಡಿದೆ. "ಸರ್! ದೋಸೆ ಸಿಗುತ್ತೆ... ಆರ್ಡರ್ ಮಾಡಲಾ...?"

"ಮಾಡಿ ಮಾಡಿ! ಕೇರಳದಲ್ಲಿ ದೋಸೆ ತುಂಬ ಚೆನ್ನಾಗಿರತ್ತೆ! ಹೋದಬಾರಿ ನಾನು ಕಣವಿ ಬಂದಾಗ ದೋಸೆಯನ್ನೇ ತಗೊಂಡಿದ್ದೆವು!"

ನಾನು ರೆಸ್ಟೋರೆಂಟಿಗೆ ಫೋನ್ ಹಚ್ಚಬೇಕು.

ಬೆಲೆ ಸ್ವಲ್ಪ ನೋಡಿರಪ್ಪಾ... ಎಂದರು ಜಿಎಸ್ಸೆಸ್.

ದೋಸೆಯ ಮುಂದೆ ನೂರೈವತ್ತು ರೂಪಾಯಿ ಎಂದು ನಮೂದಾಗಿತ್ತು.

ಸರ್! ಒಂದು ದೋಸೆಗೆ ನೂರೈವತ್ತು...

ಜಿಎಸೆಸ್ ಹಾರಿಬಿದ್ದರು! ಏನು ಏನು ಒಂದು ದೋಸೆಗೆ ನೂರೈವತ್ತಾ? ನಮ್ಮ ವಿದ್ಯಾರ್ಥಿ ಭವನದಲ್ಲಿ ಇದರ ಅರ್ಧ ಬೆಲೆಯೂ ಇಲ್ಲವಲ್ಲರೀ... ಅನ್ಯಾಯ... ಪರಮ ಅನ್ಯಾಯ... ಎಂದು ಬುಸುಗುಟ್ಟಿದರು...

ಸರ್ ಸರ್ಕಾರದ ಆತಿಥ್ಯ... ಎರಡು ದೋಸೆ ಖಂಡಿತಾ ಆಳುವ ಸರ್ಕಾರಕ್ಕೆ ಭಾರವಾಗುವುದಿಲ್ಲ!

ಆದರೂ ನೂರೈವತ್ತು ರೂಪಾಯಿ ಕೊಟ್ಟು ದೋಸೆ ತಿನ್ನುವುದು ಅಂದರೆ ಹೇಗಪ್ಪಾ? ನೀವು ದೋಸೆ ತಗೊಳ್ಳಿ... ನನಗೆ ಇಡ್ಲಿ ಸಾಕು!

ಇದು ನಮ್ಮ ಜಿಎಸೆಸ್. ಹಣ ಯಾರದ್ದೇ ಇರಲಿ. ದುಂದು ವೆಚ್ಚ ಸಲ್ಲದು ಎನ್ನುವುದು ಅವರ ತತ್ವ.

ಗುರುಗಳಿಗೆ ಇಡ್ಲಿ ತಿನ್ನಿಸಿ ನಾನು ದೋಸೆ ಹೇಗೆ ತಿನ್ನೋದು?

ಎರಡು ಪ್ಲೇಟ್ ಇಡ್ಲಿ ವಡೆ...ಎರಡು ಕಾಫಿ ಎಂದು ಆರ್ಡರ್ ಮಾಡಿ ತಿಂಡಿಯ ನಿರೀಕ್ಷೆಯಲ್ಲಿ ಇಬ್ಬರೂ ಮಾತಿಲ್ಲದೆ ಕುಳಿತೆವು.....ಅನ್ನದೇವರಿಗಿಂತ ಇನ್ನು ದೇವರು ಇಲ್ಲ! ಎಂದು ಬೇಂದ್ರೆಯವರು ಅಪ್ಪಣೆ ಕೊಡಿಸಿಲ್ಲವೆ? ಇಡ್ಲಿಯನ್ನು ನೆನೆಯುತ್ತಾ ನನ್ನ ಬಾಯಂತೂ ಮೆಲ್ಲಗೆ ರಸಲಿಪ್ತವಾಗುತಿತ್ತು. ಜಿಎಸೆಸ್ ಅರೆಗಣ್ಣು ಮಾಡಿಕೊಂಡು ಏನೋ ಲೋಕಾತೀತವಾದುದನ್ನು ಧ್ಯಾನಿಸುತ್ತಾ ತುಟಿಬಿಗಿದು ಕುಳಿತಿದ್ದರು!

ಪಾಪ! ಮೇಷ್ಟ್ರಿಗೆ ದೋಸೆ ಇಷ್ಟ! ಅವರೂ ಬರೀ ಇಡ್ಲಿ ತಿನ್ನುವಂತಾಯಿತಲ್ಲ ಎಂದು ನನ್ನ ಯೋಚನೆ.

ಹೆಚ್ಚು ಎಣ್ಣೆ ಪದಾರ್ಥ ತಿನ್ನಬಾರದೆಂದು ವೈದ್ಯರು ಅವರಿಗೆ ಹೇಳಿದ್ದರು. ಹೋಟೆಲ್ಗೀಟಲಲ್ಲಿಯಂತೂ ತಿನ್ನಲೇ ಬಾರದು ಎಂಬುದು ಅವರ ಪತ್ನಿ ರುದ್ರಾಣಿಯವರ ತತ್ವ. ಜಿಎಸೆಸ್ಸಿಗೆ ಯಾವಾಗಲಾದರೂ ದೋಸೆ ತಿನ್ನಬೇಕೆಂಬ ಆಸೆ ಉಂಟಾದರೆ ಬೆಳಗಾ ಬೆಳಿಗ್ಗೆ ಅವರಿಂದ ಫೋನ್ ಬರುತ್ತಾ ಇತ್ತು. ಫೋನಲ್ಲಿ ಅವರು ಎರಡು ಅಥವಾ ಮೂರು ವಾಕ್ಯಗಳಿಗಿಂತ ಹೆಚ್ಚು ಯಾವತ್ತೂ ಮಾತಾಡುತ್ತಿರಲಿಲ್ಲ! ಮೂರ್ತಿಯವರೇ! ಗಾಂಧಿಬಜಾರಲ್ಲಿ ಸ್ವಲ್ಪ ಕೆಲಸವಿದೆ. ಬರುತ್ತೀರಾ? ಹೋಗಿ ಬರೋಣ...?

ಪುಸ್ತಕದ ಅಂಗಡಿಗಾ ಸರ್?

ಹಾಂ...ಬೇಗ ಬನ್ನಿ!

ಫೋನ್ ಕಟ್! ಫೋನಲ್ಲಿ ಹೆಚ್ಚು ಮಾತಾಡುವುದು ರಾಷ್ಟ್ರೀಯ ಅಪರಾಧ ಎಂಬುದು ನಮ್ಮ ಮೇಷ್ಟ್ರ ನಂಬಿಕೆಯಾಗಿತ್ತು.

ನಾನು ಕಾರ್ ತಗೊಂಡು ಜಿಎಸೆಸ್ ಮನೆಗೆ ಹೋಗುತ್ತಿದ್ದೆ.

ನಾವು ಸ್ವಲ್ಪ ಗಾಂಧೀಬಜಾರಿಗೆ ಹೋಗಿಬರ್ತೀವಿ... ಎಂದು ಒಳಕ್ಕೆ ಕೇಳುವಂತೆ ಕೂಗಿ ಜಿಎಸೆಸ್ ಕಾರು ಏರುತ್ತಿದ್ದರು. ಮಂದಗಮನದಲ್ಲಿ ನಮ್ಮ ಕಾರ್ಯ ಪ್ರಾರಂಭವಾಗುತ್ತಿತ್ತು. ಆಹಾ! ಕಾರು ಓಡಿಸೋದರಲ್ಲಿ ನಿಮ್ಮನ್ನು ಬಿಟ್ಟರೆ ಇಲ್ಲ ಕಣ್ರೀ! ಎಂದು ಜಿಎಸೆಸ್ ತಾರೀಫು ಮಾಡುತ್ತಿದ್ದರು. (ನಿನ್ನ ಕಾರನ್ನು ಸೈಕಲ್ ಸವಾರರು ಓವರ್ ಟೇಕ್ ಮಾಡುತ್ತಾರೆ ಎನ್ನುವುದು ನನ್ನ ಸಹಯಾತ್ರಿ ಬಿ ಆರ್ ಲಕ್ಷ್ಮಣರಾವ್ ಉವಾಚ!). ನಾನು ಅಂಕಿತದ ಕಡೆ ಕಾರು ತಿರುಗಿಸಿದರೆ ಜಿಎಸೆಸ್ ಆ ಕಡೆ ಎಲ್ಲಿಗೆ ಹೋಗುತ್ತೀರಿ? ವಿದ್ಯಾರ್ಥಿ ಭವನಕ್ಕೆ ಹೋಗಿರಪ್ಪಾ! ಎಂದು ರೇಗುತ್ತಿದ್ದರು. ಸರ್ ನೀವು ಪುಸ್ತಕದ ಅಂಗಡಿ ಎಂದು ಹೇಳಿದಿರಲ್ಲ!?

ಎಣ್ಣೆ ಪದಾರ್ಥ ತಿನ್ನಬೇಡಿ ಅನ್ನುತ್ತಾರೆ ಮನೆಯವರು... ಸುಮ್ಮನೆ ಅವರಿಗೆ ಯಾಕೆ ಬೇಜಾರು.. ಅಲ್ಲವಾ... ಜಿಎಸೆಸ್ ಪಂಪನ ಕಾವ್ಯದ ವಿಶ್ಲೇಷಣೆಯ ಗಂಭೀರ ದಾಟಿಯಲ್ಲೇ ನುಡಿದರು! ಅವರು ಸಾಮಾನ್ಯವಾಗಿ ಸಣ್ಣಪುಟ್ಟದ್ದಕ್ಕೆಲ್ಲಾ ನಗುತ್ತಿರಲಿಲ್ಲ. ಸದಾ ರಾಜಗಾಂಭೀರ್ಯದ ಅಂಚಿನಲ್ಲೇ ಸುಳಿದಾಡುತ್ತಿದ್ದರು. ರುದ್ರಾಣಿ ಅವರಿಗೆ ತಮಾಷೆ ಮಾಡುತ್ತಿದ್ದರು.

ಕ್ಯಾಮರಾದೋನು ಫೋಟೋ ತೆಗೆಯುತ್ತಿದ್ದಾನೆ... ಈಗಲಾದರೂ ಸ್ವಲ್ಪ ನಗಬಾರದೆ?

ಕ್ಯಾಮರಕ್ಕೆ ಯಾವಾಗಲೂ ನಗದ ಇಬ್ಬರು ವ್ಯಕ್ತಿಗಳು ನನಗೆ ಆಪ್ತರು. ಒಬ್ಬರು ನನ್ನ ಮೇಷ್ಟ್ರು ಜಿಎಸ್ಸೆಸ್; ಇನ್ನೊಬ್ಬರು ಗೆಳೆಯ ಬಿಆರ್‌ಎಲ್!

ವಿದ್ಯಾರ್ಥಿ ಭವನದಲ್ಲಿ ದೋಸೆ ಮುಗಿಸಿದ್ದಾಯಿತು! ಜೊತೆಗೆ ಹಿರಿಯರಾದ ಜಿಎಸೆಸ್ ಇದ್ದರಲ್ಲ. ಸಾಹಿತ್ಯ ಪ್ರಿಯರಾದ ಹೋಟೆಲ್ಲಿನ ಯಜಮಾನರಿಂದ ನಮಗೆ ರಾಜೋಪಚಾರ!

ತಿಂಡಿ ಮುಗಿದ ಮೇಲೆ ಬಿಲ್ಲು ಬಂತು. ನಾನು ತೆಗೆದುಕೊಳ್ಳುವ ಹುಸಿಯತ್ನ ಮಾಡಿದೆ.

ಹಿರಿಯರು ಇರುವಾಗ ಚಿಕ್ಕವರು ಬಿಲ್ಲೆತ್ತುವುದು ಶ್ರೇಯಸ್ಕರವಲ್ಲ ಎಂದು ಜಿಎಸೆಸ್ ರೇಗಿದರು!

ಎಂದೂ ಅವರು ನಾನು ಹೋಟೆಲ್ಲಲ್ಲಿ ಬಿಲ್ಲೆತ್ತುವುದಕ್ಕೆ ಬಿಡಲಿಲ್ಲ! ಕೊನೆವರೆಗೂ ತಮ್ಮ ಬಿಲ್ಲೋಜತ್ವವನ್ನು ಮುಕ್ಕಾಗದಂತೆ ಉಳಿಸಿಕೊಂಡರು!

ಹಸಿರುಗದ್ದೆಗೆ ಹಾಯುವ ಕೈಗಾಲುವೆಯ ಕಾವ್ಯ

ಚಿತ್ರ: ಎ.ಎನ್.ಮುಕುಂದ್

ನಲ್ನುಡಿ, ಮೆಲುನಡೆ,

ತಿಳಿನಗೆ ಒಟ್ಟಿಗೇ ಕಾಣುವ ತ್ರಿವೇಣಿಸಂಗಮಸ್ಥಾನ ಯಾವುದೆಂದರೆ ಯಾರೂ ಥಟ್ಟನೆ ಚೆನ್ನವೀರ ಕಣವಿ ಎಂದಾರು. ನಸು ಬಾಗಿದ ನೀಳಕಾಯದ ಕಣವಿಯವರು ಕವಿಯಾಗಿ, ವ್ಯಕ್ತಿಯಾಗಿ ನನಗೆ ತುಂಬ ಪ್ರಿಯರಾದ ಹಿರಿಯ ಮನುಷ್ಯರು. ಕಣವಿ ತಮ್ಮ ತಾಳ್ಮೆ ಕಳೆದುಕೊಂಡದ್ದನ್ನು, ಯಾರ ಬಗ್ಗೆಯಾದರೂ ಕಟುವಾಗಿ ನುಡಿದಿದ್ದನ್ನು ನಾನಂತೂ ಈವರೆಗೆ ಕಂಡಿಲ್ಲ. ಕೋಪತಾಪ ಅವರಿಗೂ ಇದ್ದಾವು. ಅದನ್ನು ಸಾರ್ವಜನಿಕವಾಗಿ ತೋರುಗೊಡದ ಅಗ್ನಿವ್ರತ ಅವರದ್ದು. ಅರಳು ಸಂಡಿಗೆಯನ್ನು ಮರಳುವ ಎಣ್ಣೆಗೆ ಹಾಕಿದರೂ ಅದು ನಿರ್ಮಲವಾಗಿ ನಗುವುದು. ಪಾಡು ನನಗಿರಲಿ; ಹಾಡು ನಿಮಗಿರಲಿ ಎನ್ನುವ ಬೇಂದ್ರೆಯ ತತ್ವ ಹೀಗೆ ಕಣವಿಯವರಲ್ಲಿ ಮೂರ್ತಗೊಂಡಿದೆ.

ಮೂವತ್ತು ವರ್ಷಗಳ ಹಿಂದೆ ಬನಶಂಕರಿಯಲ್ಲಿ ಸಂಭವಿಸಿದ ಒಂದು ಶುಭ್ರ ಮುಂಜಾನೆಯನ್ನು ನಾನು ಯಾವತ್ತೂ ಮರೆಯಲಾರೆ. ಕಣವಿ ದಂಪತಿಗಳು ಆವತ್ತು ಜಿಎಸ್ಸೆಸ್ ಮನೆಗೆ ಬಂದಿದ್ದಾರೆ. ನಾನು ಆಗ ಜಿಎಸ್ಸೆಸ್ ಮನೆಯ ಎದುರಲ್ಲೇ ಒಂದು ಬಾಡಿಗೆ ಮನೆಯಲ್ಲಿ ಇದ್ದೆ! ಅಂಗಳದಲ್ಲಿ ಪಾರಿವಾಳ ಸಾಕಣೆಯ ಪ್ರಯೋಗ ಮಾಡುತ್ತಿದ್ದ ನನ್ನ ಕೊನೆಯ ಹುಡುಗ ಓಡಿ ಬಂದು ಯಾರೋ ದೊಡ್ಡೋರು ಬಂದಿದ್ದಾರೆ ಎಂದು ಕೈಹಿಡಿದು ಜಗ್ಗಿದ. ಯಾರಿರಬಹುದು ಎಂದು ನಾನು ಬಾಗಿಲ ಸಮೀಪ ಬಂದರೆ ಆಗಾಗ ಆಕಾಶ ಮಾರ್ಗದಲ್ಲಿ ಸರ್ಕೀಟು ಮಾಡುವ ಶಿವಪಾರ್ವತಿಯರ ಹಾಗೆ ಕಣವಿ ದಂಪತಿಗಳು ನಿಂತಿದ್ದಾರೆ. ಸರ್! ಏನಾಶ್ಚರ್ಯ! ಬನ್ನಿ ಬನ್ನಿ–ಎಂದೆ ನಾನು ಅವರಿಗೆ ನಮಸ್ಕರಿಸುತ್ತ.

ಶಾಂತಾದೇವಿ ಮತ್ತು ಚೆನ್ನವೀರ ಕಣವಿ ನಮ್ಮ ಮನೆಯ ಒಳಗೆ ಬಂದರು. ರಂಗವನ್ನೂ ಅಂತರಂಗವನ್ನೂ ನೀಲಾಂಜನೆ ಪ್ರವೇಶಿಸಿದಳು ಎಂದು ಆದಿಪುರಾಣದಲ್ಲಿ ಪಂಪ ಬಣ್ಣಿಸುತ್ತಾನೆ. ಆ ಪಂಕ್ತಿ ನೆನಪಾಯಿತು ನನಗೆ. ಮಗನ ಮನೆಗೆ ಬಂದಿದ್ದೆವು. ಜಿಎಸ್ಸೆಸ್ ಭೆಟ್ಟಿ ಮಾಡೋಣು ಅಂತ ಬಂದೆವು. ನಿಮ್ಮ ಮನೆ

ಎದುರಲ್ಲೇ ಇದೆ ಅಂದರು ಜಿಎಸ್ಸೆಸ್. ಹಾಗಾದರೆ ಎಚ್ಚೆಸ್ವಿಯನ್ನು ನೋಡಿಕೊಂಡು ಬರುತ್ತೇವೆ ಅಂತ ನಿಮ್ಮ ಮನೆಗೆ ಬಂದ್ವಿ ಎಂದರು ಕಣವಿ ಮುಖದಲ್ಲಿ ಸಹಜವಾದ ನಿಷ್ಕಪಟ ನಗೆ ಅರಳಿಸಿ. ನೀವು ಹೇಳಿ ಕಳಿಸಿದ್ದರೆ ನಾನೇ ಜೀಎಸ್ಸೆಸ್ ಮನೆಗೆ ಬರುತ್ತಾ ಇದ್ದೆ!– ಎಂದೆ. ನಿಜ. ನೀವೇ ಬರುತ್ತಾ ಇದ್ದಿರಿ. ಒಬ್ಬರೇ ಬರುತ್ತಾ ಇದ್ದಿರಿ! ನಿಮ್ಮ ಮನೆಯವರು ಮಕ್ಕಳನ್ನು ನಾವು ನೋಡಬೇಕಾಗಿತ್ತಲ್ಲ? ಅದಕ್ಕೇ ನಾವೇ ಬಂದದ್ದು ಎಂದರು ಕಣವಿ.

ಕಣವಿ ನನ್ನೊಡನೆ ಮಾತಾಡುವುದಕ್ಕಿಂತ ಹೆಚ್ಚಾಗಿ ನನ್ನ ಹೆಂಡತಿ, ಮತ್ತು ಅಜ್ಜಿಯರ ಜತೆ ಲೋಕಾಭಿರಾಮವಾಗಿ ಬಹು ಹೊತ್ತು ಮಾತಾಡಿದರು. ಮಕ್ಕಳನ್ನು ಕರೆದು ಅವರು ಏನು ಓದುತ್ತಿರುವರು, ಯಾವ ಕ್ಲಾಸಲ್ಲಿರುವರು ಎಲ್ಲ ವಿವರ ಕೇಳಿಕೊಂಡರು. ನನಗೆ ಸಮಾಧಾನ! ಈ ಹುಡುಗ ಯಾವ ಕ್ಲಾಸಲ್ಲಿದ್ದಾನೆ ಎಂದು ಅವರು ನನ್ನನ್ನೇ ಕೇಳಿದ್ದರೆ ನಾನು ಸಹಾಯಕ್ಕಾಗಿ ಹೆಂಡತಿಯ ಮುಖ ನೋಡುತ್ತಾ ಇದ್ದೆ! ಯಾವ ಮಗು ಯಾವ ಇಯತ್ತೆಯಲ್ಲಿ ಎನ್ನುವುದು ನನಗೆ ಕೊನೆಯ ವರೆಗೂ ಗೊಂದಲವೇ. ಶಾಂತಾದೇವಿ ಒಳಗೆ ಹೋಗಿ ಚಾ ತಯಾರಿಸುತ್ತಿದ್ದ ನನ್ನ ಪತ್ನಿಯೊಂದಿಗೆ ಮಾತಾಡಿಕೊಂಡು ಬಂದರು. ಚಾ ಮುಗಿದ ಮೇಲೆ ನಾನು ಅವರೊಂದಿಗೆ ಜಿಎಸ್ಸೆಸ್ ಮನೆಗೆ ಹೋದೆ. ಆವತ್ತಿನ ಬೆಳಗಿನ ಉಪಹಾರ ನನಗೆ ಜೀಎಸ್ಸೆಸ್ ಮನೆಯಲ್ಲಿ ಆಯಿತು ಎನ್ನುವದನ್ನು ಬಾಯಿಬಿಟ್ಟು ಉಲ್ಲೇಖಿಸುವ ಅಗತ್ಯವಿಲ್ಲ.

ಕಣವಿಯವರನ್ನ ನಾನು ಭೆಟ್ಟಿ ಮಾಡಿ ಅವರೊಂದಿಗೆ ರಸ ನಿಮಿಷಗಳನ್ನು ಕಳೆದದ್ದೆಲ್ಲಾ ಮುಂಜಾನೆ ಅಥವಾ ಸಂಜೆಗಳಲ್ಲೆ. ಧಾರವಾಡಕ್ಕೆ ಹೋದಾಗ ನಾನು ಮುಂಜಾನೆಯೇ ಅವರನ್ನು ಭೆಟ್ಟಿ ಆಗುವುದು. ಮುಂಜಾನೆ ಮತ್ತು ಸಂಜೆ ಎರಡೂ ಚೆಂಬೆಳಕಿನ ಮುಹೂರ್ತಗಳು. ಮುಂಜಾನೆ ಹೋದಾಗ ಬೆಳಗಿನ ತಿರುಗಾಟಕ್ಕೆ ಹೋಗಿದ್ದಾರ್ರಿ... ಇನ್ನೇನು ಬರ್ತಾರೆ ಕೂಡ್ರಿ ಎನ್ನುವರು ಅವರ ಮನೆಯವರು. ಅಥವಾ ಕಣವಿ ತಮ್ಮ ಕೈದೋಟದಲ್ಲಿ ತಾವು ಅಕ್ಕರೆಯಿಂದ ಬೆಳೆಸುತ್ತಿರುವ ಮರಗಿಡಬಳ್ಳಿಗಳೊಂದಿಗೆ ಕಿರುರೈತನ ನೆಲೆಯಲ್ಲಿ ಇರುವರು. (ಅವರ ಕಾವ್ಯದಲ್ಲಿ ಒಕ್ಕಲುಗಾರಿಕೆಯ ಅದೆಷ್ಟು ಪ್ರತಿಮೆಗಳು!). ಇಲ್ಲಾ ತಮ್ಮ ಪ್ರೀತಿಯ ನಾಯಿಯೊಂದಿಗೆ ಸರಸ ಸಂಭಾಷಣೆಯಲ್ಲಿ ತೊಡಗಿರುವರು. ಓ! ಎಚ್ಚೆಸ್ವಿ... ಬರ್ರಿಬರ್ರಿ ಎಂದು ಮೆಲುನಗೆಯೊಂದಿಗೆ ನಮ್ಮನ್ನು ಸ್ವಾಗತಿಸುವರು. ನನ್ನ ಜೊತೆಯಲ್ಲಿ ಸಾಮಾನ್ಯವಾಗಿ ರಾಘವೇಂದ್ರ ಪಾಟೀಲರೋ, ಮಲ್ಲಿಕಾರ್ಜುನ ಹಿರೇಮಠರೋ ಇರುವರು. ಮನೆಯೊಳಗೆ ಹೋದಮೇಲೆ ಶಾಂತಾದೇವಿ ಬಂದು, ಚಲೋ ಇದ್ದೀರಿ ಎಂದು ಕುಶಲ ಕೇಳಿ ನಮಗೆ ಆತಿಥ್ಯ ಸಿದ್ಧಪಡಿಸಲಿಕ್ಕೆ ಒಳಗೆ ಹೋಗುವರು.

ಮುಂಜಾವು ಅಥವಾ ಮುಸ್ಸಂಜೆ ಕಣವಿಯವರಿಗೆ ಹೇಳಿ ಮಾಡಿಸಿದ ಕಾಲ. ಅವರ ಮುಖದ ಪ್ರಶಾಂತಿ ದ್ವಿಗುಣಗೊಳ್ಳುವುದು ಈ ಚೆಂಬೆಳಕಿನ ರನ್ನಗನ್ನಡಿಯಲ್ಲಿ. ನಾನು ನನ್ನ ಹೊಸಪುಸ್ತಕ ಅವರಿಗೆ ನೀಡುವೆ. ಅವರು ಮುಯ್ಯಿ ತೀರಿಸುವವರಂತೆ ತಮ್ಮ ಹೊಸ ಕವಿತಾ ಸಂಗ್ರಹ ಕೊಡುವರು. ಅವರೇ ಮುದ್ದಾದ ಅಕ್ಷರಗಳಲ್ಲಿ ಪುಸ್ತಕದಲ್ಲಿ ಬರೆದು ಕೊಡುವ ಅವರ ಕಾಳಜಿ ನೋಡಿ ಖುಷಿಪಡಬೇಕಾದದ್ದು. ಕಣವಿ ಬರೆದಿರುವ ನೂರಾರು ಪತ್ರಗಳು ನನ್ನ ಬಳಿ ಇವೆ. ಆ ಪತ್ರಗಳಲ್ಲಿ ಒಂದಾದರೂ ಕಾಟು ಚಿತ್ತು ಕಾಣದು. ಪದವಿಟ್ಟಳುಪದಗ್ಗಳಿಕೆ ಅವರದ್ದು! ತಿದ್ದುಪಡಿಯಿಲ್ಲದ ಶುದ್ಧ ಪ್ರತಿ ಕಣವಿ. ಇಲ್ಲೇ ಊಟಮಾಡಿ ಎಂದು ಕಣವಿ ಹೇಳಿಯೇ ಹೇಳುವರು. ಹಾಗೆ ಕಣವಿಯವರ ಮನೆಯಲ್ಲಿ ಅದೆಷ್ಟೋ ಬಾರಿ ಉಂಡಿದ್ದಾಗಿದೆ. ಒಮ್ಮೆ ಜಿಎಸ್ಸೆಸ್, ಕಾಪಸೆಯವರ ಜೊತೆಗೆ ನನಗೆ ಕಣವಿಯವರ ಮನೆಯಲ್ಲಿ ಹೋಳಿಗೆ ಊಟ. ಪ್ರಾಯಃ ಜಿಎಸ್ಸೆಸ್ ಅವರಿಗೆ ಹೋಳಿಗೆ ಸೀಕರಣೆ ಪ್ರಿಯ ಎಂಬುದು ಕಾರಣವಿರಬಹುದು. ಹೋಳಿಗೆ ನನಗೂ ಪ್ರಿಯವೇ. ಜೊತೆಗೆ ಧಾರವಾಡದ ಆಪೋಸು ಹಣ್ಣಿನ ರಸವತ್ತಾದ ಸೀಕರಣೆ. ನಮ್ಮೂರಲ್ಲಿ ಮಾವಿಗೆ ಈ ರುಚಿ ಇಲ್ಲ ಬಿಡಿ ಎನ್ನುತ್ತೇನೆ ನಾನು.

ಪಂಪನಿಂದ ಹಿಡಿದು ಕಣವಿಯವರವರೆಗೆ ನಮ್ಮ ಅನೇಕ ಕವಿಗಳಿಗೆ ಮಾವಿನ ಮರ ಎಂದರೆ ಅದೇನು ಇಷ್ಟವೋ! ಪಂಪನಂತೂ ತನ್ನ ಕಂದ ಪದ್ಯವನ್ನು ಮಾವಿನ ಮರಕ್ಕೇ (ಮಾಕಂದ) ಹೋಲಿಸಿಕೊಂಡಿದ್ದಾನೆ. ಧಾರವಾಡವಂತೂ ಮಾವಿನ ಮರಗಳಿಗೆ ಪ್ರಸಿದ್ಧ. ಆಧುನಿಕ ನಾಗರಿಕತೆ ಕೂಡ ಧಾರವಾಡದಲ್ಲಿ ಮಾವಿನ ಮರಗಳನ್ನು ಸಂಪೂರ್ಣವಾಗಿ ವಾತಾಪಿ ಮಾಡಿಕೊಂಡಿಲ್ಲ. ನೀವು ತರುಣರು. ಇನ್ನೂ ಒಂದು ಹೋಳಿಗೆ ನೀಡಿಸಿಕೊಳ್ಳಿ ಎನ್ನುವರು ಕಣವಿ. ಅದು ಬಹಳ ಹಿಂದಿನ ಮಾತು. ಈ ಕಾಲ ಎಂಬ ಪ್ರಾಣಿ ಕೈಗೆ ಸಿಕ್ಕರೆ ಹಿಡಿದು ಥಳಿಸಬೇಕು ಎಂದು ಕಣವಿ ಅವರಿಗೆ ಅನ್ನಿಸಿದಂತೆ ನನಗೂ ಈಗ ಅನ್ನಿಸುತ್ತಾ ಇದೆ! ನಾನು ಹೊಟ್ಟೆಪಾಡಿಗಾಗಿ ಶುಗರ್ ಫ್ಯಾಕ್ಟರಿ ಪ್ರಾರಂಭಿಸಿದ ಮೇಲಂತೂ ಹೋಳಿಗೆ ಹಿತಶತ್ರುವೇ ಆಗಿಬಿಟ್ಟಿದೆ.

ಕಣವಿಯವರನ್ನು ನಾನು ಬಹುಪಾಲು ಸಂಜೆ ಮುಂಜಾನೆಗಳಲ್ಲೆ ನೋಡಿದ್ದು ಎಂದು ಹೇಳಿದೆನಲ್ಲ. ಅದಕ್ಕೆ ಒಂದು ಅಪವಾದವಿದೆ. ಒಂದು ರಾತ್ರಿ ಮಾತ್ರ ನಾವು ಬಹಳ ಕಾಲ ಒಟ್ಟಿಗೇ ಇದ್ದೆವು ಎಂದರೆ ನಿಮಗೆ ಆಶ್ಚರ್ಯವಾಗಬಹುದು. ಕಣವಿ ಅವರೊಂದಿಗೆ ತಡರಾತ್ರಿಯ ಸರಸ ಗೋಷ್ಠಿಯೇ?! ಹೌದು. ಅದು ಆದದ್ದು ಪುತಿನ ಅವರ ಮೇಲುಕೋಟೆಯಲ್ಲಿ! ಕೇವಲ ತೀರ್ಥ ಪ್ರಸಾದ ಪೊಂಗಲ್ಲುಗಳಿಗೇ ವಿಶ್ವಖ್ಯಾತವಾಗಿರುವ ತಿರುನಾರಾಯಣನ ಸನ್ನಿಧಿಯಲ್ಲಿ. ಆ ರಾತ್ರಿ ಜಿಎಸ್ಸೆಸ್, ಕಣವಿ, ಹಿರಿಯ ಮಿತ್ರ ಅಚ್ಚುತ ಖಾದ್ರಿ, ಕಲಾವಿದ ಕಮಲಾನಾಥ್ ಮತ್ತು ನಾನು ಮೇಲುಕೋಟೆಯ ಪುತಿನ ಸ್ವಗೃಹದ ಅಲಂಕರಣದಲ್ಲಿ ತೊಡಗಿದ್ದೆವು. ಬೆಳಗಾದರೆ

ಪುತಿನ ಸ್ವಗೃಹದ ಸಾಂಸ್ಕೃತಿಕ ನೆನಪಿನ ಲೋಕಾರ್ಪಣೆ. ಯಾವ ಫೋಟೊ ಎಲ್ಲಿ ಹಾಕಬೇಕು... ಯಾವ ಉಕ್ತಿ ಯಾವ ತೊಲೆಯ ಮೇಲೆ ಬರಬೇಕು... ಇತ್ಯಾದಿ ಗಹನ ಜಿಜ್ಞಾಸೆ ನಮ್ಮ ನಡುವೆ ನಡೆಯುತ್ತಾ ಇದೆ. ಜಿಎಸ್ಸೆಸ್ ಕಣವಿ ನಮಗೆ ದಿಗ್ದರ್ಶಕರು! ಪತ್ನಿಯ ಬಗ್ಗೆ ಬರೆದ ಮಾತಿದೆಯಲ್ಲ ಅದು ಅಡುಗೆಮನೆ ಬಾಗಿಲವಾಡದ ಮೇಲೆ ಬರಬೇಕು ಮತ್ತ!– ಎನ್ನುತ್ತಾ ಕಣವಿಯವರು ಸ್ಥಳನಿರ್ದೇಶನ ಮಾಡುತ್ತಿರುವರು. ಒಳಮನೆಯಲ್ಲಿ ಪುತಿನ ಅವರ ಗುರುಗಳ ಹಿರಿಯರ ಫೋಟೋಗಳು. ಮುಂದಿನ ಹಜಾರದಲ್ಲಿ ಅವರ ತಾಯಿ ತಂದೆಯ ಪಟ. ಎದುರು ಗೋಡೆಯ ಬಳಿ ಅವರ ಪಂಪ ಪ್ರಶಸ್ತಿ ಸ್ಮರಣಿಕೆ. ಕೇಂದ್ರ ಸಾಹಿತ್ಯ ಅಕಾಡೆಮಿ ಸ್ಮರಣಿಕೆ. ಪರಿಷತ್ತಿನ ಸಮ್ಮೇಳನದ ಅಧ್ಯಕ್ಷರಾಗಿದ್ದಾಗ ಅವರಿಗೆ ನೀಡಿದ ಬೃಹದ್ಗಾತ್ರದ ಗಜಲಕ್ಷ್ಮಿಯ ರಜತ ಸ್ಮರಣಿಕೆ. ಬೆಂಗಳೂರಲ್ಲಿ ಪುತಿನ ಇದ್ದಾಗ ಪ್ರತಿನಿತ್ಯವೂ ಆ ಸ್ಮರಣಿಕೆಗೆ ಅರಿಸಿನ ಕುಂಕುಮ ಹಚ್ಚಿ ಆರತಿ ಬೆಳಗುತ್ತಿದ್ದುದನ್ನು ನಾನು ನೋಡಿದ್ದೆ. ಮಧ್ಯರಾತ್ರಿ ಆದರೂ ನಮ್ಮ ಕೈಂಕರ್ಯ ಮುಗಿದಿಲ್ಲ. ಕಣವಿಯವರೇ ನೀವು ಹೋಗಿ ಮಲಗಿ ಎನ್ನುತ್ತಾರೆ ಜಿಎಸ್ಸೆಸ್. ಎಲ್ಲಾ ಮುಗಿಸಿಕೊಂಡು ಒಟ್ಟಿಗೇ ಹೋಗೋಣು ಎನ್ನುತ್ತಾರೆ ಕಣವಿ. ಅವರ ಮುಖದಲ್ಲಿ ಆಯಾಸದ ಗುರುತಿಲ್ಲ. ನಿದ್ದೆಯ ಮಬ್ಬಿಲ್ಲ. ನಗುನಗುತ್ತಾ ನಮ್ಮೊಂದಿಗೆ ಅವರೂ ಇರುಳ ಜಾಗರಣೆ ಮಾಡುತ್ತಾ ಕೂತಿದ್ದಾರೆ!

ಮರುದಿನ ಸಂಜೆ ನಮಗೆಲ್ಲಾ ಪೀಟೀಕೆ (ಪಿ ಟಿ ಕೃಷ್ಣಮಾಚಾರ್) ಅವರ ದಿವ್ಯವಾದ ಆತಿಥ್ಯ. ಪುತಿನ ಅವರಿಗೆ ತುಂಬ ಪ್ರಿಯವಾದ ತೊಟ್ಟಿಲು ಮಡು ಎಂಬ ಮೇಲುಕೋಟೆಯ ಅಂಚಿಗಿರುವ ವಿಹಾರ ಸ್ಥಳದಲ್ಲಿ. ಪಿಟಿಕೆ ಅವರದ್ದು ಆತಿಥ್ಯದ ಹೊಣೆ. ಪಿ ಟಿ ಕೃಷ್ಣಮಾಚಾರ್ ಪುತಿನ ಅವರ ಕಿರಿಯ ಸೋದರ. ಅವರೇ ತಮ್ಮ ಕೈಯಾರ ಮೇಲುಕೋಟೆಯ ಸಕ್ಕರೆಪೊಂಗಲ್ಲು, ಪುಳಿಯೋಗರೆ ಮುಂತಾದ ಖಾಯಷ್ ರುಚಿಗಳನ್ನು ತಯಾರಿಸಿದ್ದಾರೆ. ಮತ್ತೆ ಸಂಜೆಯ ಚೆಂಬೆಳಕು. ಬಂಡೆಯ ನಡುವೆ ಜುಳು ಜುಳು ಹರಿಯುವ ಕಿರುಝುರಿ. ಅವತ್ತು ನಾವು ತಿಂದ ಸಕ್ಕರೆಪೊಂಗಲ್ಲನ್ನು ನಾನು ಜನ್ಮೇಪಿ ಮರೆಯಲಾರೆ. ತುಪ್ಪ ಗಮ್ಮಂತ ಪೊಂಗಲ್ಲಿನ ಮೇಲೆ ತೇಲುತ್ತಾ ಇದೆ! ಇದು ಇಲ್ಲಿನ ವಿಶೇಷ... ಹೊಟ್ಟೆ ತುಂಬ ತಿನ್ನಿ ಸ್ವಾಮಿ ಎಂದು ಪೀಟೀಕೆ ಅನುನಾಸಿಕದಲ್ಲಿ ಹಕ್ಕೊತ್ತಿನ ಉಪಚಾರ ಮಾಡುತ್ತಾ ಇದ್ದಾರೆ! ಪೊಂಗಲ್ಲನ್ನು ಚಪ್ಪರಿಸುತ್ತಾ ಜಿಎಸ್ಸೆಸ್ ಉದ್ಗರಿಸುತ್ತಾರೆ: ಆಹಾ! ಇದು ಸ್ವೀಟಿನ ಪರಮಾವಧಿ!. ಕಣವಿ ನಗುತ್ತಾರೆ. ಅಯ್ಯಂಗಾರರ ಮುಖದ ದಿವ್ಯ ತೇಜಸ್ಸಿಗೆ ಏನು ಕಾರಣ ಎಂಬುದು ಈವತ್ತು ನನಗೆ ಹೊಳೆಯಿತು! ಹೀಗೆ ತುಪ್ಪ ತೇಲುವ ಸಕ್ಕರೆಪೊಂಗಲ್ಲು ನಿತ್ಯವೂ ಸೇವಿಸುತ್ತಾ ಇದ್ದರೆ ಮುಖದ ತೇಜಸ್ಸು ಹೆಚ್ಚುವುದರಲ್ಲಿ ಸಂದೇಹವೇ ಇಲ್ಲ!

ಕಣವಿಯವರ ಬಗ್ಗೆ ನನಗೆ ಎಷ್ಟು ಗೌರವವೋ ಅದರ ಎರಡು ಪಟ್ಟು ಪ್ರೀತಿ ನನ್ನ ಮೇಲೆ ಕಣವಿ ಅವರಿಗೆ. ಕನ್ನಡ ಸಾಂಸ್ಕೃತಿಕ ಲೋಕದ ಮಾಧುರ್ಯ

ಹೆಚ್ಚಿಸಿದ ಕವಿ! ಕನ್ನಡ ಮಕ್ಕಳ ಸಾಹಿತ್ಯದ ದಿಗಂತಕ್ಕೆ ಹೊಸ ಹಕ್ಕಿ ಸಾಲು ಹಾರಿಸಿದ ಕವಿ! ಸಾನೆಟ್ಟಿನ ಭಾರ ಕಮ್ಮಿ ಮಾಡಿ ಅವಕ್ಕೆ ಹಗುರಾದ ರೆಕ್ಕೆ ಹಚ್ಚಿದ ಕವಿ!– ಹೀಗೆ ಅದೆಷ್ಟೋ ಸಿಹಿಯಾದ ಮಾತುಗಳನ್ನು ಕಣವಿ ನನ್ನ ಬಗ್ಗೆ ಆಡಿದ್ದಾರೆ; ಆಡಿದ್ದು ಸಾಲದು ಎನ್ನುವಂತೆ ಬರೆದಿದ್ದಾರೆ! ನನ್ನ ಸಾನೆಟ್ ಸಂಗ್ರಹಕ್ಕೆ ಬ್ಲರ್ಬ್ ಬರೆದು ಕೊಡಿ ಎಂದು ನಾನು ಪ್ರಾರ್ಥಿಸಿದರೆ ನನ್ನ ಕಾವ್ಯದ ಬಗ್ಗೆ ಸೊಗಸಾದ ಸಾನೆಟ್ಟನ್ನೇ ಬರೆದುಕೊಟ್ಟಿದ್ದಾರೆ. ಸಿಹಿ ನನ್ನ ಆರೋಗ್ಯಕ್ಕೆ ಆಘಾತಕಾರಿ ಸರ್! ಎಂದು ನಾನು ಕಸಿವಿಸಿಪಟ್ಟರೆ ಊಟದ ಸಿಹಿ ಬಿಡಿ; ಕವಿತೆಯ ಸಿಹಿ ಉಳಿಸಿಕೊಳ್ಳಿ ಎನ್ನುತ್ತಾರೆ ಕಣವಿ!

ಕಣವಿಯವರ ಆರೋಗ್ಯ ಸೂಕ್ಷ್ಮ. ಅವರ ಕವಿತೆಗಳಂತೆಯೇ. ಸೂಕ್ಷ್ಮ ಹೌದು; ಆದರೆ ದುರ್ಬಲವಲ್ಲ. ಅವರ ಕವಿತೆಯಲ್ಲಿ ಕಾಣುವ ಮುಖ್ಯ ಜೀವ ಲಕ್ಷಣಗಳು: ಹೃದಯವಂತಿಕೆ, ನಿಸರ್ಗ ಪ್ರೀತಿ, ಆಧ್ಯಾತ್ಮಿಕ ಅನುಭಾವದ ಸೆಳವು, ನವುರುತನ, ಸೂಕ್ಷ್ಮ ಕುಸುರಿಗೆಲಸ, ಆಭರಣದಲ್ಲಿ ಹರಳು ಕೂಡಿಸುವ ಚಿನ್ನಗಾರನ ಕಸಬುಗಾರಿಕೆ! ಸಮಾಜಮುಖತೆ! ಭ್ರಷ್ಟರ ಬಗ್ಗೆ ನಿಷ್ಠುರವಾದ ವ್ಯಂಗ್ಯ, ಮುಖಾಮಾರೆ ನೋಡದ ಕಟು ಟೀಕೆ... ತಮ್ಮ ಮಾತಿನ ಹೆಚ್ಚಳಿಕೆಯನ್ನು ಕಳೆದುಕೊಳ್ಳಬೇಕೆಂದೇ ಅವರು ಸಾನೆಟ್ಟಿನ ದೀಕ್ಷೆ ತೆಗೆದುಕೊಂಡರೋ ಏನೋ! ಸಾನೆಟ್ಟೆಂದರೆ ಮಾತಿನ ಸಂಯಮ, ಮಾತಿನ ಸಾಣೆ, ಚಿತ್ರಾವಳಿಯ ಸುಂದರ ಕೆತ್ತನೆ, ಲಯದ ಹಗುರಾದ ಲಾಸ್ಯ! ಕಣವಿಯವರ ಸಾನೆಟ್ಟಲ್ಲಿ ಅವನ್ನು ಯಥೇಚ್ಛ ಕಾಣಬಹುದು. ಬೇಂದ್ರೆಯ ನಂತರ ಸಾನೆಟ್ಟಲ್ಲಿ ಮಹತ್ವದ ಸಾಧನೆ ಮಾಡಿದವರು ಕಣವಿ. ಕೀರ್ತಿ, ಆಮೂರ, ಜಿಎಸ್ಸೆಸ್, ಶಾಂತಿನಾಥ ದೇಸಾಯಿ, ರಾಜೇಂದ್ರ ಚೆನ್ನಿ – ಕಣವಿಯವರ ಸಾನೆಟ್ಟುಗಳ ಬಗ್ಗೆ ಮುಕ್ತಕಂಠದಿಂದ ಪ್ರಶಂಸಿಸಿ ಬರೆದಿರುವುದು ನನಗೀಗ ನೆನಪಾಗುತ್ತಾ ಉಂಟು. ಸಾನೆಟ್ಟುಗಳಲ್ಲಿ ಅವರ ಭಾಷೆ ಎಷ್ಟು ಅಡಕ! ಅಲ್ಲಿ ಅದೆಂಥ ಚೇತೋಹಾರಿ ಚಿತ್ರಗಳು! ಎಲ್ಲಕ್ಕಿಂತ ಮುಖ್ಯವಾಗಿ ಅದೆಂಥ ಹೃದಯವಂತಿಕೆ ಅವರು ಕೊಡುವ ವ್ಯಕ್ತಿ ಚಿತ್ರಗಳಲ್ಲಿ.

ಕಣವಿಯವರ ಅನೇಕ ಹರಳುಗಟ್ಟಿದ ಸಾಲು ನನ್ನ ನಾಲಗೆಯ ಮೇಲೇ ಇವೆ! ಬದಲಾವಣೆಯೆ ಬಾಳಿನೊಗ್ಗರಣೆ! ಹೂವು ಹೊರಳುವುವು ಸೂರ್ಯನ ಕಡೆಗೆ ನಮ್ಮ ನೋಟ ಆ ಚಂದ್ರನವರೆಗೆ! ಹೆಸರಾಯಿತು ಕರ್ನಾಟಕ ಉಸಿರಾಗಲಿ ಕನ್ನಡ! ದಾಂಪತ್ಯವನ್ನು ಕುರಿತು, ಮಕ್ಕಳನ್ನು ಕುರಿತು, ನಿಸರ್ಗವನ್ನು ಕುರಿತು, ಅಷ್ಟೇಕೆ ಪ್ರಾಣಿಪಕ್ಷಿಗಳನ್ನು ಕುರಿತು ಕಣವಿಯವರು ಬರೆದಿರುವ ಕವಿತೆಗಳನ್ನು ನೋಡಿದರೆ ಅವರು ಹೇಗೆ ನವ್ಯದ ಉಬ್ಬರದ ಕಾಲದಲ್ಲೂ ತಮ್ಮದೇ ಕಾಲುದಾರಿಯನ್ನು ಕಾಲಾರ (ಕೈಯಾರ ಎಂಬಂತೆ) ನಿರ್ಮಿಸಿಕೊಂಡು ಊರೆಗೋಲಾಸರೆಯಿಲ್ಲದೆ ದೃಢವಾದ ಹೆಜ್ಜೆಗಳೂರುತ್ತಾ ತಮ್ಮ ತಡೆಯಿಲ್ಲದ ನಡೆ ನಡೆಸಿದರು ಎನ್ನುವುದು ಯಾರಿಗೂ ಗೊತ್ತಾಗುತ್ತದೆ. ಅವರ ತತ್ತ್ವ ಇಷ್ಟೇ:

"ರೂಢಿಯಾಗಿದೆ ಒಬ್ಬೊಬ್ಬರಿಗೂ ಒಂದೊಂದು ಬಗೆಯ ನಡಿಗೆ
ಮುಖ್ಯ ಬೇಕಾದದ್ದು ಜೀವಂತಗತಿ, ಹೊಸ ನೆತ್ತರಿನ ಕೊಡುಗೆ."

ಅಂತರಂಗದ "ಗತಿಗೆ" ಹೊರಜಗತ್ತಿನ "ಸಂಗತಿಗಳು" ಅಪ್ರಯತ್ನಕವೆಂಬಷ್ಟು ಸಹಜವಾಗಿ ಪ್ರತೀಕಗಳಾಗುವ ಬಗೆಯೇ ಕಣವಿಯವರ ಕಾವ್ಯದ ಮಹತ್ವ. ಮಳಲು ಹಾಡುತ್ತದೆ ಎಂಬ ಅವರ ಕವಿತೆಯನ್ನು ಉದಾಹರಣೆಯಾಗಿ ನೋಡಬಹುದು:

ರಶಿಯದ ಕಾರಾಕುಮ್ ಮರುಭೂಮಿಯಲ್ಲಿ
ಮಳಲು ಹಾಡುತ್ತದೆ–
ಹಾಗೆಂದು ಮೊನ್ನೆ ಪತ್ರಿಕೆಯಲ್ಲಿ ಸುದ್ದಿ.
ಬಿರುಗಾಳಿ ಬೀಸಿದೊಡನೆ
ಉಸುಕಿನ ತರಂಗಗಳ ತಂತಿ ಮೀಟುತ್ತಾ
ಹಾಡಿದಂತೆ, ಗರ್ಜಿಸಿದಂತೆ
ಕೆಲವೊಮ್ಮೆ ರೋದಿಸಿದಂತೆ–ಕೇಳುತ್ತದಂತೆ.

...

ಮಳಲಿನ ಈ ವರ್ತನೆ
ಭೂಕಂಪಕ್ಕೆ ಮುನ್ಸೂಚನೆ ಎಂದು ವಿಜ್ಞಾನಿಗಳ ಶಂಕೆ
ಆದರೂ ಏರುತ್ತಲೇ ಇದೆ
ಅಣ್ವಸ್ತ್ರಗಳ ಸಂಖ್ಯೆ

ಈ ಸಾಲುಗಳನ್ನು ಓದುತ್ತಿರುವಂತೆಯೇ ಇಡೀ ಮರಳುಗಾಡು ಶತಮಾನಗಳಿಂದ ತುಳಿತಕ್ಕೆ ಒಳಗಾಗಿರುವ ಶೋಷಿತರಿಗೆ ಒಡ್ಡಿದ ಭೂಮ ಪ್ರತಿಮೆಯಾಗಿ ನಿಲ್ಲುವ ರೀತಿ ಆಶ್ಚರ್ಯ ಹುಟ್ಟಿಸುತ್ತದೆ. ಭೂಕಂಪವು ಅನಿವಾರ್ಯವಾದ ಕ್ರಾಂತಿಯ ಸೂಚಿಯಾಗುತ್ತದೆ. ಮಳಲ ಒಂದೊಂದು ಕಣವೂ ಅಣ್ವಸ್ತ್ರವಾಗುವ ಪರಿಯಂತೂ ಓದುಗರೆದೆಯಲ್ಲಿ ನಡುಕ ಹುಟ್ಟಿಸುತ್ತದೆ. ಕ್ರಾಂತಿ ಮತ್ತು ಬಂಡಾಯಕ್ಕೆ ಸಂಬಂಧಿಸಿದ ಯಾವುದೇ ಶಬ್ದವನ್ನು ಬಳಸದೆಯೂ ಒಂದು ಸಮಾಜಪರ ಕವಿತೆ ಹೇಗೆ ಹುಟ್ಟುತ್ತದೆ ಎಂಬುದನ್ನು ತಿಳಿಯಲು ನಾವು ಮಳಲು ಹಾಡುತ್ತದೆ ಕವಿತೆಯನ್ನು ಅಭ್ಯಾಸ ಮಾಡಬೇಕು.

ಕಣವಿ ಅವರ ಕಾವ್ಯ ಮತ್ತು ವ್ಯಕ್ತಿತ್ವ ಆಕ್ರಮಣಕಾರಿಯಾದುದಲ್ಲ; ಆಲಿಂಗನಶೀಲವಾದುದು. ಪ್ರಖರತೆಗಿಂತ ಪ್ರಶಾಂತಿಯೇ ಅದರ ಜೀವಗುಣ. ಸದ್ದು ಮಾಡದೆ ಗದ್ದೆಯ ಹಸಿರಿಗೆ ಹಾಯುವ ಜಲಕಾರುಣ್ಯದ ಕೈಗಾಲುವೆಯಂತೆ ಇದೆ ಕಣವಿಯವರ ಚಿತ್ತಾಭಿರಾಮಕಾವ್ಯ.

ಕುರ್ತಕೋಟಿ ಎನ್ನುವ ವಿದಗ್ಧ ರಸಿಕ...

ಚಿತ್ರ: ಎ.ಎನ್.ಮುಕುಂದ್

ನನಗೆ ಕುಮಾರವ್ಯಾಸನ ಹುಚ್ಚು ಹಿಡಿಸಿದ ಮಹನೀಯರಲ್ಲಿ ಪ್ರೊ. ಕೀರ್ತಿನಾಥ ಕುರ್ತಕೋಟಿಯವರೂ ಒಬ್ಬರು. 1974–75ರ ಸುಮಾರು. ನ್ಯಾಷನಲ್ ಕಾಲೇಜಿನ ಸಭೆಯೊಂದರಲ್ಲಿ ಕೀರ್ತಿ, ಕುಮಾರವ್ಯಾಸನ ಬಗ್ಗೆ ಮಾತಾಡಿದರು. ಅವರ ಅಸ್ಖಲಿತ ವಾಗ್ಝರಿಗೆ ನಾನು ನಿಬ್ಬೆರಗಾಗಿ ಹೋದೆ. ಪುಂಖಾನುಪುಂಖವಾಗಿ ಅವರು ನೆನಪಿನಿಂದಲೇ ಕುಮಾರವ್ಯಾಸನ ಷಟ್ಪದಿಗಳನ್ನು ಉದ್ಧರಿಸುತ್ತಿದ್ದರು. ದೇವರನ್ನೇ ನಾಯಕನನ್ನಾಗಿ ಮಾಡಿಕೊಂಡು ಕಾವ್ಯವೊಂದನ್ನು ನಿರ್ವಹಿಸುವ ಕಷ್ಟಕರವಾದ ಕಾರ್ಯವನ್ನು ಕುಮಾರವ್ಯಾಸನು ಹೇಗೆ ಅದ್ಭುತವೆನ್ನುವಂತೆ ನಿಭಾಯಿಸಿರುವನು ಎಂಬುದು ಆವತ್ತು ಅವರ ಉಪನ್ಯಾಸದ ವಿಷಯವಾಗಿತ್ತು. ಕುಮಾರವ್ಯಾಸನ ಕೃಷ್ಣ ಮಾನವನೂ ಹೌದು; ದೇವರೂ ಹೌದು. ಗದುಗಿನ ಭಾರತ ಅವನ ಲೀಲಾರಂಗ. ಆದಾಗ್ಯೂ ಮನುಷ್ಯನ ಘನತೆಗೆ ಕುಮಾರವ್ಯಾಸನ ಕಾವ್ಯ ಎಲ್ಲೂ ಭಂಗ ತರದು. ಭೀಷ್ಮ, ಭೀಮ, ಕರ್ಣ, ದುರ್ಯೋಧನ ಮೊದಲಾದ ಮುಖ್ಯ ಪಾತ್ರಗಳು ಮತ್ತು ಕೃಷ್ಣನ ನಡುವೆ ನಡೆಯುವ ಸಂಘರ್ಷವನ್ನು ಕುಮಾರವ್ಯಾಸ ನಿರ್ವಹಿಸಿರುವ ಪರಿ ಕೃಷ್ಣನ ಅಸಾಮಾನ್ಯತೆಯನ್ನು ಕೀರ್ತಿಸುತ್ತಲೂ ಮನುಷ್ಯತ್ವದ ಘನತೆಯನ್ನು ಎಲ್ಲೂ ಬಿಟ್ಟುಕೊಡದು. ಇದೇ ಕುಮಾರವ್ಯಾಸನ ಕಾವ್ಯದ ವಿಶೇಷ – ಈ ಅಂಶ ಅವರ ಭಾಷಣದ ಮುಖ್ಯ ಪ್ರಮೇಯವಾಗಿತ್ತು.

ವಿರಳವಾದ ಉದ್ದ ಕೂದಲು. ಗೌರವರ್ಣ. ನೀಳ ಮೂಗು. ತಂಬುಲದ ರಾಗದಿಂದ ಕೆಂಪಾದ ತುಟಿಗಳು. ಕೀರ್ತಿಯವರೂ ಒಬ್ಬ ನಾಟಕದ ಪಾತ್ರಧಾರಿಯಂತೆಯೇ ನನಗೆ ಕಂಡರು. ಅವರ ಬಾಯಿಂದ ನಿರರ್ಗಳವಾಗಿ ಕನ್ನಡ, ಸಂಸ್ಕೃತ, ಇಂಗ್ಲಿಷ್ ಕಾವ್ಯೋಕ್ತಿಗಳು ಹೊರಹೊಮ್ಮುತ್ತಿದ್ದವು. ಅವರ ನೆನಪಿನ ಶಕ್ತಿ ಅಗಾಧವಾದುದು. ನನಗಾದರೋ ನನ್ನ ಕವಿತೆಯ ಸಾಲುಗಳೇ ನೆನಪಿರುವುದಿಲ್ಲ. ಹಾಗಾಗಿ ಕೀರ್ತಿಯವರು ನನಗೊಂದು ವಿಸ್ಮಯ ವ್ಯಕ್ತಿಯಾಗಿಯೇ ಕಂಡರು. ಕುಮಾರವ್ಯಾಸನನ್ನು ಪರಿಶೀಲಿಸುವಾಗ ಸಾಂಪ್ರದಾಯಕ ಕ್ರಮವನ್ನು

ಅನುಸರಿಸದೆ, ಆಧುನಿಕ ನೆಲೆಯಲ್ಲಿ, ತತ್ಕಾಲದ ಅಗತ್ಯಗಳಿಗೆ ಅದ್ಭುತವೆನ್ನುವಂತೆ ತಗುಳ್ಚಿ, ಅವರು ಆ ಹಳೆಯ ಕಾವ್ಯವನ್ನು ಮಂಡಿಸುತ್ತಾ ಇದ್ದರು. ಕಾವ್ಯ ದರ್ಶನ ಮತ್ತು ಕಾವ್ಯದ ಅಸಾಮಾನ್ಯವಾದ ಭಾಷಿಕ ಚೆಲುವು, ಧ್ವನಿರಮ್ಯತೆ, ಲಯವಿನ್ಯಾಸದ ಸಾರ್ಥಕ ಬಳಕೆಗಳನ್ನೂ ಅವರ ಉಪನ್ಯಾಸ ಪ್ರಚುರಪಡಿಸುತ್ತಾ ಇತ್ತು. ಗಮಕ ಪದ್ಧತಿಯ ಅರ್ಥವಿವರಣೆಗಿಂತ ಇದು ತೀರಾ ಭಿನ್ನವಾಗಿತ್ತು. ವಿಮರ್ಶೆ ಮತ್ತು ಕಾವ್ಯ ರಸಿಕತೆ ಅಲ್ಲಿ ಹೊಯ್ಕೈಯಾಗಿ ಹೆಣೆದುಕೊಂಡಿದ್ದವು. ಇನ್ನು ಮುಂದೆ ಬೆಂಗಳೂರಲ್ಲಿ ಕೀರ್ತಿ ಎಲ್ಲೇ ಮಾತಾಡಿದರೂ ನಾನದನ್ನು ತಪ್ಪಿಸಿಕೊಳ್ಳಬಾರದು ಎಂದು ನಿಶ್ಚಯಿಸಿದೆ. ಅರಾಸೆ, ಕೆ.ವೆಂಕಟರಾಮಪ್ಪ, ಜಿ.ಎಸ್.ಎಸ್, ಅ ರಾ ಮಿತ್ರ ಆ ಮೊದಲು ನನ್ನನ್ನು ಕುಮಾರವ್ಯಾಸನ ಕಾವ್ಯದ ಕಡೆ ಸೆಳೆದ ಪ್ರಮುಖರು. ಆ ಪಟ್ಟಿಗೆ ಈಗ ಕೀರ್ತಿಯವರ ಹೆಸರೂ ಸೇರಿಕೊಂಡಿತು.

ಆಮೇಲೆ ಅದೆಷ್ಟು ಬಾರಿ ಕೀರ್ತಿಯವರ ಉಪನ್ಯಾಸಗಳನ್ನು ಕೇಳಿದ್ದೇನೊ! ಜಿ.ಎಸ್.ಎಸ್ ನಡೆಸುತ್ತಿದ್ದ ಸೆಮಿನಾರುಗಳಲ್ಲಿ. ಕೆ.ವಿ.ಸುಬ್ಬಣ್ಣನವರ ಹೆಗ್ಗೋಡಿನ ಸಾಂಸ್ಕೃತಿಕ ಶಿಬಿರದಲ್ಲಿ. ಕರ್ನಾಟಕದ ಬೇರೆ ಬೇರೆ ಸ್ಥಳಗಳಲ್ಲಿ ನಾವು ವೇದಿಕೆ ಹಂಚಿಕೊಂಡ ಹತ್ತಾರು ಸಭೆಗಳಲ್ಲಿ. ಪ್ರತಿಯೊಂದು ಉಪನ್ಯಾಸವೂ ನವೋ ನವ. ಒಂದೊಂದರಲ್ಲೂ ಯಾವುದೋ ಹೊಸ ಬೆಳಕಿನ ಪ್ರತಿಭಾನ. ಹೀಗೆ ಕೀರ್ತಿ ನನಗೆ ಅಚ್ಚುಮೆಚ್ಚಿನ ಕಾವ್ಯದ ಕುರಿತ ವಿದಗ್ಧರಸಿಕ. ಅವರ ಕುಮಾರವ್ಯಾಸ, ಬೇಂದ್ರೆ ಕುರಿತ ಉಪನ್ಯಾಸಗಳು ನನ್ನನ್ನು ನಿಜಕ್ಕೂ ಮರುಳುಮಾಡಿದ್ದವು. ಕೆಲವು ಉಪನ್ಯಾಸಗಳಲ್ಲಿ ಕೆಲವು ಅಂಶ ಪುನರಾವರ್ತನೆಗೊಂಡರೂ ಒಳ್ಳೆಯ ರಾಗದ ಪ್ರಸ್ತುತಿಯಂತೆ ಅವು ಮನಸ್ಸಿಗೆ ಹಿತವಾಗುವಂತೆ ಇರುತ್ತಿದ್ದವು. ಒಂದು ಕೈಯಲ್ಲಿ ಗದುಗಿನ ಭಾರತ ಅಥವಾ ಬೇಂದ್ರೆ, ಇನ್ನೊಂದು ಕೈಯಲ್ಲಿ ಕೇಳುಗ. ನಡುವೆ ಕೀರ್ತಿಯವರ ತಡೆಯಿಲ್ಲದ ವಾಗ್ಮಿತೆ! ಅದೊಂದು ಅಪೂರ್ವ ಅನುಭವ.

ಕೀರ್ತಿಯವರ ಯುಗಧರ್ಮ ಮತ್ತು ಸಾಹಿತ್ಯದರ್ಶನದಂಥ ಕೃತಿಗಳು ನನಗೆ ಎಂ.ಎ.ವ್ಯಾಸಂಗದ ಕಾಲದಿಂದಲೂ ನಿತ್ಯ ಓದಿನ ಕೃತಿಗಳಾಗಿದ್ದವು. ಈವತ್ತು ಅವರ ಸಾಹಿತ್ಯ ಸಂಗಾತಿ ನನ್ನ ನಿತ್ಯ ಬಳಕೆಯ ಸಂಗಾತಿ. ಕುಮಾರವ್ಯಾಸ, ಬೇಂದ್ರೆ, ಕಂಬಾರರ ಕಾವ್ಯದ ಬಗೆಗಿನ ಕೀರ್ತಿಯವರ ಅಪಾರ ಅಭಿಮಾನವನ್ನು ನಾನು ಅರ್ಥಮಾಡಿಕೊಳ್ಳಬಲ್ಲೆ. ಕವಿಯಾಗಿ ನನಗೆ ಒಂದು ಕುತೂಹಲವಿತ್ತು! ಕೀರ್ತಿ ನನ್ನ ಕವಿತೆಗಳಿಗೆ ಹೇಗೆ ಸ್ಪಂದಿಸಬಹುದು? ಆ ಕುತೂಹಲ ತಣಿಯುವ ಸಂದರ್ಭವೂ ದೈವವಶಾತ್ ಒದಗಿಬಂತು. 1980ರ ಸುಮಾರಿಗೆ ನನ್ನ ಒಣಮರದ ಗಿಳಿಗಳು ಎಂಬ ಕಾವ್ಯ ಸಂಗ್ರಹದ ಹಸ್ತಪ್ರತಿ ಸಿದ್ಧವಾಗಿತ್ತು. ಅದಕ್ಕೆ ಕೀರ್ತಿಯವರನ್ನೇ ಏಕೆ ಮುನ್ನುಡಿ ಬರೆಯಲು ಕೇಳಬಾರದು ಎಂದು ಯೋಚಿಸಿದೆ. ಆಗ ನಮ್ಮ ಪರಿಚಯ ಅಷ್ಟು ನಿಕಟವಾದುದೇನೂ ಆಗಿರಲಿಲ್ಲ. ಧೈರ್ಯ ಮಾಡಿ ಹಸ್ತಪ್ರತಿಯನ್ನು ಕೀರ್ತಿಯವರಿಗೆ

ಅಂಚೆಯ ಮೂಲಕ ಮುನ್ನುಡಿಯ ಕೋರಿಕೆಯೊಂದಿಗೆ ರವಾನಿಸಿ, ನೋಡೋಣ ಏನಾಗುತ್ತದೋ ಎಂದು ಕುತೂಹಲಮತಿಯಾಗಿ ನಿರೀಕ್ಷಿಸುತ್ತಾ ಕುಳಿತೆ.

ಒಂದು ಮಧ್ಯಾಹ್ನ ಊಟದ ಸಮಯ. ಆವತ್ತು ನಮ್ಮ ಮನೆಗೆ ಅತಿಥಿಗಳಾಗಿ ನನ್ನ ಪ್ರಿಯ ಶಿಷ್ಯ ಎಚ್.ಎಸ್.ವಿ (ಸನಾಮಿ!) ಮತ್ತು ಗೆಳೆಯ ಮಾಧವರಾವ್ ಬಂದಿದ್ದಾರೆ. ಮೂವರೂ ಊಟಮಾಡುತ್ತಾ ಇದ್ದೇವೆ. ತೆರೆದ ಕಿಟಕಿಯಿಂದ ಒಂದು ದಪ್ಪನೆಯ ಲಕೋಟೆ ಧೊಪ್ಪನೆ ನಮ್ಮ ಕಣ್ಮುಂದೆ ಬಿತ್ತು. ಎಡಗೈಯಲ್ಲೇ ಎತ್ತಿಕೊಂಡು ನೋಡಿದೆ. ಕೀರ್ತಿಯವರ ಕಡೆಯಿಂದ ಬಂದಿರುವ ಪತ್ರ. ಲಗುಬಗೆಯಿಂದ ಊಟ ಮುಗಿಸಿ ನಾನೂ ಮತ್ತು ಮಾಧು ಒಟ್ಟಿಗೇ ಕೀರ್ತಿಯವರ ಮುನ್ನುಡಿ ಓದಿದೆವು. ನನ್ನ ಕವಿತೆಗಳನ್ನು ಮೆಚ್ಚಿಕೊಂಡು ಕೀರ್ತಿ ಬರೆದಿದ್ದರು.

ಪುಸ್ತಕ ಅಚ್ಚಾದ ಮೇಲೆ ಎಲ್ಲ ಕಡೆಯಿಂದಲೂ ಸದಭಿಪ್ರಾಯ ಬಂತು. ಈ ಕೃತಿಯನ್ನು ರಾಘವೇಂದ್ರರಾವ್ ಬಿಡುಗಡೆ ಮಾಡಿದರು. ಕೆಲವರು ಮಿತ್ರರಿಗೆ ಕೀರ್ತಿಯವರು ನನ್ನ ಕಾವ್ಯವನ್ನು ಮೆಚ್ಚಿ ಮಾತಾಡಿದ್ದು ಒಪ್ಪಿಗೆಯಾಗಲಿಲ್ಲ. ನಾಡಿಗರು ನನ್ನನ್ನೂ, ಕೀರ್ತಿಯವರ ಮುನ್ನುಡಿಯನ್ನೂ ಘಾತಿಸಿ ಕಟುವಾದ ವ್ಯಂಗ್ಯಲೇಖನ ಬರೆದರು! ಕಾವ್ಯ ಜಗತ್ತಲ್ಲಿ ಇದೆಲ್ಲಾ ಸಹಜ ಎಂದುಕೊಂಡು ನನ್ನ ಪಾಡಿಗೆ ನಾನು ನಿತ್ಯ ವ್ಯವಸಾಯದಲ್ಲಿ ತೊಡಗಿದೆ. ಇದಾದ ಕೆಲವು ತಿಂಗಳಲ್ಲಿ ಬೆಂಗಳೂರಿಗೆ ಬಂದಿದ್ದ ಕೀರ್ತಿಯವರು ಫೋನ್ ಮಾಡಿ ತಾವು ಇಳಿದುಕೊಂಡಿದ್ದ ನೆಂಟರ ಮನೆಗೆ ಬರಲು ನನಗೆ ತಿಳಿಸಿದರು. ಆಗ ಕನ್ನಡದ ಹಿರಿಯ ಕವಿಯೊಬ್ಬರ ಹೆಸರನ್ನು ಹೇಳಿ, ನಿಮ್ಮ ಅವರ ಸಂಬಂಧ ಹೇಗಿದೆ ಎಂದು ಕೇಳಿದರು. ಅವರನ್ನು ನನ್ನ ಕಾವ್ಯಗುರುವೆಂದೇ ಭಾವಿಸಿದ್ದೇನೆ. ಏನು ಬರೆದರೂ ಅವರಿಗೆ ತೋರಿಸದೆ ಪ್ರಕಟಣೆಗೆ ಕೊಡುವುದಿಲ್ಲ. ಒಂದು ಕೃತಿಯನ್ನು ಅವರಿಗೆ ಅರ್ಪಿಸಿದ್ದೇನೆ ಕೂಡ ಎಂದು ತಿಳಿಸಿದೆ. ಕೀರ್ತಿ ನಕ್ಕು, ಅವರಿಗೆ ನಾನು ನಿಮ್ಮನ್ನು ಮೆಚ್ಚಿ ಮುನ್ನುಡಿ ಬರೆದದ್ದು ಹಿಡಿಸಿಲ್ಲ. ನಮ್ಮ ನಡುವೆ ಸಣ್ಣ ವಾಗ್ವಾದವೇ ನಡೆಯಿತು! ಎಂದರು. ಇದೂ ಕಾವ್ಯಜಗತ್ತಲ್ಲಿ ನಡೆಯುವಂಥದ್ದೇ ಎಂದು ನಾನು ಆವತ್ತು ಭಾರವಾದ ಮನಸ್ಸೊಂದಿಗೆ ಕೀರ್ತಿಯವರನ್ನು ಬೀಳ್ಕೊಟ್ಟೆ.

ಮುಂದೆ ಕೀರ್ತಿಯವರೊಂದಿಗೆ ನನ್ನ ಸಂಬಂಧ ನಿಕಟವಾಗುತ್ತಾ ಹೋಯಿತು. ಒಮ್ಮೆ ಜಿಬಿ ಜೋಶಿಯವರೊಂದಿಗೆ ಅವರನ್ನು ಭೆಟ್ಟಿಯಾದಾಗ ಕೀರ್ತಿ ನನ್ನಿಂದ ಅವರ ಇಷ್ಟದ ಕವಿತೆಗಳನ್ನು ಓದಿಸಿ ಆನಂದಪಟ್ಟಿದ್ದು ನನಗೆ ನೆನಪುಂಟು. ನಾನು ಪದ್ಯ ಓದುವಾಗ ಅವರ ಮುಖದಿಂದ ಹೊಮ್ಮುತ್ತಿದ್ದ ಹರ್ಷೋದ್ಗಾರಗಳನ್ನು ನಾನು ಯಾವತ್ತೂ ಮರೆಯಲಾರೆ. ಅನಂತಮೂರ್ತಿ, ಪುತಿನ, ಜಿ.ಎಸ್.ಎಸ್ ಕೂಡ ಕುರ್ತಕೋಟಿಯವರಂತೆಯೇ! ಪದ್ಯ ಓದುವಾಗ ನಡುನಡುವೆ ನಿಲ್ಲಿಸಿ

ಮತ್ತೊಮ್ಮೆ ಆ ಸಾಲು ಓದು ಎಂದು ಕಾವ್ಯಭಾಗಗಳನ್ನು ಆಸ್ವಾದಿಸುತ್ತಿದ್ದ ಪರಿ ಮತ್ತೆ ಮತ್ತೆ ನನಗೆ ನೆನಪಾಗುತ್ತದೆ.

1985ರ ಸುಮಾರು. ಕೀರ್ತಿ ಯಾವುದೋ ಸಾಹಿತ್ಯಕ ಕಾರ್ಯಕ್ರಮಕ್ಕಾಗಿ ಬೆಂಗಳೂರಿಗೆ ಬಂದಿದ್ದರು. ನನಗೆ ಫೋನ್ ಮಾಡಿ ನಾನು ಗಾಂಧಿಬಜಾರ ಸಮೀಪ ಇಂಥವರ ಮನೆಯಲ್ಲಿ ಉಳಿದಿದ್ದೇನೆ... ಬೆಳಿಗ್ಗೆ ಬಿಡುವು ಮಾಡಿಕೊಂಡು ಬನ್ನಿ... ಮಾತಾಡೋಣ ಎಂದರು. ಆಗ ನನ್ನ ಬಳಿ ಸ್ಕೂಟರ್ ಒಂದಿತ್ತು. ನಾನು ಕೀರ್ತಿಯವರನ್ನ ಅವರ ಬಂಧುಗಳ ಮನೆಯಲ್ಲಿ ಭೆಟ್ಟಿಯಾದೆ. ಸ್ವಲ್ಪಹೊತ್ತು ಹಾಡುಹರಟೆ ಆದ ಮೇಲೆ... ಮೂರ್ತಿ ನಾನು ನಿಮ್ಮ ಮನೆಯನ್ನು ಒಮ್ಮೆ ನೋಡಬೇಕಲ್ಲ ಎಂದರು. ನನ್ನ ಬಳಿ ಕಾರ್ ಇಲ್ಲ. ಸ್ಕೂಟರ್ ಇದೆ. ಪರವಾಗಿಲ್ಲವಾ? ಎಂದೆ. ಕೀರ್ತಿ ತಂಬುಲ ಸೂಸುವಂತೆ ನಕ್ಕು ಸ್ಕೂಟರ್ ಹತ್ತಿ ನನಗೆ ಅಭ್ಯಾಸವಿದೆ ಎಂದು ಗೋಣು ಆಡಿಸಿದರು. ನನ್ನ ಸ್ಕೂಟರಲ್ಲಿ ಕೀರ್ತಿಯವರನ್ನು ತ್ಯಾಗರಾಜನಗರದ ನನ್ನ ಬಾಡಿಗೆ ಮನೆಗೆ ಕರೆದುಕೊಂಡು ಬಂದೆ! ನನ್ನ ಹೆಂಡತಿಗೆ ಖುಷಿಯೋ ಖುಷಿ. ನನ್ನ ಪತ್ನಿಯೊಂದಿಗೆ, ಅಜ್ಜಿಯರೊಂದಿಗೆ, ಮಕ್ಕಳೊಂದಿಗೆ ಕೀರ್ತಿ ಸಲುಗೆಯಿಂದ ಮಾತಾಡಿದರು. ನನ್ನ ಪತ್ನಿ ಬೇಗ ಬೇಗ ಉಪ್ಪಿಟ್ಟು ತಯಾರಿಸಿದಳು. ಆಹಾ! ಉಪ್ಪಿಟ್ಟು ಸೊಗಸಾಗಿದೆ ತಾಯೀ ಎನ್ನುತ್ತಾ ಕೀರ್ತಿ ಉಪಹಾರ ಮಾಡಿದರು! ನನಗೆ ಕಾಫಿ ಬೇಡ! ಚಾ ಆದರೆ ನಡೆದೀತು ಎಂದರು ಕೀರ್ತಿ. ತನಗೆ ಚಾ ಮಾಡಲು ಚೆನ್ನಾಗಿ ಬರದು ಎಂಬ ಸಂಕೋಚ ನನ್ನ ಪತ್ನಿಗೆ. ಹೇಗೋ ಚಾ ಎಂಬುದನ್ನು ಸಿದ್ಧಪಡಿಸಿದಳು. ಚಾ ಕೀರ್ತಿಯವರಿಗೆ ರುಚಿಸಿರಬಹುದೆ? ಅವರ ವಿಮರ್ಶೆ ಏನು ಎಂದು ಕುತೂಹಲದಿಂದ ಅವರ ಮುಖ ನೋಡುತ್ತಿದ್ದೆ. ಅವರು ಯಾವುದೋ ಕಾವ್ಯವನ್ನು ನನಗೆ ವಿವರಿಸುವ ಉತ್ಸಾಹದಲ್ಲಿದ್ದರು. ಅವರಿಗೆ ಆಗ ಕಾಫಿ ಕೊಟ್ಟಿದ್ದರೂ ಅದನ್ನು ಟೀಯೆಂದೇ ಚಪ್ಪರಿಸಿ ಪ್ರಾಯಃ ಸವಿಯುತ್ತಿದ್ದರೇನೋ! ಹರಟೆ ಒಂದಿದ್ದರೆ ಸಾಕು. ಜೊತೆಗೆ ಅವರ ಮಾತು ಕೇಳುವ ಅಸಕ್ತರು! ಊಟ ನಿದ್ರೆ ಯಾವುದೂ ಅವರಿಗೆ ಬೇಕಾಗುತ್ತಿರಲಿಲ್ಲ.

ಧಾರವಾಡಕ್ಕೆ ಹೋದಾಗ ಕಣವಿಯವರ ಮನೆಗೆ ಹೋಗುವಂತೆ ಕೀರ್ತಿಯವರ ಮನೆಗೂ ಹೋಗುತ್ತಿದ್ದೆ. ಆಗ ಸಾಮಾನ್ಯವಾಗಿ ಪಟ್ಟಣಶೆಟ್ಟರ ಮನೆಯಲ್ಲಿ ಉಳಿದು ಹೇಮಾ ಅವರ ರೊಟ್ಟಿ ಎಣ್ಣೆಗಾಯಿ ಸವಿಯುವುದು ನನ್ನ ರೂಢಿಯಾಗಿತ್ತು! ಆಮೇಲೆ ಆಮೂರರು ಧಾರವಾಡಕ್ಕೆ ಬಂದರು. ಗಿರಡ್ಡಿಯವರ ನಿಕಟ ಪರಿಚಯವಾಯಿತು. ಮಲ್ಲಾಡಿಹಳ್ಳಿ ಬಿಟ್ಟು ರಾಘವೇಂದ್ರ ಪಾಟೀಲ ಧಾರವಾಡದಲ್ಲಿ ನೆಲೆಸಿದರು. ಅವರಿಂದ ಮಲ್ಲಿಕಾರ್ಜುನ ಹಿರೇಮಠರ ಪರಿಚಯವಾಯಿತು. ವಾರಾನ್ನದ ವಿದ್ಯಾರ್ಥಿಯಾಗಿ ತಿಂಗಳಗಟ್ಟಲೆ ನಾನು ಅರಾಮಾಗಿ ಈಗ ಧಾರವಾಡದಲ್ಲಿ ಇರಬಹುದು!

ನನ್ನ ಋತುವಿಲಾಸಕ್ಕೆ ಕೀರ್ತಿಯವರು ಮುನ್ನುಡಿ ಬರೆದ ಸಂಗತಿ ಈಗ ಹೇಳಲೇಬೇಕು. ಯವನಿಕಾದ ಯಾವುದೋ ಒಂದು ಸಭೆ. ಕಾರ್ಯಕ್ರಮ ಮುಗಿದು ಕೀರ್ತಿ ಮೆಟ್ಟಿಲು ಇಳಿದು ಕೆಳಗೆ ಬರುತ್ತಿದ್ದಾರೆ. ನಾನು ಅವರ ಪಕ್ಕದಲ್ಲಿ. ನನ್ನ ಹೆಗಲು ಬ್ಯಾಗಿಂದ ಋತುವಿಲಾಸದ ಹಸ್ತಪ್ರತಿ ತೆಗೆದು ಅಲ್ಲೇ ಕೀರ್ತಿಯವರಿಗೆ ಕೊಡುತ್ತೇನೆ. ಮೆಟ್ಟಿಲು ಇಳಿಯುತ್ತಿದ್ದ ಕೀರ್ತಿಯವರು ಮೆಟ್ಟಿಲ ಮೇಲೇ ಒಂದು ಕ್ಷಣ ನಿಂತು ನಾಕಾರು ವೃತ್ತಗಳನ್ನು ಓದುತ್ತಾರೆ. ತಕ್ಷಣ ನನ್ನ ಬೆನ್ನು ಚಪ್ಪರಿಸಿ, ಮೂರ್ತಿ... ಈ ಅನುವಾದಕ್ಕೆ ನಾನೇ ಮುನ್ನುಡಿ ಬರೆಯುತ್ತೇನೆ! ಎನ್ನುತ್ತಾರೆ. ಇದು ನನ್ನ ಸಾಹಿತ್ಯಕ ಜೀವನದಲ್ಲಿ ನನಗೆ ದೊರೆತ ಅಯಾಚಿತಭಾಗ್ಯ.

ಕೀರ್ತಿಯವರು ಬರೆದ ಮುನ್ನುಡಿಗಳು ಪ್ರಕಟವಾಗಿವೆ. ಆದರೆ ಅವರು ಬರೆದ ಪತ್ರಗಳನು ನಾನು ಪ್ರಕಟಮಾಡಿಲ್ಲ. ಅದು ನನ್ನ ಖಾಸಗಿ ಸಂಪತ್ತಾಗಿ ನನ್ನೊಂದಿಗೇ ಇರಲಿ ಎಂದು ನಾನು ಬಯಸುತ್ತೇನೆ. ಈಚೆಗೆ ಅಭಿನವದ ರವಿಕುಮಾರ್ ನಾನು ಕುಮಾರವ್ಯಾಸನ ಕಾವ್ಯದ ಬಗ್ಗೆ ಬರೆಯುತ್ತಿರುವ ಸಂಪುಟಗಳನ್ನು ಪ್ರಕಟಿಸುತ್ತಿದ್ದಾರೆ. ಅವುಗಳಲ್ಲಿ ಒಂದು ಸಂಪುಟವನ್ನು ನಾನು ಕೀರ್ತಿಯವರಿಗೇ ಅರ್ಪಿಸಿದ್ದೇನೆ. ಅದು ಕೀರ್ತಿಯೆಂಬ ಪರೋಕ್ಷಗುರುವಿಗೆ ಒಪ್ಪಿಸಲಾದ ನನ್ನ ಪ್ರೀತಿಯ ಕಾಣಿಕೆ.

ಸಿದ್ಧಲಿಂಗಯ್ಯ ಅವರ
ಖಡಕ್ ವ್ಯಕ್ತಿತ್ವ

"ಮಿಥಿಲೆಗಿಲ್ಲಿಂದಲೇ ಮಾರ್ಗವೇ ಗುರು?"

ಎನ್ನುವುದು ಒಂದು ಕವಿತೆಯ ಶೀರ್ಷಿಕೆ! ಈ ಶೀರ್ಷಿಕೆಯ ಧ್ವನಿಶಕ್ತಿ ಅಸಾಮಾನ್ಯವಾದುದು. ಹಳೆಯದನ್ನು ಈವತ್ತಿಗೆ ಥಟಕ್ಕನೆ ಮಿಲಾಯಿಸುವ ಸೇತುಶಕ್ತಿ ಈ ನುಡಿಗಟ್ಟಿಗಿದೆ. ಈ ಕವಿತೆ ನನ್ನನ್ನು ಬಲುದಿನದಿಂದ ಕಾಡುತ್ತಿರುವ ಕವಿತೆ. ಅದರ ತಲೆಬರಹದಿಂದ ಹಿಡಿದು ಶರೀರ ವಿನ್ಯಾಸದವರೆಗೆ. ಧ್ರುವ ನಕ್ಷತ್ರಕ್ಕೆ ಕಾಡ ಮೂಲಕವೇ ಪಥ ಆಗಸಕ್ಕೆ, ನಾನು ಮಿಥಲೆಗೆ ಹೋಗಿ ಜನಕರಾಜನ ಹೊಲದ ಮಣ್ಣ ತರುವೆ ಈ ಮೊದಲಾದ ಕವಿಪಂಕ್ತಿಗಳ ನಡುವೆ ಇರಿಸಿ ನೋಡಬೇಕಾದ ಸಾಲು "ಮಿಥಿಲೆಗಿಲ್ಲಿಂದಲೇ ಮಾರ್ಗವೇ ಗುರು?". ಇದು ಕಥಾನಾಯಕ ಶ್ರೀರಾಮನ ಪ್ರಶ್ನೆಯಾಗಿರುವಂತೆ ಕವಿತೆ ರಚಿಸುತ್ತಿರುವ ಕವಿಯ ಪ್ರಶ್ನೆಯೂ ಆಗಿದೆ! ಮಿಥಿಲೆಗೆ ಹೋಗಬೇಕಾದವರು ಕವಿತೆಯ ಮೂಲಕವೇ ಹೋಗಬೇಕೆಂಬ ಧ್ವನಿಯೂ ಇದೆ! ಇಂಥ ಧ್ವನಿಪೂರ್ಣ ಕವಿತೆಯ ಕವಿ ನಮ್ಮ ಖಡಕ್ ವ್ಯಕ್ತಿತ್ವದ ಸಿದ್ಧಲಿಂಗಯ್ಯನವರು.

ಆವತ್ತು ಸಿದ್ಧಲಿಂಗಯ್ಯನವರ ಕುಮಾರವ್ಯಾಸನ ಕುರಿತ ಉಪನ್ಯಾಸವಿತ್ತು. ಸೆಂಟ್ರಲ್ ಕಾಲೇಜಿನ ವಿಶಾಲವಾದ ಕ್ಲಾಸ್ ರೂಮಲ್ಲಿ. ನಾನಾಗ ಕರ್ನಾಟಕ ಸಂಘದ ಪದಾಧಿಕಾರಿ. ಸೆಂಟ್ರಲ್ ಕಾಲೇಜಿನ ಆ ಸಭಾಮಂದಿರದ ವಿನ್ಯಾಸವೂ ನನಗೆ ಆಕರ್ಷಕವೆನಿಸಿತು. ಇಡೀ ಸಭಿಕರು ವೇದಿಕೆಯ ಮೇಲೆ ಮುಗಿಬೀಳುವಂತಿರುವ ಸೋಪಾನಪಂಕ್ತಿಯ ವಿನ್ಯಾಸವದು. ನಾನು ಸಿದ್ಧಲಿಂಗಯ್ಯನವರನ್ನು ಸ್ವಾಗತಿಸ ಬೇಕಾಗಿತ್ತು. ಕವಚಿ ಮೈಮೇಲೆ ಬೀಳುವಂತಿದ್ದ ಸಭಾಮಂದಿರ ನೋಡಿ ಸಭೆಗಳಲ್ಲಿ ಮಾತಾಡಿ ಅಭ್ಯಾಸವಿಲ್ಲದ ನಾನು ಒಂದು ಕ್ಷಣ ಅಧೀರನಾದೆ! ಸಿದ್ಧಲಿಂಗಯ್ಯನವರು ಉಪನ್ಯಾಸ ಮಾಡುತ್ತಾರೆ ಎನ್ನುವುದರ ಬದಲು ಸಿದ್ಧಲಿಂಗಯ್ಯನವರು ಪ್ರವಚನ ಮಾಡುತ್ತಾರೆ ಎಂದುಬಿಟ್ಟೆ. ಸಭೆಯಿಡೀ ಹಸನ್ಮುಖಿ ಆಯಿತು. ಸಿದ್ಧಲಿಂಗಯ್ಯ ಗಟ್ಟಿಯಾಗಿ ನಕ್ಕು "ನಾನು ಯಾವ ಗುರುಪೀಠದ ಸ್ವಾಮಿಯೂ ಅಲ್ಲ-ಪ್ರವಚನ ನೀಡಲು, ಎಂದರು. ವಾತಾವರಣ ತಿಳಿಯಾಯಿತು. ಆಮೇಲೆ ಒಂದು ಗಂಟೆಗಳ ಕಾಲ ಕುಮಾರವ್ಯಾಸನನ್ನು ಸಿದ್ಧಲಿಂಗಯ್ಯ ಸೋದಾಹರಣವಾಗಿ ವಿಶ್ಲೇಷಿಸಿದರು.

ಕೈಯಲ್ಲಿ ಯಾವ ಗುರುತಿನ ಚೀಟಿಯೂ ಇಲ್ಲದೆ ಅವರು ಓತಪ್ರೋತವಾಗಿ ಕುಮಾರವ್ಯಾಸನ ಷಟ್ಪದಿಗಳನ್ನು ತಮಗೆ ಸಹಜವಾದ ದೇಸೀ ಒಗರಿನೊಂದಿಗೆ ಉವಾಚಿಸಿದ್ದು ನನ್ನನ್ನು ಬೆರಗುಗೊಳಿಸಿತು. ಕುಮಾರವ್ಯಾಸ, ಪಂಪ, ವಚನಕಾರರು, ಜೊತೆಗೆ ಎಲಿಯೆಟ್, ಯೇಟ್ಸ್ ಮೊದಲಾದ ಇಂಗ್ಲಿಷ್ ಕವಿಗಳ ಸಾಲುಗಳು ಅವರಿಗೆ ವಾಚೋವಿಧೇಯವಾಗಿದ್ದವು. ಆವತ್ತಿನಿಂದ ಸಿದ್ಧಲಿಂಗಯ್ಯ ನನ್ನ ಅಂತರಂಗದ ಹಿರಿಯ ಮಿತ್ರರಾದರು.

ಅವರ ಕವಿತೆಗಳನ್ನು ನಾನು ಕುತೂಹಲದಿಂದ ಓದಿದೆ. ವಿಜಯನಗರದಲ್ಲಿದ್ದ ಅವರ ಮನೆಗೆ ಆಗಾಗ ಹೋಗಿಬರುವುದು ಪ್ರಾರಂಭವಾಯಿತು. ಆಗ, ಅತಿಥಿ ಸತ್ಕಾರ ಮುಗಿದ ಮೇಲೆ ಪುಸ್ತಕಗಳಿಂದ ತುಂಬಿ ತುಳುಕುತ್ತಿದ್ದ ಅವರ ಅಭ್ಯಾಸದ ಕೋಣೆಯಲ್ಲಿ ಕೂತು ಪರಸ್ಪರ ಪದ್ಯಗಳನ್ನು ಓದಿಕೊಳ್ಳುತ್ತಿದ್ದೆವು. ಅವರು ಪದ್ಯಗಳನ್ನು ಬರೆಯಲು ಬಳಸುತ್ತಿದ್ದ ಹಾಳೆಗಳು ನನ್ನ ವಿಶೇಷ ಗಮನ ಸೆಳೆದವು. ನಾಕಿಂಚಿನ ಕೌಪೀನಾಕೃತಿಯ ಹಾಳೆಯ ಪಟ್ಟಿಗಳವು! ಅವುಗಳ ಮೇಲೆ ಮಲಗಿದ ಮಗುವಿನಂತೆ ಓರೆಯಾಗಿ ಬರೆಯಲಾದ ಅವರ ಪದ್ಯಗಳು. ಪಟ್ಟಿಯನ್ನು ಬಿಚ್ಚಿ ಬಿಚ್ಚಿ ಅವರ ಪದ್ಯಗಳನ್ನು ಓದಬೇಕಾಗುತ್ತಿತ್ತು! ಅವರ ಕೋಳಿ ಕೂಗಿತು, ಮಿಥಿಲೆಗಿಲ್ಲಿಂದಲೇ, ಋಷ್ಯಶೃಂಗ, ಧೃತರಾಷ್ಟ್ರ ಪರಿನಿಷ್ಕ್ರಮಣ, ಸತ್ಯಕಾಮ, ಬುದ್ಧ ಮೊದಲಾದ ಕವಿತೆಗಳನ್ನು ಹೀಗೇ ನಾನು ಓದಿದ್ದು.

ನಮ್ಮಲ್ಲಿ ಕೆಲವು ಸಮಾನ ಆಸಕ್ತಿ ಇದ್ದವು. ಅವೆಂದರೆ ಪ್ರಾಚೀನ ಸಾಹಿತ್ಯದ ಬಗೆಗಿನ ಆಸಕ್ತಿ–ಅದರಲ್ಲೂ ಕುಮಾರವ್ಯಾಸನಲ್ಲಿ ವಿಶೇಷವಾದ ಪ್ರೀತಿ. ಛಂದಸ್ಸಿನ ಬಗ್ಗೆ ಇದ್ದ, ಛಂದಸ್ಸಿನ ಹಲವು ಪ್ರಯೋಗಗಳ ಬಗೆ ಇದ್ದ ಅಪರಿಮಿತ ಆಸಕ್ತಿ. ಸಾಹಿತ್ಯದ ಜಿಜ್ಞಾಸೆಯಲ್ಲಿ ಮೈಮರೆಯುವ ಸ್ವಭಾವ. ಇವು ನಮ್ಮನ್ನು ಮತ್ತಷ್ಟು ಹತ್ತಿರ ತಂದವು. ನಾನು ಸೇಂಟ್ ಜೋಸೆಫ್ಸ್–ನಲ್ಲಿ ಉಪನ್ಯಾಸಕನಾಗಿದ್ದ ಕಾಲವದು. ಬಿಜಾಪುರದಲ್ಲಿ ಸಿದ್ಧಲಿಂಗಯ್ಯನವರ ನೇತೃತ್ವದಲ್ಲಿ ಅಕಾಡೆಮಿ ಒಂದು ಸಾಹಿತ್ಯ ಶಿಬಿರ ಏರ್ಪಡಿಸಿತ್ತು. ಸಿದ್ಧಲಿಂಗಯ್ಯ ನನಗೆ ಫೋನ್ ಮಾಡಿ ನೀವು ನನ್ನ ಜೊತೆಗೆ ಇರಬೇಕು. ಬಸವರಾಜ ಕಲ್ಗುಡಿ ಬರುತ್ತಾರೆ. ಬಸವರಾಜ ಸಬರದ ಇರುತ್ತಾರೆ. ಒಟ್ಟಿಗೇ ಹತ್ತು ದಿನ ಕಳೆಯೋಣ. ಒಪ್ಪಿಕೊಳ್ಳಿ ಎಂದರು. ನನಗೇನೋ ಕಲ್ಗುಡಿ ಸಿದ್ಧಲಿಂಗಯ್ಯನವರೊಡನೆ ಹತ್ತು ದಿನ ಸಾಹಿತ್ಯ ಚರ್ಚೆಯಲ್ಲಿ ತೊಡಗಿಕೊಳ್ಳುವುದು ಸಂತೋಷದ ವಿಷಯವೇ! ಆದರೆ ನಮ್ಮ ಪ್ರಿನ್ಸಿಪಾಲರು ನನಗೆ ಹತ್ತು ದಿನಗಳ ಬಿಡುವು ಕೊಡಬೇಕಲ್ಲ! ಅಯ್ಯಯ್ಯೋ ಸಾಧ್ಯವೇ ಇಲ್ಲ ಎಂದು ತಲೆಕೊಡವಿದರು ನಮ್ಮ ಪ್ರಾಚಾರ್ಯ. ವಿಷಯ ಸಿದ್ಧಲಿಂಗಯ್ಯನವರಿಗೆ ತಿಳಿಸಿದೆ. ನಾನೇ ಅವರೊಂದಿಗೆ ಮಾತಾಡುತ್ತೇನೆ ಎಂದು ಗುಡುಗಿದರು ಸಿದ್ಧಲಿಂಗಯ್ಯ. ಫಾದರ್ ಒಂದಿಗೆ ನೇರ ಮಾತಾಡಿ ಅದೇನೇನು ಹೇಳಿದರೋ

ತಿಳಿಯದು. ಸ್ಟಾಫ್‌ರೂಮಿನಲ್ಲಿ ಇದ್ದ ನನಗೆ ಪ್ರಿನ್ಸಿಪಾಲರಿಂದ ಬುಲಾವ್! ಮೂರ್ತಿ ಸಿದ್ಧಲಿಂಗಯ್ಯ ಫೋನ್ಮಾಡಿದ್ದರು. ನಿಮ್ಮನ್ನು ಶಿಬಿರಕ್ಕೆ ಕಳಿಸಿಕೊಡಲೇ ಬೇಕು... ಅದು ನಿಮ್ಮ ಕಾಲೇಜಿಗೂ ಕೀರ್ತಿ ತರುವ ವಿಚಾರ ಎಂದರು. ಆಯಿತು. ಹೋಗಿಬನ್ನಿ!

ಬಿಜಾಪುರದಲ್ಲಿ ನಾವು ಕಳೆದ ಹತ್ತು ದಿನಗಳ ನೆನಪುಗಳನ್ನು ಮರೆಯಲಿಕ್ಕೇ ಸಾಧ್ಯವಿಲ್ಲ. ಈ ಹತ್ತು ದಿನಗಳ ವಾಸ್ತವ್ಯದಿಂದ ಸಿದ್ಧಲಿಂಗಯ್ಯ ನನಗೆ ಮತ್ತಷ್ಟು ಹತ್ತಿರವಾದರು. ಕಲ್ಗುಡಿ ನನ್ನ ಆಪ್ತ ಗೆಳೆಯರಾದರು. ನಾವು ಮೂವರೂ ಒಂದು ಲಾಡ್ಜಲ್ಲಿ ಉಳಿದಿದ್ದೆವಲ್ಲ! ಸಂಜೆ ಆರಾಯಿತು ಎಂದರೆ ಮೂವರೂ ಮಾರುಕಟ್ಟೆ ಪ್ರದೇಶಕ್ಕೆ ಹೋಗಿ ಒಂದು ಬಂಡಿ ಎಳೇ ಸೌತೆ ತರುವುದು. ಏಳಕ್ಕೆ ನಮ್ಮ ಸಂಜೆಯ ಗೋಷ್ಠಿ ಪ್ರಾರಂಭ. ಸಾಹಿತ್ಯದ ಬಗ್ಗೆ ಚರ್ಚೆ! ಬಿರುಸಿನ ಚರ್ಚೆ ಎಂದೇ ಹೇಳಬೇಕು. ಸಿದ್ಧಲಿಂಗಯ್ಯನವರದ್ದು ಎಲ್ಲದರಲ್ಲೂ ಅಲಂಘ್ಯವಾದ ಶಿಸ್ತು. ಮೀಟಿಂಗ್ ನಿಗದಿತ ಸಮಯಕ್ಕೆ ಬರಖಾಸ್ತಾಗುತ್ತಾ ಇತ್ತು. ಆಮೇಲೆ ಭೋಜನ. ಗುಡ್ ನೈಟ್‌ಗಳ ವಿನಿಮಯ. ಬೆಳಿಗ್ಗೆ ಐದು ಗಂಟೆ ನೆನಪಿರಲಿ ಎಂದು ಸಿದ್ಧಲಿಂಗಯ್ಯ ಘೋಷಿಸುತ್ತಾ ಇದ್ದರು!

ಬೆಳಿಗ್ಗೆ ಐದು ಗಂಟೆಗೆ ಸಿದ್ಧಲಿಂಗಯ್ಯ ವಾಕಿಂಗ್‌ಗೆ ರೆಡಿ ಆಗುತ್ತಿದ್ದರು. ಮೂರ್ತೀ ಹೋಗೋಣವಾ ಅಂತ ಕೂಗುತ್ತಾ ಇದ್ದರು. ಸಿದ್ಧಲಿಂಗಯ್ಯನವರದ್ದು ಆಗಲೂ ಸ್ವಲ್ಪ ಸ್ಥೂಲ ಕಾಯವೇ. ನಾವು ಇವರೊಂದಿಗೆ ಮೆರವಣಿಗೆ ನಡೆಯಲ್ಲಿ ನಡೆಯಬೇಕಾಗುವುದೆಂದು ನಾನು ಕಲ್ಗುಡಿ ಮುಸಿನಗುತ್ತಾ ಇದ್ದವು. ಆದರೆ ವಾಕಿಂಗಲ್ಲಿ ಆದದ್ದೇ ಬೇರೆ! ಸಿದ್ಧಲಿಂಗಯ್ಯ ನಡೆಯುತ್ತಾ ಇಲ್ಲ! ದುಡು ದುಡು ದುಡು ಓಡುತ್ತಿದ್ದಾರೆ. ನಾನು ಕಲ್ಗುಡಿ ಹಿಂದೆ ಬಿದ್ದೆವು. ಬಾರಾಕಮಾನಿನವರೆಗೂ ನಮ್ಮ ವಾಕಿಂಗೋಟ. ಗಸಗಸ ತೇಗುತ್ತಾ ನಾನೂ ಕಲ್ಗುಡಿ ಬಾರಾಕಮಾನಿನ ಜಗಲಿಯ ಮೇಲೆ ಕುಕ್ಕರಿಸಿದರೆ ಸಿದ್ಧಲಿಂಗಯ್ಯನವರು ದಿಮ್ರುಂಗಾ ಎಂದು ಅರಳು ಹುರಿಯುತ್ತಾ ಇದ್ದಾರೆ!

ಪೂರ್ವದಲ್ಲಿ ಆಗಷ್ಟೇ ಕೆಂಪೇರುತ್ತಿದೆ. ಆ ಪ್ರಭಾತದ ಬೆಳಗಲ್ಲಿ ಬಾರಾಕಮಾನಿನ ಶಿಥಿಲಾವಸ್ಥೆಯ ಕಟ್ಟಡ ಮುರಿದುಬಿದ್ದ ಅಥವಾ ಅಪೂರ್ಣವಾದ ಪಾಳು ಎನ್ನಲಾದೀತೆ? ಆ ಭಗ್ನಗೊಂಡ, ಅರೆಬರೆ ವಾಸ್ತುವೇ ನಂದನದ ತುಣುಕೊಂದು ನೆಲಕ್ಕೆ ಬಿದ್ದಿದೆ ಎನ್ನುವಂತೆ ಕಣ್ಮನ ತುಂಬುತ್ತಾ ಇದೆ. ಬೆಳಗಿನ ಹೊಂಬೆಳಕು ಹಾಳಿಗೂ ಹೊಸ ಚೆಲುವು ಕೊಡುತ್ತದೆ ಎಂದು ನಾನು ಉದ್ಗರಿಸುತ್ತೇನೆ. ಮುಪ್ಪು ಪ್ರಾಕೃತಿಕ. ಅದಕ್ಕೆ ಅದರದ್ದೇ ಆದ ಚೆಲುವು ಇರುತ್ತದೆ ಎನ್ನುತ್ತಾರೆ ಸಿದ್ಧಲಿಂಗಯ್ಯ. ಪ್ರಾಯಶಃ ನಿಮ್ಮ ಮುಪ್ಪಿನ ಚೆಲುವಿನಂತೆ ಎಂದು ಕಲ್ಗುಡಿ ಕೀಟಲೆ ಮಾಡುತ್ತಾರೆ. ಪ್ರತಿಸ್ಪಂದನ ಸಿದ್ಧಲಿಂಗಯ್ಯನವರ ನಿರ್ಮಲವಾದ ಗಹಗಹಿಕೆ.

ಮೈಸೂರಲ್ಲಿ 80ನೇ ಅಖಿಲ ಭಾರತ ಕನ್ನಡ ಸಾಹಿತ್ಯ ಸಮ್ಮೇಳನ. ಕೆ ಎಸ್ ನರಸಿಂಹಸ್ವಾಮಿ ಸಮ್ಮೇಳನದ ಅಧ್ಯಕ್ಷರು. ಕವಿಗೋಷ್ಠಿಯ ಅಧ್ಯಕ್ಷರಾಗಬೇಕು ಎಂದು ನನಗೆ ಸಿದ್ಧಲಿಂಗಯ್ಯನವರ ಆಹ್ವಾನ! ಕೆ ಎಸ್ ನ ಸರ್ವಾಧ್ಯಕ್ಷರಾಗಿರುವಾಗ ನಾನು ಕವಿಗೋಷ್ಠಿಯ ಅಧ್ಯಕ್ಷನಾಗುವುದು ಅಯಾಚಿತವಾಗಿ ಬಂದ ದೊಡ್ಡ ಭಾಗ್ಯ ಎನ್ನಿಸಿ ನಾನು ಆಹ್ವಾನವನ್ನು ಒಪ್ಪಿಕೊಂಡೆ. ಕವಿಗೋಷ್ಠಿಯ ಉದ್ಘಾಟಕರು ಹಿರಿಯ ಕವಿ ಬಿ.ಸಿ.ರಾಮಚಂದ್ರ ಶರ್ಮ. ಉದ್ಘಾಟನೆಯ ಭಾಷಣ ಮಾಡುತ್ತಾ ಶರ್ಮರು ಕೆ.ಎಸ್.ನ ಜನಕ್ಕೆ ಬೇಕಾದ್ದನ್ನು ಬರೆದು ಜನಪ್ರಿಯರಾಗಿದ್ದಾರೆ. ಹಾಗೆ ಜನ ಬಯಸುವಂಥದ್ದನ್ನು ಕವಿ ಕೊಡಬಾರದು. ಕಾವ್ಯ ಎಂದರೆ ತಪಸ್ಸು ಇತ್ಯಾದಿ ಮಾತುಗಳನ್ನಾಡಿದರು! ಅವರ ಉದ್ಘಾಟನೆ ಮುಗಿದ ಮೇಲೆ ನಾನು ಪ್ರೋಟೋಕಾಲ್ ಮುರಿದು ನನ್ನ ಅಧ್ಯಕ್ಷ ಭಾಷಣ ಮಾಡಿದೆ. ಶರ್ಮರ ಮಾತು ನನಗೆ ಒಪ್ಪಿಗೆಯಾಗಿಲ್ಲ. ಈಗಲೇ ನಾನದನ್ನು ವಿರೋಧಿಸಿ ಮಾತಾಡಬೇಕಾಗಿದೆ ಎಂದು ಪಕ್ಕದಲ್ಲಿ ಕೂತಿದ್ದ ಸಿದ್ಧಲಿಂಗಯ್ಯನವರ ಕಿವಿಯಲ್ಲಿ ಪಿಸುಗುಟ್ಟಿದಾಗ... ಭೇಷ್! ಅಗತ್ಯ ಆ ಕೆಲಸ ಮಾಡಿ ಎಂದರು ಸಿದ್ಧಲಿಂಗಯ್ಯ! ನಾನು ಹೇಳಿದೆ: ಕೆಎಸ್‌ನ ಜನಕ್ಕೆ ಬೇಕಾದದ್ದು ಬರೆಯುವುದಿಲ್ಲ, ಅವರು ಬರೆದದ್ದು ಜನಕ್ಕೆ ಬೇಕಾಗುತ್ತದೆ! ಕಾವ್ಯದ ತಪಸ್ಸಿನ ಬಗ್ಗೆ ಕೆಎಸ್‌ನ ಕಲಿಯಬೇಕಾದ್ದಿಲ್ಲ. ಕೊನೆಗೆ ತಮ್ಮ ಭಾಷಣದಲ್ಲೂ ಕೆಎಸ್‌ನ ಹೇಳಿದರು. ನನ್ನ ಪರಮ ಮಿತ್ರರಾದ ಶರ್ಮರು ಕವಿಯ ತಪಸ್ಸಿನ ಬಗ್ಗೆ ಹೇಳಿದರು. ನನಗೆ ಅದರ ವಿಳಾಸ ಗೊತ್ತಿಲ್ಲ. ಶರ್ಮರು ತಿಳಿಸಿದರೆ ಅಲ್ಲಿಗೆ ಹೋಗಿ ಬರುತ್ತೇನೆ!

ಸ್ವತಂತ್ರವಾಗಿ ನಮ್ಮ ಮನಸ್ಸು ಪ್ರವರ್ತಿಸಲು ಅವಕಾಶ ಕಲ್ಪಿಸುವುದು ಸಿದ್ಧಲಿಂಗಯ್ಯನವರ ಸ್ವಭಾವ. ನಾನು, ನಾನು ಹೇಳಬೇಕಾದ್ದು ಹೇಳುವೆ; ನೀವು, ನೀವು ಹೇಳಬೇಕಾದದ್ದ ಹೇಳಿ. ಅಯ್ ಆಮ್ ಓಪನ್ ಎನ್ನುವುದು ಸಿದ್ಧಲಿಂಗಯ್ಯನವರ ಲಾಗಾಯ್ತಿನ ನಿಲುವು. ಸಿದ್ಧಲಿಂಗಯ್ಯನವ ಬಗ್ಗೆ ನಾನು ಪ್ರಸ್ತಾಪಿಸಲೇಬೇಕಾದ ಇನ್ನೊಂದು ಸಂಗತಿ ಇದೆ. ಯಾರಾದರೂ ತಮ್ಮ ಹೊಸ ಕೃತಿಗಳನ್ನು ಕಳಿಸಿದರೆ ಅವನ್ನು ಶ್ರದ್ಧೆಯಿಂದ ಓದಿ ತಮ್ಮ ಖಚಿತ ಅನಿಸಿಕೆಯನ್ನು ಮುಖಾಮಾರೆ ನೋಡದೆ ತಿಳಿಸುವುದು ಅವರ ಸ್ವಭಾವ. ಸಾಮಾನ್ಯವಾಗಿ ಒಂದು ಕಾರ್ಡ್ ಮೂಲಕ. ಆ ದೃಷ್ಟಿಯಲ್ಲಿ ನಮ್ಮ ಇಬ್ಬರೂ ಜಿಎಸ್ಸೆಸ್-ಗಳೂ ಒಂದೇ ಸ್ವಭಾವದವರು. ಬೇರೆಯವರನ್ನು ಓದಿ ಪ್ರತಿಕ್ರಿಯಿಸುವುದು ಒಂದು ಸಾಂಸ್ಕೃತಿಕ ಜವಾಬುದಾರಿ ಎಂದು ನಂಬಿದವರು. ನನ್ನ ಉತ್ತರಾಯಣ, ಅನಾತ್ಮಕಥನ ಮುಂತಾದ ಕೃತಿಗಳ ಬಗ್ಗೆ ಸಿದ್ಧಲಿಂಗಯ್ಯನವರ ಮೆಚ್ಚುಗೆ ಪತ್ರಗಳು ಈವತ್ತು ನನ್ನ ಖಾಸಗಿ ಆಸ್ತಿಯಲ್ಲಿ ಸೇರ್ಪಡೆಯಾಗಿವೆ.

ಸಿದ್ಧಲಿಂಗಯ್ಯನವರು ತಮ್ಮ "ಹೇಮಕೂಟ ಮತ್ತು..." ಕವಿತಾ ಸಂಗ್ರಹಕ್ಕೆ ನನ್ನ ಮುನ್ನುಡಿ ಬಯಸಿದ್ದನ್ನೂ ಇಲ್ಲಿ ಪ್ರಸ್ತಾಪಿಸಬೇಕಾಗಿದೆ. ಅವರದ್ದು ಸದ್ಯೋಜಾತ ಸ್ವಭಾವದ ಚಿಲುಮೆ ಕಾವ್ಯ ಎಂದು ನಾನು ಬರೆದೆ. ಮೆಚ್ಚುಗೆಯ ಜೊತೆಗೆ ಕೆಲವು ಟೀಕೆಯ ಮಾತುಗಳೂ ಮುನ್ನುಡಿಯಲ್ಲಿ ಇದ್ದವು. ಸಿದ್ಧಲಿಂಗಯ್ಯ ನನಗೆ ಬರೆದರು: "ಎಚ್ಚೆಸ್ವೀ... ನನ್ನ ಕಾವ್ಯದ ಬಗ್ಗೆ ಮೆಚ್ಚಿಮಾತಾಡಿದ್ದೀರಿ ಥ್ಯಾಂಕ್ಸ್. ಕೆಲವು ಟೀಕೆಗಳೂ ಇವೆ. ಇರಲೇಬೇಕು. ವಿಮರ್ಶೆಯೆಂದರೆ ತನಗೆ ಅನ್ನಿಸಿದ್ದನ್ನು ಪ್ರಾಮಾಣಿಕವಾಗಿ ಹೇಳುವುದು. ನಿಮ್ಮ ಮೆಚ್ಚುಗೆ ನನಗೆ ತುಂಬ ಸಂತೋಷ ನೀಡಿದೆ. ಆ ಸಂತೋಷದ ಅಭಿವ್ಯಕ್ತಿಗಾಗಿ ಒಂದು ಸ್ನೇಹಗೋಷ್ಠಿ ಏರ್ಪಡಿಸಿರುವೆ. ಲಕ್ಷ್ಮಣರಾವ್ ಮತ್ತು ನರಹಳ್ಳಿಯವರೊಂದಿಗೆ ತಪ್ಪದೆ ಬನ್ನಿ!"

ಮಂಡಿ ನೋವಿದ್ದರೂ ಸಿದ್ಧಲಿಂಗಯ್ಯ ಈಗಲೂ ಸಾಹಿತ್ಯ ಸಭೆಗಳಿಗೆ ಬರುತ್ತಾರೆ. ಕುಳಿತೇ ಮಾತಾಡುತ್ತಾರೆ. ಆದರೆ ಮಾತಿನ ವಗರು ಖಾಚಿತ್ಯ ಚೂರೂ ಕಮ್ಮಿಯಾಗಿಲ್ಲ. ಅವರು ಭಾಷೆಯನ್ನು ಸ್ವಲ್ಪ ಗ್ರಾಮ್ಯಗೊಳಿಸಿ, ಸ್ವಚ್ಛಂದವಾಗಿ ಹಚ್ಚಿಕೊಂಡು ಮಾತಾಡುವ ಕ್ರಮ ನನಗೆ ಪ್ರಿಯವಾದದ್ದು. ಬೇಂದ್ರೆ, ಕುರ್ತಕೋಟಿ, ಜಿ.ಎಸ್.ಆಮೂರ, ಅನಂತಮೂರ್ತಿ, ಕಂಬಾರ ಮೊದಲಾದ ಸೂಕ್ಷ್ಮ ಕಾವ್ಯ ಸಂವೇದನೆಯ ವಿಮರ್ಶಕರಿಂದ ಮೆಚ್ಚುಗೆಯ ಮಾತುಗಳು ಸಿದ್ಧಲಿಂಗಯ್ಯನವರ ಕವಿತೆಗಳು ಪಡೆದಿವೆ. ಅವರ ಕಾವ್ಯದ ಜೊತೆಗೆ ಶೂನ್ಯಸಂಪಾದನೆ ಕುರಿತ ಅವರ ಸಂಶೋಧನಾ ಕೃತಿ, ಕನ್ನಡ ಛಂದಸ್ಸನ್ನು ಕುರಿತು ಅವರು ಬರೆದಿರುವ ಒಳನೋಟಗಳಿಂದ ಕೂಡಿರುವ ಕೃತಿಯೂ ನನಗೆ ಪ್ರಿಯವಾಗಿವೆ.

ಸಿದ್ಧಲಿಂಗಯ್ಯನವರ ಸ್ನೇಹ ನನ್ನ ಬಾಳಿನ ಬಹು ದೊಡ್ಡ ಸಂಪಾದನೆ. ಸಂಬಂಧಗಳು ಬಿಗಡಾಯಿಸುವಂತೆ ಮಾಡುವ ಜಾತಿ ಪಂಥ ಗುಂಪು ಇತ್ಯಾದಿ ಯಾವ ತೊಡಕುಗಳೂ ನಮ್ಮನ್ನು ಈವರೆಗೆ ಕಾಡಿಲ್ಲ. ಅವರ ಸ್ನೇಹಮಯ ವ್ಯಕ್ತಿತ್ವ, ಸಾವಧಾನದ ವಿಲಂಬಿತ ನಡೆ ಕಂಡಾಗಲೆಲ್ಲಾ ನನಗೆ ಪುತಿನ ಸಾಲು ಥಟಕ್ಕನೆ ನೆನಪಾಗುತ್ತದೆ. ಸ್ಥವಿರ ಗಿರಿಯ ಚಲನದಾಸೆ, ಮೂಕವನದ ಗೀತದಾಸೆ, ಸೃಷ್ಟಿ ಹೊರೆಯ ಹೊತ್ತ ತಿರೆಯ ನಗುವಿನಾಸೆ ನಾ! ನಾ ಎನ್ನುವುದನ್ನು ನೀ ಎಂದು ಓದಿಕೊಂಡರೆ ಆಯಿತು! ಸಿದ್ಧಲಿಂಗಯ್ಯನವರ ಮಜಭೂತಾದ ವ್ಯಕ್ತಿತ್ವ ನಮ್ಮ ಕಣ್ಣಿಗೆ ಕಟ್ಟುತ್ತದೆ.

ಕಾವ್ಯ ಪ್ರೀತಿಯ
ಲೋಕವಿಮರ್ಶಕ

ಚಿತ್ರ: ಎ.ಎನ್.ಮುಕುಂದ್

ಮಲ್ಲಾಡಿಹಳ್ಳಿಯಲ್ಲಿ ನಾನು ಕೆಲಸ ಮಾಡುತ್ತಿದ್ದ ಕಾಲ. 1969 ಎಂದು ನೆನಪು. ಯು.ಆರ್.ಅನಂತಮೂರ್ತಿ ಶಿವರಾತ್ರಿ ಸಪ್ತಾಹದಲ್ಲಿ ಪಾಲ್ಗೊಳ್ಳಲು ಮಲ್ಲಾಡಿಹಳ್ಳಿಗೆ ಬಂದಿದ್ದರು. ನಾನು ಮೊಟ್ಟ ಮೊದಲು ಅವರನ್ನು ಭೆಟ್ಟಿಯಾಗಿದ್ದು, ಅವರ ಮಾತು ಕೇಳಿದ್ದು ಆಗ. ವ್ಯಾಸ ಪೀಠದ ತುಂಬಿದ ಸಭೆಯಲ್ಲಿ ಅನಂತಮೂರ್ತಿ ಮಾತಾಡಿದರು. ಅನಂತಮೂರ್ತಿ ಅವರಿಗೆ ಮಾತು ಕೂಡ ಒಂದು ಸೃಷ್ಟಿಶೀಲ ಕ್ರಿಯೆ. ಅವರದ್ದು ಮೊದಲೇ ಸಿದ್ಧಪಡಿಸಿ ಸಭೆಗೆ ಒಪ್ಪಿಸುವ ಕ್ರಮವಲ್ಲ. ಆಡಾಡುತ್ತಲೇ ತನ್ನ ಬಂಧವನ್ನು ಕಟ್ಟಿಕೊಳ್ಳುವ, ಉದ್ದಕ್ಕೂ ಅನೇಕ ಚಿಂತನೆಗಳಿಂದ ಹುರಿಗೊಳ್ಳುವ ಮಿಂಚಿನ ಮಿಣಿ. ಅಷ್ಟು ಅದ್ಭುತವಾಗಿ ಮಾತಾಡುವ ವಾಗ್ಮಿದರು ಕನ್ನಡದಲ್ಲಿ ವಿರಲವೆಂದೇ ಹೇಳಬೇಕು. ಅವರದ್ದು ವಾಗ್ವಿಜೃಂಭಣೆಯಲ್ಲ. ತುಂಬಿದ ಸಭೆಯಲ್ಲೂ ಏಕಾಂತ ಸಾಧಿಸಿ ಅಂತರಂಗ ತೆರೆದಿಡುವ ಧ್ಯಾನಾಭಿವ್ಯಕ್ತಿ. ಆಮೇಲೆ ಅದೆಷ್ಟು ಬಾರಿ ನಾನು ಅನಂತಮೂರ್ತಿಯವರ ಉಪನ್ಯಾಸ ಕೇಳಿದ್ದೇನೆ. ಯಾವತ್ತೂ ಅವರ ಮಾತು ನನ್ನನ್ನು ನಿರಾಶೆಗೊಳಿಸಿದ್ದಿಲ್ಲ. ಮಾತಲ್ಲೇ ಬರವಣಿಗೆಯ ಚಿಂತನೆ ಕಲ್ಪನೆ ಬಂಧ ವಿಸ್ತೃತವಾದ ಉಡ್ಡಯನಗಳಿಂದ ಹೊಸ ಅರಿವಿನ ಬಾಗಿಲು ತೆರೆಯುವ ಅವರ ವಾಕ್-ಶಕ್ತಿಗೆ ನಾನು ಮನಸೋತಿದ್ದೆ.

ನಮ್ಮ ಪ್ರಿನ್ಸಿಪಾಲರು ಮತ್ತು ನಾನು ರಾತ್ರಿ ವಸತಿಗೃಹದಲ್ಲಿ ಮೂರ್ತಿಯವರನ್ನ ಭೆಟ್ಟಿ ಮಾಡಿ ಮಾರನೆಯ ದಿನ ಹೈಸ್ಕೂಲ್ ಮಕ್ಕಳಿಗೆ ಮಾತಾಡಬೇಕೆಂದು ಕೋರಿದೆವು. ಅನಂತಮೂರ್ತಿ ಒಪ್ಪಿಕೊಂಡರು. ನಾಳೆ ಬೆಳಿಗ್ಗೆ ಕಾರ್ಯಕ್ರಮ ಇಟ್ಟುಕೊಳ್ಳಿ ಎಂದರು. ಸರ್...! ಪಕ್ಕದಲ್ಲೇ ನಮ್ಮ ಮನೆ! ದಯವಿಟ್ಟು ಹತ್ತು ನಿಮಿಷ ಮನೆಗೆ ಬನ್ನಿ ಎಂದು ಕೇಳಿದೆ. ಓಹೋ! ಅದಕ್ಕೇನಂತೆ... ನಡಿಯಿರಿ ಹೋಗೋಣ ಎಂದು ಮೂರ್ತಿಗಳು ನಾನಿದ್ದ ಮನೆಗೆ ಬಂದರು. ನನ್ನ ಪತ್ನಿ, ತಾಯಿ, ಅಜ್ಜಿಯರನ್ನ ಅವರಿಗೆ ಪರಿಚಯ ಮಾಡಿಸಿದೆ. ನನ್ನ ಕೋಣೆಯಲ್ಲಿ ಜೋಡಿಸಿಟ್ಟಿದ್ದ ಪುಸ್ತಕಗಳ ಶ್ರೇಣಿ ಅವರಿಗೆ ಸಂತೋಷ ಉಂಟು ಮಾಡಿತು. ಏನಪ್ಪಾ.. ನೀವು ಸಾಹಿತ್ಯದ

ಅಧ್ಯಾಪಕರಾ? ಎಂದು ಕೇಳಿದರು. ಸರ್ ನಾನು ಸಾಹಿತ್ಯದ ಅಧ್ಯಾಪಕನಲ್ಲ... ಕ್ರಾಫ್ಟ್ ಟೀಚರ್. ಸಾಹಿತ್ಯ ನನ್ನ ಹುಚ್ಚು ಅಷ್ಟೆ! ಎಂದೆ. ಅವರಿಗೆ ಇನ್ನೂ ಆಶ್ಚರ್ಯ! ನನ್ನ ಕೋಣೆಯಲ್ಲಿದ್ದ ಪುಸ್ತಕಗಳ ಮೇಲೆ ಕಣ್ಣಾಡಿಸಿದರು. ಅವರ ಸಂಸ್ಕಾರ, ಆಗಷ್ಟೇ ಬಂದಿದ್ದ ಪದ್ಯಗಳ ಸಂಗ್ರಹ ಕೂಡ ಅಲ್ಲಿ ಇದ್ದವು. ಸಾಕ್ಷಿ, ಸಂಕ್ರಮಣ, ಲಹರಿ, ಕವಿತಾ ಮೊದಲಾದ ಸಾಹಿತ್ಯಕ ಪತ್ರಿಕೆಗಳು, ಅಡಿಗರಿಂದ ರಾಮಾನುಜನ್ ಅವರ ವರೆಗೆ ಅನೇಕ ಕಾವ್ಯ ಸಂಗ್ರಹಗಳು ಅಲ್ಲಿದ್ದವು. ಪಂಪ ಕುಮಾರವ್ಯಾಸಾದಿ ಹಳೆಯ ಕವಿಗಳೂ ಸಹಪಂಕ್ತಿಯಲ್ಲಿದ್ದರು! ಅನಂತಮೂರ್ತಿ ಭೇಷ್ ಎಂದು ನನ್ನ ಬೆನ್ನು ತಟ್ಟಿದರು. ಕಾಫಿ ಸೇವನೆಯಾದ ಮೇಲೆ ಇಬ್ಬರೂ ಆಶ್ರಮ ನೋಡಲು ಹೊರಟೆವು. ಹೋಗುವಾಗ ಅನಂತಮೂರ್ತಿ "ನಾಳೆ ಹುಡುಗರಿಗೆ ಏನು ಮಾತಾಡಲಿ?" ಎಂದು ಕೇಳಿದರು! ಏನು ಬೇಕಾದರೂ ಮಾತಾಡಿ. ಹಳ್ಳಿಯ ಹುಡುಗರಾದರೂ ಅನೇಕರಿಗೆ ಸಾಹಿತ್ಯದ ಬಗ್ಗೆ ಒಳ್ಳೆಯ ಆಸಕ್ತಿಯಿದೆ! ಅಂಥ ವಾತಾವರಣ ನಮ್ಮ ಶಾಲೆಯಲ್ಲಿದೆ! ಎಂದೆ. "ಹಾಗಾದರೆ ಅಡಿಗರ ಶ್ರೀರಾಮನವಮಿಯ ದಿವಸ ಪದ್ಯವನ್ನು ಕುರಿತೇ ಮಾತಾಡುತ್ತೇನೆ! " ಎಂದರು. ನಾನು ಆ ಪದ್ಯ ಓದಿದ್ದೆ. ಎಸ್.ಎಸ್.ಸಿ ಒಂದಿಗೆ ಆ ಪದ್ಯದ ಬಗ್ಗೆ ಚರ್ಚೆಯನ್ನೂ ಮಾಡಿದ್ದೆ. ಆ ಬಿಕ್ಕಟ್ಟಾದ ಪದ್ಯ ಕುರಿತು ಹೈಸ್ಕೂಲ್ ಮಕ್ಕಳಿಗೆ ಇವರು ಏನು ಹೇಳುತ್ತಾರೆ ಎಂದು ನನಗೆ ಕುತೂಹಲ. ಅತಿಥಿಗೃಹಕ್ಕೆ ಹಿಂದಿರುಗುವಾಗ ನನ್ನ ಲೈಬ್ರರಿಯಿಂದ ಆ ಪದ್ಯ ಪಡೆದು, ಅನಂತಮೂರ್ತಿ ಮಲಗಲಿಕ್ಕೆ ಹೋದರು.

ಮಾರನೆಯ ಬೆಳಿಗ್ಗೆ ಹುಡುಗರನ್ನು ಸೇರಿಸಿದೆವು. ಹೀಗೆ ಸಭೆ ಏರ್ಪಡಿಸಿ ಹಿರಿಯ ಸಾಹಿತಿಗಳನ್ನು ವಿದ್ಯಾರ್ಥಿಗಳಿಗೆ ಪರಿಚಯಮಾಡಿಕೊಡುವುದರಲ್ಲಿ ನಮ್ಮ ಪ್ರಿನ್ಸಿಪಾಲರಿಗೆ ಬಹುವಾದ ಆಸಕ್ತಿ. ಒಂದು ಗಂಟೆ ಶ್ರೀರಾಮನವಮಿಯ ದಿವಸ ಪದ್ಯವನ್ನು ಅನಂತಮೂರ್ತಿ ಮಕ್ಕಳಿಗೆ ವಿವರಿಸಿದರು. ಹುಡುಗರು ಮಂತ್ರಮುಗ್ಧರಾಗಿ ಹೋದರು. ಹಂತಹಂತವಾಗಿ ಮಕ್ಕಳನ್ನು ಹೇಗೆ ಪದ್ಯದ ಆಳಕ್ಕೆ ಅನಂತಮೂರ್ತಿ ಕರೆದುಕೊಂಡು ಹೋಗಿದ್ದರು! ನಾನು ಅನಂತಮೂರ್ತಿಯವರ ಆ ದಿನದ ಭಾಷಣವನ್ನು ಈವತ್ತೂ ಮರೆತಿಲ್ಲ. ಮಕ್ಕಳ ಮುಖದ ಪ್ರಸನ್ನ ಮುದ್ರೆ ಈಗಲೂ ನನ್ನ ಕಣ್ಣಿಗೆ ಕಟ್ಟಿದೆ.

***

ಅನಂತಮೂರ್ತಿ ಮೈಸೂರಿನ ಟಿ.ಕೆ.ಲೇಔಟ್ನಲ್ಲಿ ಅಭಯ ಎಂಬ ತಮ್ಮ ಮನೆಯಲ್ಲಿ ವಾಸ ಮಾಡುತ್ತಿದ್ದಾಗ ನಾನು ಬಿ.ಆರ್.ಲಕ್ಷ್ಮಣರಾವ್, ಮತ್ತು ನರಹಳ್ಳಿ ಅದೆಷ್ಟು ಬಾರಿ ಅವರನ್ನು ಕಾಣಲು ಮೈಸೂರಿಗೆ ಹೋಗಿದ್ದೆವೋ. 1980ರಲ್ಲಿ ನನ್ನ ಕ್ರಿಯಾಪರ್ವ ಸಂಗ್ರಹಕ್ಕೆ ಅನಂತಮೂರ್ತಿ ಮುನ್ನುಡಿ ಬರೆದರು. ನನ್ನ ಕಾವ್ಯಜೀವಿತದಲ್ಲಿ ಅದೊಂದು ನೆನಪಿಡಬೇಕಾದ ಸಂಗತಿ. ಮುನ್ನುಡಿ ಬರೆದ ಮೇಲೆ

ಬೆಂಗಳೂರಿಗೆ ಅದ್ಯಾವ ಕಾರಣಕ್ಕೋ ಬಂದಿದ್ದ ಅನಂತಮೂರ್ತಿ ನಮ್ಮ ಮನೆಯ ಸಮೀಪದಲ್ಲೇ ಇದ್ದ ಕಿರಂ ಅವರ ಮನೆಯಲ್ಲಿ ಉಳಿದಿದ್ದರು. ಅನಂತಮೂರ್ತಿ ಮತ್ತು ಕಿರಂ ನಮ್ಮ ಮನೆಗೆ ಬಂದು ಮುನ್ನುಡಿ ಕೊಟ್ಟು ಹೋಗಿದ್ದಾರೆ! ಕಾಲೇಜಿಂದ ಬಂದವನಿಗೆ ಮನೆಯವರು ಈ ವಿಷಯ ತಿಳಿಸಿದಾಗ, ಅಯ್ಯೋ! ಎಂಥ ಕೆಲಸವಾಯಿತು! ಅನಂತಮೂರ್ತಿ ಬಂದಾಗ ನಾನು ಮನೆಯಲ್ಲಿ ಇರಲಿಲ್ಲವಲ್ಲ ಎಂದು ಬೇಸರ ಪಟ್ಟಾಗ ಅವರು ಕಿರಂ ಮನೆಯಲ್ಲಿ ಇರುತ್ತಾರಂತೆ... ಬಿಡುವಿದ್ದರೆ ಅವರನ್ನು ಅಲ್ಲಿಗೆ ಕಳಿಸು ಎಂದರು ಎಂದು ನನ್ನ ಪತ್ನಿ ಹೇಳಿದಳು. ಆಗ ನನ್ನ ಬಳಿ ಸುವೇಗ ಎಂಬ ಪುಟ್ಟ ವಾಹನವಿತ್ತು. ನಾನು ಕಿರಂ ಮನೆಗೆ ದೌಡಾಯಿಸಿದೆ. ರಾತ್ರಿ ಅದೆಷ್ಟೊ ಹೊತ್ತು ಅನಂತಮೂರ್ತಿ, ಕಿರಂ ಮತ್ತು ನಾನು ಸಾಹಿತ್ಯ, ರಾಜಕೀಯ, ಅದೂ ಇದೂ ಎಂದು ಏನೆಲ್ಲ ಮಾತಾಡಿದೆವು! ಗೋಷ್ಠಿ ಮುಗಿದಾಗ ಸರಿರಾತ್ರಿಯೇ ಆಗಿಹೋಗಿತ್ತು. ಅನಂತಮೂರ್ತಿಯವರ ಕೈಬರಹದ ಮುನ್ನುಡಿಯ ಪ್ರತಿ ಈಗಲೂ ನನ್ನ ಬಳಿ ಇದೆ. ಅದರಲ್ಲಿ ಅವರು ಶಿವಪ್ರಕಾಶರ ಕಾವ್ಯದ ಬಗ್ಗೆ ಬರೆದ ಕೆಲವು ಹೊಸದಾಗಿ ಸೇರಿಸಿದ ಸಾಲುಗಳ ದಾಖಲೆಯೂ ಇದೆ. ಪ್ರಾಯಃ ನನಗೆ ಮುನ್ನುಡಿ ಕೊಡುವ ಮುನ್ನ ಅನಂತಮೂರ್ತಿ ಅದನ್ನು ಕಿರಂಗೆ ಓದಿರಬೇಕು. ಆಗ ಹೊಸದಾಗಿ ಪ್ರವರ್ಧಮಾನಕ್ಕೆ ಬರುತ್ತಿದ್ದ ಗೆಳೆಯ ಶಿವಪ್ರಕಾಶರ ಕಾವ್ಯದ ಬಗ್ಗೆ ಕೆಲವು ಸಾಲುಗಳನ್ನು ಅನಂತಮೂರ್ತಿ ಸೇರಿಸಿರಬೇಕು.

ನಾನು ಹರಿಗೋಲು ಎಂಬ ಆತ್ಮಕಥನಾತ್ಮಕವಾದ ದೀರ್ಘ ಪದ್ಯ ಬರೆದಿದ್ದ ಸಂದರ್ಭ. ಅದನ್ನು ಅನಂತಮೂರ್ತಿಯವರಿಗೆ ಓದಬೇಕೆಂದು ನಾನೂ ಬಾಲು, ಲಕ್ಷ್ಮಣ್ ಮೈಸೂರಿಗೆ ಹೋದೆವು. ಅನಂತಮೂರ್ತಿಯವರ ಗೆಳೆಯರೊಬ್ಬರ ಮನೆಯಲ್ಲಿ ಕೆಲವೇ ಸಾಹಿತ್ಯಾಸಕ್ತರೆದುರು ಕವಿತೆಯ ವಾಚನ ನಡೆಯಿತು. ದೇಹಾಲಸ್ಯವಿದ್ದರೂ ಅನಂತಮೂರ್ತಿ ಕವಿತೆಯನ್ನು ಆಸಕ್ತಿಯಿಂದ ಕೇಳಿದರು. ಆಗಾಗ ಹೊರಬರುತ್ತಿದ್ದ ಅವರ ಉದ್ಗಾರ, ಆ ಸಾಲುಗಳನ್ನು ಇನ್ನೊಮ್ಮೆ ಓದಿ ಎಂದು ಹೇಳುತ್ತಿದ್ದುದು, ಕವಿತೆಯ ವಾಚನ ಮುಗಿದ ಮೇಲೂ ಆಪ್ತ ಗೋಷ್ಠಿಯಲ್ಲಿ ಬಹಳ ಸಮಯ ನಮ್ಮೊಂದಿಗೆ ಕಳೆದಿದ್ದು ನಾನು ಯಾವತ್ತೂ ಮರೆಯಲಾರೆ.

ಮುಂದೆ ನನ್ನ ಮತ್ತು ಅನಂತಮೂರ್ತಿಗಳ ಸಂಬಂಧ ನಿಕಟವಾಗುತ್ತಲೇ ಹೋಯಿತು. ನಾನು ಹೊಸ ಕವಿತೆ ಬರೆದರೆ ಅದನ್ನು ಓದಲೆಂದೇ ಬೆಂಗಳೂರಿಂದ ಮೈಸೂರಿಗೆ ಹೋಗುತ್ತಿದ್ದೆ! ಆಗ ನನ್ನ ಜೊತೆಯಲ್ಲಿ ನನ್ನ ಗೆಳೆಯರೂ ಇರುತ್ತಿದ್ದರು! ಅವೆಂಥ ಉನ್ಮಾದದ ದಿನಗಳು!

***

ಹಿರಿಯಣ್ಣನಂತೆ ಅನಂತಮೂರ್ತಿ ಕೊನೆಯವರೆಗೂ ನನ್ನನ್ನು ನೋಡಿಕೊಂಡರು. ಅವರ ಕಥೆ ಕವಿತೆಗಳನ್ನು ನಾನು ಹಚ್ಚಿಕೊಂಡು ಓದುತ್ತಿದ್ದೆ.

ಸಂಸ್ಕಾರ ಕಾದಂಬರಿಯ ಬಗ್ಗೆ ನಾನು ಬರೆದ ಸಾನೆಟ್ ಮೂರ್ತಿಯವರಿಗೆ ತುಂಬ ಇಷ್ಟವಾಗಿತ್ತು. ಅದೆಷ್ಟು ಅರ್ಥಪೂರ್ಣ ಗಳಿಗೆಗಳನ್ನು ಅವರೊಂದಿಗೆ ಕಳೆದಿದ್ದೇನೆ. ಹೆಗ್ಗೋಡಿನಲ್ಲಿ ನಡೆಯುವ ಸಾಂಸ್ಕೃತಿಕ ಶಿಬಿರಗಳಲ್ಲಿ ಅವರ ಮಾತುಗಳನ್ನು ಕೇಳಿದ್ದೇನೆ. ಖಾಸಗಿ ಮಾತು ಕಥೆಯಲ್ಲಿ ಅವರೊಂದಿಗೆ ಅದೆಷ್ಟೋ ಬಾರಿ ತೊಡಗಿದ್ದೇನೆ. ಪ್ರತಿಬಾರಿಯೂ ಅವರ ಸೂಕ್ಷ್ಮ ಚಿಂತನೆಗಳು ನನ್ನ ಮನಸ್ಸಿನ ಆಳಕ್ಕೆ ಹೊಕ್ಕಿವೆ.

ಕೊನೆಕೊನೆಗೆ ಅವರ ಆರೋಗ್ಯ ಕುಂಠಿತವಾಗಿತ್ತಲ್ಲ! ಒಂದು ಬೆಳಿಗ್ಗೆ ಅವರಿಂದ ದೂರವಾಣಿ. ನಿನ್ನ ಉತ್ತರಾಯಣ ಪದ್ಯ ಓದುತ್ತಿದ್ದೇನೆ! ಅರ್ಧ ಸೀರೆಯ ಪ್ರಸಂಗ ಬರುತ್ತದಲ್ಲ...ಏನು ಅದು ಎಂದು ಕೇಳುತ್ತಾರೆ. ಅದು ನಳ ದಮಯಂತಿ ಪ್ರಸಂಗದ ಸೂಚನೆ ಎಂದಾಗ, ಆಹಾ! ಹಾಗೇ ಅಂದುಕೊಂಡೆ ಎಂದು ಉದ್ಗಾರ ತೆಗೆಯುತ್ತಾರೆ. ನೀನೀಗ ಆತ್ಮಸಿದ್ಧಿಯ ಹಾದಿಯಲ್ಲಿದ್ದೀಯ ಎಂದರು. ಏನು ಹೇಳಬೇಕೋ ತಿಳಿಯದೆ ನಾನು ಮೌನವಹಿಸಿದೆ. ನಿನ್ನ ಆಪ್ತಗೀತೆಯೂ ನನಗೆ ತುಂಬ ಇಷ್ಟವಾಗಿದೆ ಎಂದರು. ನಾನು ಒಂದು ಕ್ಷಣ ತಡೆದು "ಸರ್ ಮನೆಯಿಂದ ಮಾತಾಡುತ್ತಿದ್ದೀರಾ? ತಿಂಡಿ ಆಯಿತಾ?" ಕೇಳಿದೆ. ಅನಂತಮೂರ್ತಿಯವರ ಉತ್ತರ ನನ್ನನ್ನು ದಂಗುಬಡಿಸಿತು! "ನರ್ಸಿಂಗ್ ಹೋಮಿನಲ್ಲಿ ಇದ್ದೇನಯ್ಯಾ! ಡಯಾಲಿಸಿಸ್ ಆಗ್ತಾ ಇದೆ!".

ಅನಂತಮೂರ್ತಿ ತಮ್ಮ ಹೊಸ ಕವಿತೆಗಳ ಬಗ್ಗೆ ಮುನ್ನುಡಿ ಬರೆಯಲು ನನ್ನನ್ನು ಕೇಳಿದರು. ದೀರ್ಘವಾದ ಮುನ್ನುಡಿ ಬರೆದೆ. ಅವರಿಗದು ತುಂಬಾ ಇಷ್ಟವಾಯಿತು. ಆಮೇಲೆ ಅನೇಕ ಬಾರಿ ತುಂಬ ಚೆನ್ನಾಗಿ ಬರೆದಿದ್ದೀಯ ! ಎನ್ನುತ್ತಿದ್ದರು. ನಮ್ಮಲ್ಲಿ ಪತ್ರವ್ಯವಹಾರ ಕಮ್ಮಿಯಾಗಿತ್ತು. ಅವರು ಬೆಂಗಳೂರಿಗೆ ಬಂದಮೇಲೆ ಮತ್ತೆ ಮತ್ತೆ ದೂರವಾಣಿಯ ಮೂಲಕ ಮಾತಾಡುತ್ತಿದ್ದೆವು. ಹೊಸ ಕವಿತೆ ಬರೆದಿದ್ದೀಯಂತೆ! ವಿಜಯಶಂಕರ್ ಹೇಳಿದರು! ನನಗೆ ಕಳಿಸೇ ಇಲ್ಲವಲ್ಲ ಎಂದು ಒಮ್ಮೆ ಆಕ್ಷೇಪಿಸಿದರು! ಅವರಷ್ಟು ಕಾವ್ಯವನ್ನು ಹಚ್ಚಿಕೊಂಡ ವ್ಯಕ್ತಿಗಳು ಅಪರೂಪ. ಅಡಿಗರ ಕಾವ್ಯದ ಬಗ್ಗೆ ಅವರಷ್ಟು ಘನವಾಗಿ ಬರೆದ ವಿಮರ್ಶಕರೂ ವಿರಲವೇ.

***

ನಮ್ಮ ದೇಶ ಯಾವ ದಿಕ್ಕಲ್ಲಿ ಸಾಗಬೇಕೆಂದು ಅನಂತಮೂರ್ತಿ ಸದಾ ಚಿಂತಿಸುತ್ತಿದ್ದರು. ಅನೇಕರಿಗೆ ಅಪಥ್ಯವಾಗುವ ನಿಷ್ಠುರ ಮಾತುಗಳನ್ನು ಸಭೆಗಳಲ್ಲಿ ಆಡುತ್ತಿದ್ದರು. ಲೇಖನಗಳಲ್ಲಿ ಬರೆಯುತ್ತಿದ್ದರು. ಚರ್ಚೆಗೆ ಅವರು ಸದಾ ಮುಕ್ತರಾಗಿದ್ದರು. ಸಾಹಿತ್ಯ ಚರ್ಚೆ ಮತ್ತು ಒಟ್ಟೊಟ್ಟಿಗೇ ಸಾಮಾಜಿಕ ರಾಜಕೀಯ ಚರ್ಚೆ ಅವರ ಅಂತರಂಗ ಬಹಿರಂಗಗಳಲ್ಲಿ ಸದಾ ನಡೆಯುತ್ತಾ ಇತ್ತು. ತಮ್ಮ

ವಿಚಾರಗಳಲ್ಲಿ ತಾವೇ ಮುಳುಗಿಹೋಗುತ್ತಿದ್ದರು. ಒಮ್ಮೆ ಒಂದು ವಿಷಯದಲ್ಲಿ ಮಗ್ನರಾದರೆಂದರೆ ತಮ್ಮ ಬಳಿ ಬರುವವರಿಗೆಲ್ಲಾ ಆ ಕುರಿತೇ ಮಾತಾಡುತ್ತಿದ್ದರು. ಎದುರು ಕುಳಿತವರು ಏನೋ ಅಂದರೆ ಅನಂತಮೂರ್ತಿ ಆ ಕ್ಷಣ ತಮ್ಮ ಮುಂದಿನ ವಾಕ್ಯದ ಬಗ್ಗೆ ಯೋಚಿಸುತ್ತಾ ಇರುತ್ತಿದ್ದರು. ಎದುರು ಕೂತವರ ಮಾತು ಅವರ ಕಿವಿಗೇ ಬೀಳುತ್ತಿರಲಿಲ್ಲ!

ಅವರ ಆರೋಗ್ಯ ತುಂಬ ಕ್ಷೀಣಿಸಿದ ದಿನಗಳು. ವ್ಯಗ್ರವಾದ ಟೀಕೆಗಳು ಅವರನ್ನು ಘಾಸಿಪಡಿಸಿದ್ದವು. ಆದರೆ ಪ್ರವಾಹದ ವಿರುದ್ಧ ಈಜುವ ಹಠ ಕೊನೆಯವರೆಗೂ ಬಿಟ್ಟುಕೊಡಲಿಲ್ಲ. ಅವರು ನಡೆಸಿದ ರಾಜಕೀಯ, ಸಾಹಿತ್ಯಕ ವಾಗ್ವಾದಗಳು ಇಡೀ ಸಮೂಹದ ಸ್ವೀಕೃತ ವಿಚಾರಗಳನ್ನು ಪ್ರಭಾವಿಸುವಷ್ಟು ತೀವ್ರವಾಗಿರುತ್ತಿದ್ದವು. ಅವರು ಜಗತ್ತನಷ್ಟೇ ಅಲ್ಲ, ತಮ್ಮನ್ನು ತಾವೇ ಎದುರುಹಾಕಿಕೊಂಡು ಹೋರಾಡುತ್ತಿದ್ದರು. ಈ ಆತ್ಮಯುದ್ಧ ಈ ಸಮಾಜದಲ್ಲಿ ಅಪರೂಪದ್ದು. ತಮ್ಮ ಕಡು ಟೀಕಾಕಾರರ ಸ್ನೇಹವನ್ನೂ ಅವರು ಕಳೆದುಕೊಳ್ಳಲು ಸಿದ್ಧರಿರಲಿಲ್ಲ. ಟೀಕಿಸಿದವರಿಗೂ ಮೂರ್ತಿಯವರ ಮುನ್ನುಡಿಯ ವಿಮರ್ಶೆ ಬೇಕಾಗುತ್ತಿತ್ತು. ವ್ಯಂಗ್ಯವಿಲ್ಲದೆ ಅಂಥ ಮುನ್ನುಡಿಯ ಜವಾಬ್ದಾರಿಯನ್ನೂ ಅವರು ನಿರ್ವಹಿಸುತ್ತಿದ್ದರು. ಸುಮತೀಂದ್ರನಾಡಿಗರ ದಾಂಪತ್ಯ ಗೀತೆಯ ಬಗ್ಗೆ ಅನಂತಮೂರ್ತಿ ಹಚ್ಚಿಕೊಂಡು ಬರೆದ ಸೊಗಸಾದ ಮುನ್ನುಡಿಯ ಮಾತುಗಳು ನನಗೆ ನೆನಪಾಗುತ್ತಿವೆ.

***

ಅವರು ಕೊನೆಗಾಲದಲ್ಲಿ ಬರೆದ ಹಿಂದ್ ಸ್ವರಾಜ್ ಬಗೆಗಿನ ಕೃತಿಯನ್ನು ನಾನು ಮತ್ತೆ ಮತ್ತೆ ಓದುತ್ತೇನೆ. ಹಾಗೇ ಅವರು ಮಾಡಿದ ವರ್ಡ್ಸ್ವರ್ತ್ ಬ್ಲೇಕ್ ಯೇಟ್ಸ್ ಮೊದಲಾದವರ ಅನುವಾದಗಳನ್ನು. ನಾನು ಪಂಪನ ವಿಕ್ರಮಾರ್ಜುನ ವಿಜಯದ ಆಯ್ದ ಭಾಗದ ತಿಳಿಗನ್ನಡ ಅವತರಣ ಸಿದ್ಧಪಡಿಸಿದ್ದೆ. ಅಭಿನವ ರವಿಕುಮಾರ್ ಅದನ್ನು ತುಂಬ ಸುಂದರವಾಗಿ ಪ್ರಕಟಿಸಿದ್ದರು. ಆ ಕೃತಿಯನ್ನು ಅನಂತಮೂರ್ತಿ ಬಿಡುಗಡೆ ಮಾಡಬೇಕೆಂಬುದು ನನ್ನ ಆಸೆ! ಆದರೆ ಅನಂತಮೂರ್ತಿಯವರ ಆರೋಗ್ಯ ಸಭೆ ಸಮಾರಂಭದಲ್ಲಿ ಭಾಗವಹಿಸುವಷ್ಟು ಚೆನ್ನಾಗಿರಲಿಲ್ಲ. ನನ್ನ ಮೇಷ್ಟ್ರಾದ ಡಾ ಹಂಪನಾ ಅವರನ್ನು ಪುಸ್ತಕ ಬಿಡುಗಡೆ ಮಾಡಿಕೊಡಲು ಕೋರಿದ್ದೆ. ಅವರು ಪುಸ್ತಕ ಬಿಡುಗಡೆ ಮಾಡಿ ಪಂಪನ ಬಗ್ಗೆ ತಮ್ಮ ವಿದ್ವತ್ಪೂರ್ಣ ಮಾತುಗಳನ್ನು ಆಡುತ್ತಿರುವಾಗ ಒಮ್ಮೆಗೇ ಅನಂತಮೂರ್ತಿ ಪರಿಷತ್ತಿನ ಸಭಾಂಗಣದ ಬಾಗಿಲ ಬಳಿ ಪ್ರತ್ಯಕ್ಷರಾಗಿ ಬಿಡೋದೆ!

ನನ್ನ ಕೋರಿಕೆ ಮನ್ನಿಸಿ ನಿಧಾನಕ್ಕೆ ವೇದಿಕೆಯ ಮೇಲೆ ಬಂದರು. ಕೆಲವೇ ನಿಮಿಷ ಮಾತಾಡಿದರು. ಆ ಕೆಲವೇ ಮಾತುಗಳು ನನ್ನಲ್ಲಿ ಸಾರ್ಥಕ್ಯ ಭಾವವನ್ನು

ಉದ್ದೀಪಿಸಿದವು. "ನಮ್ಮ ಪ್ರೀತಿಯ ಎಚ್ಚೆಸ್ವಿ ನಮಗೆ ಗೊತ್ತಿಲ್ಲದಂತೆ ಯಾವುದು ಯಾವಾಗಲೂ ಇತ್ತೋ ಅದು ಮಗುವಿನ ಕಣ್ಣಿಗೂ ಸಿಗಬೇಕು ಎಂಬ ಆಸೆಯಿಂದ ಪದಬಂಧ ಬಿಡುಗಡೆಯ ಆಟ ಆಡಿ, ಇಲ್ಲಿ ಬಿಚ್ಚಿ, ಅಲ್ಲಿ ಬದಲಾಯಿಸಿ, ಬದಲಾಗಿಲ್ಲ ಎಂದು ಎನ್ನಿಸುವಂತೆಯೂ ಬದಲಾಯಿಸಿ, ಉಭಯಕವಿಯಾಗಿ ನಮಗೆ ಸಲ್ಲುತ್ತಾರೆ!"

"ಕುಬ್ಜನಾಗದಂತೆ ಪಂಪ ಇಲ್ಲಿ ಆಧುನಿಕನಾಗಿದ್ದಾನೆ!"

ಒಬ್ಬ ಲೇಖಕ ಇದಕ್ಕಿಂತ ಇನ್ನಾ್ಯವ ದೊಡ್ಡ ಮಾತನ್ನು ವಿಮರ್ಶೆಯ ವಲಯದಿಂದ ನಿರೀಕ್ಷಿಸಬಹುದು?

ಹಳ್ಳಿಗನೊಬ್ಬ ವಿಶ್ವರೂಪಿಯಾದ
'ಸಮಾಚಾರ'...

ಚಿತ್ರ: ಎ.ಎನ್.ಮುಕುಂದ್

ಪುತಿನ ಅವರ

ಗೋಕುಲ ನಿರ್ಗಮನದ ಬಗ್ಗೆ ಚಿಂತಿಸದೆ ಕೆ.ವಿ.ಸುಬ್ಬಣ್ಣನವರ ಬಗ್ಗೆ ಯೋಚಿಸಲಾಗದು. ಸ್ಮೃತಿ ಅವಶೇಷವಾಗಿದ್ದ ಗೋಕುಲ ನಿರ್ಗಮನವನ್ನು ಮತ್ತೆ ವರ್ತಮಾನದ ಚಾಲ್ತಿಗೆ ಆವಾಹಿಸಿದವರಲ್ಲಿ ಸುಬ್ಬಣ್ಣ ಮುಖ್ಯರು. ಅವರಿಗೆ ಗೋಕುಲ ನಿರ್ಗಮನ ಆತ್ಮವನ್ನು ನೋಡಿಕೊಳ್ಳುವ ಕನ್ನಡಿಯಾಗಿರಬೇಕೆಂದು ನನಗೆ ಯಾವಾಗಲೂ ಅನಿಸುವುದು. ಬೋಧಿಯ ನಂತರ ಕಪಿಲವಸ್ತುವಿಗೆ ಬಂದ ಬುದ್ಧನಂತೆ ಗೋಕುಲದ ಕೃಷ್ಣ ತನ್ನ ಹಳ್ಳಿಗೆ ಹಿಂದಿರುಗಲಿಲ್ಲ, ನಿಜ. ಆದರೆ ಆ ಹಳ್ಳಿಯನ್ನು ಅವನ ವ್ಯಕ್ತಿತ್ವ ತನ್ನೊಳಗೆ ಅಳವಡಿಸಿಕೊಂಡುಬಿಟ್ಟಿತ್ತು. ಕೃಷ್ಣನೆಂಬ ಗೊಲ್ಲರ ಹುಡುಗ ಇಡೀ ವಿಶ್ವವನ್ನೇ ತನ್ನೊಳಗೆ ಆವಾಹಿಸಿಕೊಂಡುಬಿಟ್ಟ. ವಿಶ್ವರೂಪವೆನ್ನುವುದು ಅದರ ಸಾಂಕೇತಿಕ ಗ್ರಹಿಕೆಯಷ್ಟೆ. ಸಮಾಜವನ್ನು ಪ್ರಕೃತಿ ಸಮಸ್ತದೊಂದಿಗೆ ಗುಳುಂ ಮಾಡಿಕೊಳ್ಳುವ ಸುಬ್ಬಣ್ಣನ ಪ್ರವೃತ್ತಿ ಮತ್ತೊಂದು ಬಗೆಯ ವಿಶ್ವರೂಪದ ಪ್ರಸಕ್ತಿಯೇ ಆಗಿದೆ. ದಾಸರಲ್ಲಿ ಬಯಲು ಆಲಯದೊಳಗೊ ಆಲಯವು ಬಯಲೊಳಗೊ ಎಂಬ ಮಹಾವಾಕ್ಯವೊಂದುಂಟು. ಕೃಷ್ಣ ಬಾಲ್ಯದಲ್ಲಿ ಬಾಯೊಳಗೆ ಧರಿತ್ರಿಯನ್ನು ಧರಿಸಿದ. ಪ್ರೌಢನಾದಾಗ ಧರಿತ್ರಿಯೊಳಗೆ ತಾನು ಅನೂನವಾಗಿ ಕರಗಿಹೋದ. ಜೆನ್ ತತ್ವದಲ್ಲಿ ಬರುವ ಪ್ರಕೃತಿಯಲ್ಲಿ ಸಮರಸಗೊಳ್ಳುವುದೆಂದರೆ ಇದೇ ಅಲ್ಲವೇ? ವಿಶ್ವರೂಪವೆನ್ನುವುದು ಒಂದು ಸ್ಥಿತಿಯಲ್ಲ; ಅದೊಂದು ಸಾಧನೆ.

ಸಾಹಿತ್ಯವೊಂದೇ ಆಸಕ್ತಿಯಾಗಿ ಸಾಹಿತ್ಯೋಪಜೀವಿಯಾಗಿ ನಮ್ಮಲ್ಲಿ ಅನೇಕರು ಬದುಕುವರು. ಸಾಹಿತ್ಯ ಬರೆದು, ಸಾಹಿತ್ಯ ಮಾತಾಡಿ, ಸಾಹಿತ್ಯವನ್ನೇ ಸದಾ ತೇಗುವಂಥವರು. ಕೃಷ್ಣ ಏಕಾಸಕ್ತಿಯ ಪೈಕಿಯಲ್ಲ. ಅವನಿಗೆ ಕೊಳಲು ಬೇಕು. ಗೋಪಾಲನೆ ಬೇಕು. ಗೊಲ್ಲ ಬಾಲರ ಗೆಳೆತನ ಬೇಕು. ಸಮಾಜದ ದುಷ್ಟತೆಯ ವಿರುದ್ಧ ಹೋರಾಟವೂ ಬೇಕು. ಅಪಮಾರ್ಗದಲ್ಲಿರುವ ರಾಜಕೀಯವನ್ನು ಸರಿದಾರಿಗೆ ತರುವ ರಾಜಕಾರಣವೂ ಬೇಕು. ಐಂದ್ರಿಕ ಜಗತ್ತಲ್ಲಿ ಅದನ್ನು ಮೀರಿ ಸೆಳೆಯುವ ಅತೀಂದ್ರಿಯವೂ ಬೇಕು. ಯೋಗ-ಪ್ರಯೋಗಗಳು ಅವನಲ್ಲಿ

ದ್ವಿದಳವಾಗಿ ಒಡೆದುಕೊಳ್ಳುವುದಿಲ್ಲ. ಸುಬ್ಬಣ್ಣನವರ ಬಗ್ಗೆಯೂ ನನಗೆ ಹೀಗೇ ಯೋಚಿಸಬೇಕು ಅನ್ನಿಸುತ್ತದೆ. ಅವರ ಆಸಕ್ತಿ ಹಲವು. ಸಾಹಿತ್ಯ, ಪುಸ್ತಕ ಪ್ರಕಟಣೆ, ರಂಗಭೂಮಿ, ಅಡಕೆ ಬೆಳೆ, ರಾಜಕಾರಣ, ಸಿನಿಮಾ, ಗಾಂಧಿ–ಅಂಬೇಡ್ಕರ್ ಎಂಬ ಪೂರಕ ದ್ವಂದ್ವದ ಚಿಂತನೆ, ಸಂಘಟನೆ, ಮೇಲ್ವರ್ಗ ಎಂದು ಕರೆಸಿಕೊಂಡವರು ವಿನಯ ಸಾಧಿಸಬೇಕೆಂಬ ಹಠ, ತನ್ನ ಹಳ್ಳಿಗೆ ಜಗತ್ತನ್ನೇ ಆವಾಹಿಸಬೇಕೆಂಬ ಹುಚ್ಚು. ಇದೊಂದು ಬಗೆಯ ವಿಶ್ವರೂಪ ಸಾಧನೆಯೇ... ಧರಿತ್ರಿಯನ್ನು–ಸುಲಭದ ಮಾತಲ್ಲಿ ಸಮಾಜವನ್ನು– ತನ್ನೊಳಗೆ ತಕ್ಕೊಂಡು, ಅದರ ಬಲೆಯಿಂದ ಪಡೆದ ಸಂಕೀರ್ಣ ಅನುಭವ ಪ್ರಪಂಚದಿಂದ ಆತ್ಮವನ್ನು ತಿದ್ದಿಕೊಳ್ಳುವ ಕ್ರಮ. ತನ್ನ ಅನುಭವವನ್ನು ತನ್ನ ಸ್ವಂತದ್ದೇ ಆದ ಭಾಷೆಯ ಮೂಲಕ ಆತ್ಮಕ್ಕೆ ಸೋಸಿಕೊಳ್ಳುವ ಆಖ್ಯಾನ.

ಸುಬ್ಬಣ್ಣ ಬದುಕಿದ ಪರಿ, ತನ್ನ ಆಳದನುಭವಕ್ಕೆ ಮಾತಿನ ದಾಂಪತ್ಯ ದೊರಕಿಸಿದ ಪರಿ, ಸಾಹಿತ್ಯ, ರಂಗಭೂಮಿ, ಸಿನಿಮಾ, ರಾಜಕಾರಣ, ಸಂಘಟನೆ, ಚಳುವಳಿ, ವೃತ್ತಿ, ಪ್ರವೃತ್ತಿ... ಇದೊಂದು ಪ್ರತ್ಯೇಕಗೊಳ್ಳದ ಅಖಂಡ ಎರಕ. ಹೀಗೆ ಬಹುಳಾಸಕ್ತಿಗಳ ಸಮೇತ ಸುಬ್ಬಣ್ಣ ಬದುಕಿದ್ದು. ಜಗತ್ತಿನ ಧ್ಯಾನದಲ್ಲಿರುವ ಬೆಟ್ಟಗೋಡಿನ ಶ್ರಮಣನಂತೆ. ಅವರು ತಮ್ಮ ಸ್ವಾನುಭವದ ಅನೇಕ ಸಂಕಥನಗಳನ್ನು ಭಾಷೆಯ ಮೂಲಕ ಬಹುಕಾಲದಿಂದಲೂ ಅಭಿವ್ಯಕ್ತಿಸುತ್ತಾ ಬಂದಿರುವರು. ಅವರು ಕಾಲಕಾಲಕ್ಕೆ ಬರೆದ ಶ್ರೇಷ್ಠತೆಯ ವ್ಯಸನ, ಗೋಕುಲ ನಿರ್ಗಮನ, ಕುವೆಂಪುಗೆ ಮುಟ್ಟ ಕನ್ನಡಿ, ಕವಿರಾಜಮಾರ್ಗವು ನಿರ್ಮಿಸಿದ ಕನ್ನಡ ಜಗತ್ತು, ಬಿ.ವಿ.ಕಾರಂತ: ಒಂದು ರಂಗಪ್ರಯೋಗ, ಈ ಶತಮಾನದ ಹೊಸ ಭಾಷೆ ಸಿನಿಮಾ, ಪಂಪನ ಕವಿತೆ–ಅನುಸಂಧಾನದ ಮಾರ್ಗ, ಅಂಬೇಡ್ಕರ್ ಮತ್ತು ಗಾಂಧಿ ಮುಂತಾದ ಪ್ರಬಂಧಗಳು (ವಿಮರ್ಶಾ ಲೇಖನಗಳು ಎನ್ನಲು ಏಕೋ ಹಿಂಜರಿವೆ) ನನ್ನ ಒಳಜಗತ್ತನ್ನು ವಿಸ್ತರಿಸಿವೆ. ಅವರೊಂದಿಗೆ ಸಲುಗೆಯ ಸ್ನೇಹ ನನಗೆ ಸಾಧ್ಯವಿತ್ತು. ತಾನು ದೊಡ್ಡವನೆಂದು ತೋರಿಸಿಕೊಳ್ಳದ ದೊಡ್ಡ ಮನುಷ್ಯರಾಗಿದ್ದರು ಸುಬ್ಬಣ್ಣ. ನಾನು ಎಂಎ ವಿದ್ಯಾರ್ಥಿಯಾಗಿದ್ದಾಗ ಡಾ। ಚಿದಾನಂದಮೂರ್ತಿಗಳೊಂದಿಗೆ ನನ್ನ ಸಹಪಾಠಿ ಮಿತ್ರರೊಂದಿಗೆ ಹೆಗ್ಗೋಡಿಗೆ ಭೇಟಿಕೊಟ್ಟದ್ದು ಸುಬ್ಬಣ್ಣನವರೊಂದಿಗೆ ನನ್ನ ಮೊದಲ ಮುಖಾಮುಖಿ. ತುಂಡಂಗಿಯಲ್ಲಿದ್ದ ಸುಬ್ಬಣ್ಣ ನಮ್ಮನ್ನು ನೀನಾಸಂ ರಂಗಮಂದಿರಕ್ಕೆ ಕರೆದೊಯ್ದು ಅದರ ಮೂಲೆ ಮುಡುಕುಗಳನ್ನೆಲ್ಲಾ ಆಪ್ತವಾಗಿ ತೋರಿಸಿ ತೋರಿಸಿ ವಿವರಿಸಿದ್ದನ್ನು ನಾನು ಮರೆಯಲಾರೆ. ಮುಂದೆ ಕವಿತೆಯ ಹುಚ್ಚಲ್ಲಿ ನನ್ನ ಕಾವ್ಯ ಸಂಗ್ರಹಗಳನ್ನು ನಾನೇ ಪ್ರಕಟಿಸಿ ಕೈಸುಟ್ಟುಕೊಂಡಾಗ, ಅವುಗಳ ವಿತರಣೆಯ ಜವಾಬ್ದಾರಿ ಹೊತ್ತು, ಸಹಕರಿಸಿದವರು, ನನ್ನ ಋತುವಿಲಾಸವನ್ನು ಮುಕ್ತಕಂಠದಿಂದ ಪ್ರಶಂಸಿದವರು, ಎಷ್ಟೊಂದು ಮುಗಿಲು ಸಾನೆಟ್ ಸಂಗ್ರಹವನ್ನು ಬಹುವಾಗಿ ಮೆಚ್ಚಿ ಪ್ರಕಟಿಸಿದವರು..... ಎಷ್ಟೊಂದು ಮುಗಿಲು ಪ್ರಕಟಣೆಯ

ವೇಳೆ ನಡೆದ ಒಂದು ಘಟನೆಯನ್ನು ಇಲ್ಲಿ ವಿವರಿಸಲೇಬೇಕು. ನಾನು ಮೊದಲು ಹಸ್ತಪ್ರತಿಯನ್ನು ಸುಬ್ಬಣ್ಣನವರಿಗೆ ಕಳುಹಿಸಿ, ಪ್ರಕಟಣೆ ಸಾಧ್ಯವಿದ್ದರೆ ಒಂದು ಕಾಗದ ಬರೆಯಿರಿ ಎಂದು ಬರೆದಿದ್ದೆ. ತಿಂಗಳೊಳಗೇ ಸುಬ್ಬಣ್ಣನ ಕಾಗದ ಬಂತು. ನಾನೂ ಅಕ್ಷರ ಇಬ್ಬರೂ ನಿಮ್ಮ ಸಾನೆಟ್ಟುಗಳನ್ನು ಓದಿ ಓದಿ ಸಂತೋಷಪಟ್ಟೆವು. ಅದನ್ನು ಬೇಗ ಅಚ್ಚುಹಾಕುವೆ! ಈ ಪತ್ರ ಬಂದು ಹದಿನೈದು ದಿನಗಳಾಗಿಲ್ಲ. ಸುಬ್ಬಣ್ಣನವರಿಂದ ಇನ್ನೊಂದು ಪತ್ರ. ಎಚ್ಚೆಸ್ವಿ, ನಿಮ್ಮ ಸಾನೆಟ್ಟುಗಳನ್ನು ಪ್ರಕಟಿಸುವೆನೆಂದು ಬರೆಯಲು ಮರೆತೇ ಹೋಗಿತ್ತು. ಬೇಗ ಅದನ್ನು ಹೊರತರುತ್ತೇನೆ. ಕವಿತೆಗಳು ತುಂಬ ಇಷ್ಟ ಆಗಿವೆ! ಕಾಗದ ತಡವಾಗಿ ಬರೆದದ್ದಕ್ಕೆ ಬೇಜಾರಿಲ್ಲ ತಾನೆ? ಇದು ಸುಬ್ಬಣ್ಣನ ಸ್ವಭಾವ. ತಾವು ಕಾಗದ ಬರೆದದ್ದು ಅವರಿಗೆ ಮರೆತು ಹೋಗಿತ್ತು. ಮತ್ತೊಂದು ಕಾಗದ ಬರೆದು ನನಗೆ ಸಮಾಧಾನದ ಮಾತು ಹೇಳಿದ್ದರು.

ಸುಬ್ಬಣ್ಣ ಸಾಹಿತ್ಯದ ಬಗ್ಗೆ ಬರೆದಾಗಲೂ ಕೇವಲ ಸಾಹಿತ್ಯದ ಬಗ್ಗೆ ಬರೆಯುತ್ತಿರಲಿಲ್ಲ. ಅದೊಂದು ನಿಬಿಡವಾದ ಸ್ಮೃತಿಗಳ ಶೋಧನೆಯಾಗಿರುತ್ತಿತ್ತು. ಪಂಪನ ಕಾಲ, ಆವತ್ತಿನ ರಾಜಕೀಯ ಒಳಸುಳಿಗಳು, ಧಾರ್ಮಿಕ ಒತ್ತಡಗಳು, ಅವುಗಳನ್ನು ನಿರಾಳವಾಗಿ ವಿಸ್ತಾರವಾಗಿ ದಾಖಲಿಸಿ, ಈವತ್ತಿನ ತುರ್ತುಗಳನ್ನು ಗಮನಿಸುತ್ತಾ, ಪಂಪನ ಕಾವ್ಯಗಳನ್ನು ಅರ್ಥೈಸುವ ಪ್ರಯತ್ನ ಮಾಡುತ್ತಿದ್ದರು. ಸಾಹಿತ್ಯದೊಂದಿಗೆ ಬೇರೇನು ಬೆರೆಯತಕ್ಕದ್ದಲ್ಲ ಎಂಬ ಶುದ್ಧಮಡಿಯ ಪ್ರವೃತ್ತಿ ಅವರಿಗೆ ಹಿಡಿಸುತ್ತಿರಲಿಲ್ಲ. ಅಶೋಕ ಹೇಳುವಂತೆ ಅದು ಕೃತಿ ಕೇಂದ್ರಿತವೂ ಅಲ್ಲ, ಕವಿ ಕೇಂದ್ರಿತವೂ ಅಲ್ಲ, ವಿಮರ್ಶೆಯ ಎಲ್ಲ ಪ್ರಚಲಿತ ಪಟ್ಟುಗಳನ್ನೂ ನಿರಾಕರಿಸಿ, ಈ ಒಂದು ಕೃತಿ ತನ್ನ ಸಂದರ್ಭದೊಂದಿಗೆ ಓದುಗನ ಮೇಲೆ ಮಾಡುವ ಪರಿಣಾಮವೇನು, ಅದು ಕೊಡುವ ಅನುಭವದ ಮೌಲ್ಯವೇನು ಎಂದು ಅವರ ಪ್ರಬಂಧಗಳು ಚರ್ಚಿಸುತ್ತವೆ. ಅರಿಕೇಸರಿ ಮತ್ತು ಅರ್ಜುನರನ್ನು, ತನ್ಮೂಲಕ ಪುರಾಣ ಮತ್ತು ವರ್ತಮಾನವನ್ನು ತಗುಳ್ಚಿ ಹೇಳುವ ಪಂಪನ ಕಾವ್ಯ ನಿಯೋಗ ಸೋದ್ದಿಶ್ಯ ಪೂರ್ವಕ ಮತ್ತು ಸಾರ್ಥಕ ಎಂದು, ಪ್ರಚಲಿತ ವಿಮರ್ಶೆಯ ಪಂಪ ತಗುಳ್ಚಿ ಹೇಳುವ ಸಂವಿಧಾನ ತಂತ್ರದಿಂದ ತನ್ನ ಕಾವ್ಯದಲ್ಲಿ ಬಿಕ್ಕಟ್ಟು ತಂದುಕೊಂಡಿದ್ದಾನೆ ಎಂಬ ಮಾತಿಗೆ ಎದುರು ನಿಲ್ಲುವ ವ್ಯಾಖ್ಯೆಯನ್ನು ಮಂಡಿಸುತ್ತಾರೆ. ಯಾವುದೇ ಕಾಲವೂ ವಿವಕ್ತವಾದುದಲ್ಲ. ಎಲಿಯೆಟ್ ಅನ್ನುವಂತೆ ಭೂತ ವರ್ತಮಾನ ಭವಿಷ್ಯಗಳ ಕಲಸುಮೇಲೋಗರ ನಮ್ಮ ತತ್ಕಾಲೀನ ಪ್ರಜ್ಞೆ. ಮುಳಿಯ ಅವರ ಪಂಪನನ್ನು ಕುರಿತ ಕೃತಿಯ ಆರಂಭಿಕ ಭಾಗ ಅವರಿಗೆ ಪ್ರಿಯವಾಗುವುದು ಈ ಕಾರಣಕ್ಕಾಗಿಯೆ.

ಪಂಪನ ಮಹೋನ್ನತಿ ಯಾತರಲ್ಲಿದೆ ಎಂಬ ಮೂಲಭೂತ ಪ್ರಶ್ನೆಯನ್ನು ಸುಬ್ಬಣ್ಣ ತಮ್ಮ ಲೇಖನದಲ್ಲಿ ಎದುರಿಸುತ್ತಾರೆ. ಕಥಾಸಂಗ್ರಹಣ ಕೌಶಲ್ಯದಲ್ಲೇ?

ಅನುವಾದದ ಸಾಮರ್ಥ್ಯದಲ್ಲೇ? ವರ್ಣನೆ, ಸೂಕ್ತಿಗಳು, ಪಾತ್ರ ಸನ್ನಿವೇಶ ನಿರ್ಮಾಣದಲ್ಲೇ? ಬಹಳಷ್ಟು ವಿಮರ್ಶಕರ ಟೀಕೆಗೆ ಕಾರಣವಾಗಿರುವ ಪುರಾಣ ಮತ್ತು ವರ್ತಮಾನಗಳನ್ನು ಅಭಿನ್ನವಾಗಿ ಬೆಸೆಯುವ ಪಂಪನ ತಗುಳ್ಚುವ ಸಂವಿಧಾನವೇ ಪಂಪನ ಮಹೋನ್ನತಿಗೆ ಕಾರಣವೆನ್ನುವುದು ಸುಬ್ಬಣ್ಣನವರ ಖಚಿತ ನಿಲುವು. ಪಂಪ ಯೋಜಿಸಿದ್ದು ಸ್ಮೃತಿಯನ್ನು ಕೈವಶ ಮಾಡಿಕೊಳ್ಳುವ ಅಪೂರ್ವ ಯತ್ನವನ್ನು. ಪುತಿನ ಗೋಕುಲ ನಿರ್ಗಮನದಲ್ಲಿ ಮಾಡಿದ್ದೂ ಅದನ್ನೇ. ಕೀರ್ತಿಯವರ ಪ್ರತ್ಯಭಿಜ್ಞಾನ ಎಂಬ ಕಲ್ಪನೆ ಇದೇ ಸಂಗತಿಯನ್ನು ಬೇರೆ ಪರಿಭಾಷೆಯಲ್ಲಿ ಕಥಿಸುತ್ತಾ ಇದೆ. ತಾವು ಒಲಿದಂತೆ ಹಾಡುವವರು ಸುಬ್ಬಣ್ಣ. ಯಾರಂತೆ ಎಂದರೆ ಊರಂತೆ ಎನ್ನುವವರಲ್ಲ. ಹಾಗಂತ ಪ್ರತ್ಯೇಕತೆ ಅವರ ಹಠವಲ್ಲ. ಕೃತಿಯನ್ನು ಇತಿಹಾಸದೊಂದಿಗೆ ಸಮಗ್ರವಾಗಿ ನೋಡುವ ಆಶಯದಿಂದಲೇ ಸುಬ್ಬಣ್ಣನವರ ಸೋಪಜ್ಞವಾದ ಅನೇಕ ಲೇಖನಗಳು ಉದ್ಭವಿಸಿವೆ.

ಕವಿರಾಜಮಾರ್ಗದ ಬಗ್ಗೆ ಸುಬ್ಬಣ್ಣ ಬರೆದ ಘನವಾದ ಪ್ರಬಂಧ (ಕವಿರಾಜಮಾರ್ಗ ಮತ್ತು ಕನ್ನಡ ಜಗತ್ತು) ನನಗೀಗ ನೆನಪಾಗುತ್ತಾ ಇದೆ. ಕನ್ನಡ ಜಗತ್ತು ಎಂಬುದು ಸುಬ್ಬಣ್ಣನವರ ಈ ಪ್ರಬಂಧದ ಕೇಂದ್ರ ಪ್ರತಿಮೆ. ಕನ್ನಡ ಚಿಕ್ಕದು. ಆದರೆ ಜಗತ್ತನ್ನೇ ಅದು ವಿಲೀಕರಣ ಮಾಡಿಕೊಂಡಿದೆ. ಈ ಭೂಭಾಗದಲ್ಲಿ ದೀರ್ಘ ಕಾಲದಿಂದಲೂ ಅನೇಕಾನೇಕ ಜನಾಂಗ-ಕುಲ-ಬುಡಕಟ್ಟುಗಳೂ, ಅನೇಕ ಭಾಷೆಗಳೂ ಅಂತರ್ಗತಗೊಂಡಿವೆ. ಅನೇಕ ಧರ್ಮಗಳು ಬಾಳಿ ಬದುಕಿವೆ. ಬೌದ್ಧ, ಜೈನ, ಶೈವ, ಸ್ಮಾರ್ತ, ವೈಷ್ಣವ, ತಾಂತ್ರಿಕ, ಭಕ್ತಿ ಪಂಥಗಳಿಂದಲೂ, ಇಸ್ಲಾಮ್, ಸೂಫಿ, ಕ್ರೈಸ್ತ ಮುಂತಾದ ವಿದೇಶೀ ಧರ್ಮಗಳಿಂದಲೂ ಕನ್ನಡ ಜಾನಪದವು ಪ್ರಭಾವಿತವಾಗಿದೆ. ಹಾಗಾಗಿ ಸುಬ್ಬಣ್ಣ ಹೇಳುತ್ತಾರೆ: "ನಾವು ವಿಶ್ವ ಮಾನವರು; ಕನ್ನಡ ವಿಶ್ವ ಭಾಷೆ!".

ವಸುಧಾ-ವಲಯ-ವಿಶದ-ವಿಲೀನ-ವಿಷಯ-ವಿಶೇಷಂ ಎಂಬ ಭಾಷಾ ಪ್ರತಿಮೆಯ ವಿಶ್ಲೇಷಣೆಯಿಂದ, ಕನ್ನಡವೆಂಬುದು ಕೇವಲ ಭೌಗೋಳಿಕ ಘಟಕವಷ್ಟೇ ಅಲ್ಲ-ಅದು ಭಾವಿತವಾದದ್ದು. ಅಂದರೆ ಕನ್ನಡವೆಂಬುದು ಒಂದು ಚಿತ್ ಜಗತ್ತು. ಸುಬ್ಬಣ್ಣ ಮುಂದುವರೆಸುತ್ತಾರೆ: ಈಗ ಎಲ್ಲರೂ ಜಾಗತೀಕರಣದ ಬಗ್ಗೆ ಮಾತಾಡುತ್ತಿದ್ದಾರೆ. ಜಗತ್ತೇ ಒಂದು ಹಳ್ಳಿಯಾಗುವ ಬಗ್ಗೆ ಮಾತಾಡುತ್ತಿದ್ದಾರೆ. ಕವಿರಾಜಮಾರ್ಗ ನಮ್ಮ ಕಣ್ಣ ಮುಂದೆ ಇರಿಸಿರುವುದು ಕನ್ನಡವೇ ಜಗತ್ತಾಗುವ ಸ್ಥಳೀಕರಣದ ಪ್ರಮೇಯವನ್ನು. ಸುಬ್ಬಣ್ಣ ಎತ್ತಿಹಿಡಿಯುವುದೂ ಈ ಸ್ಥಳೀಕರಣದ ಪ್ರಮೇಯವನ್ನೇ.

ಕಣ್ಣು ಕವಡೆಯ ಅಗಲ; ನೋಟವೋ ತಿಮಿಂಗಲ! ಕೃಷ್ಣನ ವಿಶ್ವರೂಪಾಂತರವು ಇಂಥ ಯತ್ನವೇ. ಸೀಮಿತ ಪ್ರಮಾಣದಲ್ಲಿ ಸುಬ್ಬಣ್ಣ ಹೆಗ್ಗೋಡಲ್ಲಿ ಮಾಡಿದ್ದೂ ಹಳ್ಳಿಯೊಂದರಲ್ಲಿ ಜಗತ್ತನ್ನು ಕಾಣುವ ವಿಲೀಕರಣ ಉದ್ಯಮವನ್ನೇ. ಆದ ಕಾರಣವೇ ಅವರಲ್ಲಿ ನನಗೆ ವಿಶೇಷವಾದ ಗೌರವಾಸಕ್ತಿ.

ನಿಸಾರೆಂಬ
ಸೂಟಾಂಬರಧಾರಿ

ಚಿತ್ರ: ಎ.ಎನ್.ಮುಕುಂದ್

1960. ನಾನು

ಚಿತ್ರದುರ್ಗದಲ್ಲಿ ಪಿ.ಯು.ಸಿ ವಿದ್ಯಾರ್ಥಿ. ಆಗ ನನಗೆ ಬರೋಬ್ಬರಿ ಹದಿನಾರರ ಹರಯ. ಅದು ಆ ಬಂಡೆಗಾಡಿನ ಊರಲ್ಲೂ ಎಲ್ಲೆಲ್ಲೂ ಹಸಿರನ್ನೇ ಕಾಣುವ ವಯಸ್ಸು! ಚಿತ್ರದುರ್ಗದ ಕೋಟೆ ಎಂದರೆ ನನಗೆ ವಿಚಿತ್ರ ಆಕರ್ಷಣೆ! ಸಂಜೆ ಕಾಲೇಜಿಂದ ಬಂದವನೇ ಕೋಟೆಗೆ ಹೋಗುತ್ತಿದ್ದೆ. ಸೂರ್ಯಾಸ್ತಮವನ್ನು ಹಿಡಿಂಬೇಶ್ವರ ದೇವಾಲಯದ ಹೊರಜಗಲಿಯಲ್ಲೇ ಕುಳಿತು ನೋಡುತ್ತಿದ್ದೆ. ಕೂದಲು ಕೆದರುವಂತೆ ಒತ್ತೊತ್ತಿ ಬೀಸುತ್ತಿದ್ದ ಪಶ್ಚಿಮದ ಗಾಳಿ. ತಂಗಾಳಿಯ ಒತ್ತಡವನ್ನು ಹಣೆ ಹುಬ್ಬು ಗಲ್ಲದ ಮೇಲೆ ತೆಗೆದುಕೊಳ್ಳುವುದೇ ಒಂದು ಸೊಗಸಾದ ಅನುಭವ. ಸೂರ್ಯಾಸ್ತಮವಾದ ಮೇಲೆ ಏಕನಾಥೇಶ್ವರಿ ದೇವಾಲಯದ ಎದುರಿಗಿರುವ ಉಯ್ಯಾಲೆ ಕಂಬಗಳನ್ನು ಒಂದು ದಿನ ನೋಡುತ್ತಾ ನೋಡುತ್ತಾ ಒಂದು ಕವಿತೆ ಎದೆಯೊಳಗೆ ಹೆಜ್ಜೆ ಹಾಕತೊಡಗಿತು. ಉಯ್ಯಾಲೆ ಕಂಬವದು ಅಳಲಿದಾಗ ಎಂಬ ಕವಿತೆ ರೂಪಗೊಂಡದ್ದು ಹಾಗೆ. ಪದ್ಯ ಮುಗಿಸಿ ಗೆಳೆಯರಿಗೆ ತೋರಿಸಿದಾಗ ಅವರದನ್ನು ಬಹುವಾಗಿ ಮೆಚ್ಚಿದರು. ಕೆ.ಮೂರ್ತಿ ಎಂಬ ದಪ್ಪಗಾಜಿನ ಕನ್ನಡಕದ ಗೆಳೆಯನೊಬ್ಬನಿದ್ದ ನನಗೆ! ರಾಜ್ಯಮಟ್ಟದ ಕವಿತಾ ಸ್ಪರ್ಧೆಯನ್ನು ಬೆಂಗಳೂರಿನ ಸಾಂಸ್ಕೃತಿಕ ಸಂಘ ಒಂದು ಏರ್ಪಡಿಸಿದೆ ಕಣಮ್ಮಾ... ಅದಕ್ಕೆ ಈ ಕವಿತೆ ಕಳಿಸೋಣ ಎಂದು ದುಂಬಾಲು ಬಿದ್ದ. ನನಗಂತೂ ಅದೊಂದು ಒಳ್ಳೆಯ ಕವಿತೆ ಎಂಬ ನಂಬಿಕೆ ಇರಲಿಲ್ಲ. ಗೆಳೆಯನೇ ನನ್ನಿಂದ ಕವಿತೆ ಕಿತ್ತುಕೊಂಡು ನೀಟ್ಕಾಪಿ ಮಾಡಿ ಅದನ್ನು ನಮ್ಮ ಕನ್ನಡ ಪ್ರಾಧ್ಯಾಪಕರ ಶಿಫಾರಸ್ಸಿನೊಂದಿಗೆ ಬೆಂಗಳೂರಿಗೆ ರವಾನಿಸಿಯೇಬಿಟ್ಟ. ನಾನು ವಿದ್ಯಾರ್ಥಿ ಎಂಬುದನ್ನು ಸಮರ್ಥಿಸಲು ಪ್ರಾಧ್ಯಾಪಕರ ಶಿಫಾರಸ್ಸಿನ ಅಗತ್ಯವಿತ್ತು. ಕವಿತೆಯನ್ನು ಸ್ಪರ್ಧೆಗೆ ಕಳಿಸಿದ್ದು ಕೂಡ ಮರೆತುಹೋಗಿರುವಾಗ ಒಂದು ದಿನ ನಮ್ಮ ಕನ್ನಡ ಹೆಡ್ ಗುಂಡಣ್ಣ ನನಗೆ ಹೇಳಿಕಳುಹಿಸಿದರು. ಏನು ವಿಷಯ ಇರಬಹುದು ಎಂದು ಯೋಚಿಸುತ್ತಾ ನಾನು ಸ್ಟಾಫ್ ರೂಮಿಗೆ ಹೋದಾಗ, ಗುಂಡಣ್ಣನವರು, ನಿನ್ನ ಪದ್ಯಕ್ಕೆ ಬಹುಮಾನ ಬಂದಿದೆ ಕಣಯ್ಯ! ಪುತಿನ ತೀರ್ಪುಗಾರರಾಗಿದ್ದರಂತೆ. ಮುಂದಿನವಾರ ಕಾಲೇಜ್ ಕಾರ್ಯಕ್ರಮವೊಂದು

ನಡೆಯುತ್ತಾ ಇದೆ. ಆ ಕಾರ್ಯಕ್ರಮದಲ್ಲಿ ಕವಿ ನಿಸಾರ್ ಅಹಮದರಿಂದ ನಿನಗೆ ಬಹುಮಾನ ಮತ್ತು ಸರ್ಟಿಫಿಕೇಟ್ ಕೊಡಿಸುತ್ತೇನೆ! ಎಂದರು.

ನಿಸಾರ್ ಅಹಮದರು ಹೊಸದಾಗಿ ನಮ್ಮ ಕಾಲೇಜಿಗೆ ಭೂವಿಜ್ಞಾನದ ಅಧ್ಯಾಪಕರಾಗಿ ಬಂದಿದ್ದರು. ಅವರ ಹೆಸರು ಆಗ ದುರ್ಗದಲ್ಲೆಲ್ಲಾ ಮನೆಮಾತಾಗಿತ್ತು. ಅದ್ಭುತ ವಾಗ್ಮಿ! ಒಳ್ಳೆಯ ಕವಿ! ಎಂದು ಸಾಹಿತ್ಯಾಸಕ್ತರು ಅವರ ಬಗ್ಗೆ ಮಾತಾಡಿಕೊಳ್ಳುತ್ತಿದ್ದ ಕಾಲವದು. ನಾನೂ ಅವರು ಕವಿತೆ ಓದುವ ಸಭೆಗೆ ಹೋಗಿ ಅವರ ಮಾತು ಮತ್ತು ಕವಿತಾವಾಚನ ಕೇಳಿಸಿಕೊಳ್ಳುತ್ತಿದ್ದೆ! ಅವರನ್ನು ಮಾತಾಡಿಸುವ ಧೈರ್ಯ ಇರಲಿಲ್ಲ! ಹಳ್ಳಿಯಿಂದ ಬಂದ ಹುಡುಗರಿಗೆ ಸಾಮಾನ್ಯವಾಗಿ ಇರುವ ಸಂಕೋಚ; ಹಿಂಜರಿಕೆ! ಕಾಲೇಜಿನ ಕಾರ್ಯಕ್ರಮದ ದಿನ ಬಂದೇಬಿಟ್ಟಿತು. ಸ್ಟೇಜ್ ಮೇಲೆ ಹೋಗಿ ಬಹುಮಾನ ಸ್ವೀಕರಿಸುವುದಕ್ಕೂ ನನಗೆ ಸಂಕೋಚ. ಗುಂಡಣ್ಣನವರು ನನ್ನ ಹೆಸರು ಹೇಳಿದಾಗ ಹೋಗೋ ಹೋಗೋ ಎಂದು ಗೆಳೆಯರು ನನ್ನನ್ನು ವೇದಿಕೆಯತ್ತ ನೂಕಿದರು! ನಿಸಾರ ಅಹಮದ್ ಯಥಾಪ್ರಕಾರ ಸೂಟಾಂಬರಧಾರಿಯಾಗಿದ್ದರು! ನನ್ನ ಕೈ ಕುಲುಕಿ 'ಪದ್ಯ ಬರಿತಿಯೇನಪ್ಪಾ... ನಿನ್ನ ಪದ್ಯಗಳನ್ನು ನನಗೆ ತಂದು ತೋರಿಸು...' ಎಂದರು.

ಇದಾದ ವಾರದ ಮೇಲೆ ದುರ್ಬೀನ್ ಕಿಟ್ಟಿ ನನ್ನನ್ನು ನಿಸಾರಹಮದರ ಮನೆಗೆ ಬಲವಂತದಿಂದ ಕರೆದೊಯ್ದ. ನಿಸಾರ್ ಒಂದು ಬನಿಯನ್, ಪಪ್ಪಳಿ ಪೈಜಾಮದಲ್ಲಿ ವರಾಂಡದಲ್ಲೇ ಟೀ ಹೀರುತ್ತಾ ಕೂತಿದ್ದರು. ಸ್ವಲ್ಪ ಮೊದಲು ಬಂದಿದ್ದರೆ ನಿಮಗೂ ಟೀ ಕೊಡುತ್ತಿದ್ದೆ – ಎಂದು ನಮ್ಮನ್ನು ಸ್ವಾಗತಿಸಿದರು. "ಸರ್! ಇವನು ಮೂರ್ತಿ ಅಂತ.. ಪದ್ಯಗಿದ್ಯ ಬರೀತಾನೆ... ಮೊನ್ನೆ ಬಹುಮಾನ ಬಂತಲ್ಲ... ನೀವೇ ಬಹುಮಾನ ಕೊಟ್ಟಿರಿ...!". ನಿಸಾರ್ ಅಹಮದರ ಮುಖ ಕೊಂಚ ಅರಳಿತು. ಓಹೋ ಅವನಾ ನೀನು? ಪದ್ಯ ತಂದಿದೀಯ...ಕೊಡು ಕೊಡು ನೋಡೋಣ ಎಂದರು ನಿಸಾರ ಟೀ ಕಪ್ ಕೆಳಗಿಡುತ್ತಾ. ಪದ್ಯಗಳನ್ನು ನಿಧಾನವಾಗಿ ಓದಿ... ಪರವಾಗಿಲ್ಲಯ್ಯ... ನಿನಗೆ ಬರೆಯೋ ಶಕ್ತಿಯಿದೆ... ಬರೀತಾ ಹೋಗು... ಬರದದ್ದು ತಂದು ನನಗೆ ತೋರಿಸು.... ಎನ್ನುತ್ತಾ ನನ್ನ ಬೆನ್ನು ತಟ್ಟಿದರು! ಹೀಗೆ ಪ್ರಾರಂಭವಾಯಿತು ನನ್ನ ಮತ್ತು ಕೆ.ಎಸ್.ನಿಸಾರ್ ಅಹಮದರ ಸಂಬಂಧ. ವರ್ಷ ಮುಗಿಯುವುದರಲ್ಲಿ ಅದು ನಿಕಟವೂ ಆಯಿತು. ಕುವೆಂಪು ಬೇಂದ್ರೆ ಅಡಿಗ ನರಸಿಂಹಸ್ವಾಮಿ ಅವರ ಪದ್ಯಗಳನ್ನು ನಿಸಾರಹಮದರು ನನಗೆ ವಿವರಿಸಿದರು. ಆ ಕವಿತೆಗಳ ಸ್ವಾರಸ್ಯವೇನು ಹೇಳಿದರು. ಪದ್ಯ ಹ್ಯಾಗೆ ಓದಬೇಕು ಅಂತ ಅವನ್ನು ಓದಿ ತೋರಿಸಿದರು. ಲಯ ಛಂದಸ್ಸು ಎಂದರೆ ಏನು ವಿವರಿಸಿದರು. ಸೈನ್ಸ್ ಹುಡುಗನಿಗೆ ಭೂವಿಜ್ಞಾನದ ಮೇಷ್ಟ್ರು ಹೀಗೆ ಕಾವ್ಯದರ್ಶಿಯಾದದ್ದು!

***

ಪಿಯುಸಿ ಮುಗಿಸಿ ನಾನು ಮೆಕಾನಿಕಲ್ ಇಂಜಿನೀರಿಂಗ್ ಡಿಪ್ಲೊಮಾಕ್ಕಾಗಿ ಭದ್ರಾವತಿಯ ಎಸ್.ಜೆ.ಪಾಲಿಟೆಕ್ನಿಕ್ ಸೇರಿದೆ. ನನ್ನ ಬದುಕಿನ ದಿಕ್ಕು ದೆಸೆ ಬದಲಾಯಿತು! ಆದರೆ ಕಾವ್ಯದ ಹುಚ್ಚು ಮಾತ್ರ ನನ್ನನ್ನು ಸಂಪೂರ್ಣ ಆವರಿಸಿತ್ತು. ನಿಸಾರರೊಂದಿಗೆ ಪತ್ರ ವ್ಯವಹಾರವೂ ಮುಂದುವರೆದಿತ್ತು. ಅವರು ಸಹ್ಯಾದ್ರಿ ಕಾಲೇಜಲ್ಲಿ ಪ್ರಾಧ್ಯಾಪಕರಾಗಿದ್ದಾಗ ಯಾವುದೋ ಕೆಲಸಕ್ಕೆ ಶಿವಮೊಗ್ಗಕ್ಕೆ ಹೋಗಿದ್ದ ನಾನು ಹೇಗೋ ಪತ್ತೆ ಮಾಡಿ ಸಂಜೆ ಅವರ ಮನೆಗೆ ಹೋದೆ. ಒಂದು ಸಣ್ಣ ಬ್ರಹ್ಮಚಾರಿ ಮನೆಯಲ್ಲಿ ನಿಸಾರರ ವಾಸ್ತವ್ಯ. ಅವರ ಮನೆಯ ಪಕ್ಕದಲ್ಲಿ ದೊಡ್ಡ ವಾಟರ್ ಟ್ಯಾಂಕ್ ಇತ್ತು ಎಂಬುದಷ್ಟೇ ಈಗ ನೆನಪಿನಲ್ಲಿ ಉಳಿದಿದೆ. ನಿಸಾರ್ ತಾವೇ ಟೀ ಮಾಡಿ ಕೊಟ್ಟರು. ಏನ್ರೀ ಹ್ಯಾಗಿದ್ದೀರಿ? ಎಂದು ಬಹುವಚನದಲ್ಲಿ ಮಾತಾಡಿಸಿದರು. ಏನಪ್ಪಾ ಮತ್ತೇನಾದರೂ ಬರೆದೆಯಾ ಎಂದು ಏಕವಚನಕ್ಕೆ ಬಂದರು. ಓಹೋ... ಪರವಾಗಿಲ್ಲಾ ಕಣ್ರೀ ಕವಿತೆಯ ಹುಚ್ಚು ಬಿಟ್ಟಿಲ್ಲ ನಿಮಗೆ ಎಂದು ಮತ್ತೆ ಬಹುವಚನ. ಈಗಲೂ ಹಾಗೆ. ನಿಸಾರ್ ಯಾವಾಗ ಏಕವಚನ ಬಳಸುತ್ತಾರೆ ಯಾವಾಗ ಬಹುವಚನ ಬಳಸುತ್ತಾರೆ ಹೇಳಲಿಕ್ಕೇ ಬರುವುದಿಲ್ಲ.

ಅವರು ಮಲಗುವ ದಿವಾನದ ಕೆಳಗೆ ಒಂದು ಸೂಟ್ಕೇಸ್ ಇತ್ತು. ನಿಸಾರ್ ತಮ್ಮ ಪಪ್ಪುಳಿ ಲುಂಗಿ ಮುದುರಿಕೊಂಡು ಕುಕ್ಕರುಗಾಲಲ್ಲಿ ಕೂತು ಆ ಸೂಟ್ಕೇಸ್ ಹೊರಗೆ ಎಳೆದರು. ಸಾವಧಾನ ಅದರ ಬಾಗಿಲು ತೆರೆದರು. ಅದರೊಳಗೆ ಜೋಡಿಸಿಟ್ಟಿದ್ದ ಹೊಸ ಪುಸ್ತಕಗಳಿದ್ದವು. ಅವು ಸಂಜೆ ಐದರ ಮಳೆ ಎಂಬ ಅವರ ಹೊಸದಾಗಿ ಪ್ರಕಟವಾಗಿದ್ದ ಕವಿತಾಸಂಗ್ರಹದ ಪ್ರತಿಗಳು. ಒಂದು ಪ್ರತಿ ಹೊರಗೆ ತೆಗೆದು ಮೆಲ್ಲಗೆ ಅದರ ನುಣ್ಣನೆ ಹೊದಿಕೆ ಸವರುತ್ತಾ: ನೋಡಯ್ಯಾ... ಇದನ್ನು ನಾನು ಎಲ್ಲರಿಗೂ ಕೊಡುವುದಿಲ್ಲ... ಪಬ್ಲಿಷರ್ ಕೆಲವೇ ಪ್ರತಿ ಕೊಟ್ಟಿದ್ದಾರೆ. ನಿನಗೆ ಒಂದು ಕೊಡುತಾ ಇದೀನಿ! ತಿಳಕೋ! ಅನ್ನುತ್ತಾ ತಮ್ಮ ಮುತ್ತಿನಂಥ ಕೈಬರಹದಲ್ಲಿ ಪ್ರವರ್ಧಮಾನ ಕವಿ ಮೂರ್ತಿಗೆ ಪ್ರೀತಿಯಿಂದ ಎಂದು ಬರೆದು ಪುಸ್ತಕ ಕೊಟ್ಟರು. ಕವರ್ ಕೊಡಲಾ? ಕವರಲ್ಲಿ ಇಟ್ಟುಕೊ ಎಂದು ನಿಸಾರ್ ಎಚ್ಚರಿಕೆ ಕೊಡುವುದನ್ನು ಮರೆಯಲಿಲ್ಲ! ಹಸುಗೂಸನ್ನು ಬೇರೆಯವರ ಕೈಗೆ ಕೊಡುವಾಗ ಬಾಣಂತಿ ವಹಿಸುವ ಕಾಳಜಿ ಅವರ ಮಾತಲ್ಲಿತ್ತು!

***

ನಾನು ಮಲ್ಲಾಡಿಹಳ್ಳಿಯಲ್ಲಿದ್ದಾಗ ಕೆಲವು ಪದ್ಯಗಳನ್ನು ಹಿಡಿದುಕೊಂಡು ಅವನ್ನು ಅಚ್ಚು ಮಾಡಿಸಬೇಕೆಂದು ಬೆಂಗಳೂರಿಗೆ ಹೋದೆ. ಈಶ್ವರಚಂದ್ರ ನಾನು ಬಾಲ್ಯದ ಗೆಳೆಯರು. ಪುಸ್ತಕ ಯಾವ ಪ್ರೆಸ್ಸಿಗೆ ಕೊಡುವುದೆಂದು ಇಬ್ಬರೂ ಚರ್ಚಿಸಿದೆವು. ನಿಸಾರರ ಮನಸು ಗಾಂಧಿಬಜಾರು ನನಗೆ ತುಂಬ ಪ್ರಿಯವಾದ ಪುಸ್ತಕ. ಅದರಂತೆಯೇ ಅಚ್ಚಾಗಬೇಕೆಂಬ ನನ್ನ ಆಸೆಯನ್ನು ಗೆಳೆಯನಿಗೆ ಹೇಳಿದೆ. ಅದು

ಅಚ್ಚಾಗಿದ್ದು ಅವಿನ್ಯೂ ರೋಡಿನ ಯಾವುದೋ ಪ್ರೆಸ್ಸಲ್ಲಿ. ಅದನ್ನು ಹುಡುಕಿಕೊಂಡು ಇಬ್ಬರೂ ಅಲೆದೂ ಅಲೆದೂ ಕೊನೆಗೆ ಸಣ್ಣ ಅಂಗಡಿಯ ಮಳಿಗೆಯಂತಿದ್ದ ಆ ಮುದ್ರಣಾಲಯವನ್ನು ಪತ್ತೆ ಹಚ್ಚಿದೆವು! ಆರುನೂರು ರೂಪಾಯಿ–ಒಂದು ಸಾವಿರ ಪ್ರತಿಗೆ. ಪ್ರೆಸ್ಸಿಗೆ ಹಣಕೊಟ್ಟು ನಾನು ಊರಿಗೆ ಹಿಂದಿರುಗಿದೆ. ಈಶ್ವರಚಂದ್ರನ ಮೇಲ್ವಿಚಾರಣೆಯಲ್ಲಿ ಪುಸ್ತಕ ಸಿದ್ಧವಾಯಿತು! ಮುಖ ಚಿತ್ರವನ್ನೂ ಅವನೇ ಬರೆದಿದ್ದ! ರೈಲ್ವೇ ಮೂಲಕ ಒಂದು ಸಾವಿರ ಪ್ರತಿಗಳ ಬಂಡಲ್ ಹೊಳಲಕೆರೆ ರೈಲ್ವೇ ಸ್ಟೇಷನ್ನಿಗೆ ಬಂದೇ ಬಿಟ್ಟಿತು. ನನ್ನ ಜೊತೆಯಲ್ಲಿ ಕೆಲಸ ಮಾಡುತ್ತಿದ್ದ ಷಡಕ್ಷರಪ್ಪ ಎಂಬ ಗೆಳೆಯರನ್ನು ಸ್ಟೇಷನ್‌ಗೆ ಕಳಿಸಿ ಬಂಡಲ್ ತರಿಸಿಕೊಂಡೆ! ಬಂಡಲ್ ಬಿಚ್ಚಿ ನೋಡಿ ರೋಮಾಂಚಿತನಾದೆ. ಹೊಸ ಪುಸ್ತಕದ ಗಂಧ ಮತ್ತೇರಿಸುವಂತಿತ್ತು. ಅಲ್ಲಿ ಇಲ್ಲಿ ಎಲ್ಲೆಲ್ಲಿ ಸಾಧ್ಯವೋ ಅಲ್ಲೆಲ್ಲಾ ಪುಸ್ತಕವನ್ನು ಇಟ್ಟು ನೋಡಿ ನೋಡಿ ಸಂತೋಷಪಟ್ಟೆ. ನಿಸಾರರಿಗೆ ಮಾರನೆಯ ದಿವಸವೇ ಒಂದು ಗೌರವ ಪ್ರತಿ ಕಳಿಸಿಕೊಟ್ಟೆ! ಒಂದೇ ವಾರದಲ್ಲಿ ಕವಿಗಳ ಉತ್ತರ ಬಂತು. ಸಹಜ ಕವಿ ಮಾತ್ರ ಇಂಥ ಸಾಲುಗಳನ್ನು ಬರೆಯಲು ಸಾಧ್ಯ ಎಂದು ಬಾಯ್ತುಂಬ ಪ್ರಶಂಸಿಸಿದ್ದರು. ಇದು ಸರಿಯಾಗಿ ಐವತ್ತು ವರ್ಷಗಳ ಹಿಂದಿನ ಮಾತು! ನಿಸಾರ್ ಅಹಮದರಿಗೆ ಈವತ್ತೂ ನನ್ನ ಬಗ್ಗೆ ಅದೇ ಅಭಿಮಾನ. ಅವರಿಗೆ ಎಲ್ಲೇ ಸನ್ಮಾನವಾದರೂ ನಾನು ಅವರ ಬಗ್ಗೆ ಮಾತಾಡಬೇಕು. ಮೈಸೂರಿಗೆ ನಾನೂ ನರಹಳ್ಳಿ ಹೋಗಿ ನಿಸಾರ್ ಅಹಮದರ ಸನ್ಮಾನ ಸಂದರ್ಭದಲ್ಲಿ ಮಾತಾಡಿದ್ದು ಇತ್ತೀಚೆಗೆ! ಸನ್ಮಾನ ಕಾರ್ಯಕ್ರಮ ಆದಮೇಲೆ ಸುತ್ತೂರಿಗೆ ನಮ್ಮ ಪ್ರಯಾಣ. ರಾತ್ರಿ ಮಠದಲ್ಲಿ ಪ್ರಸಾದ ಸ್ವೀಕಾರ. ಸುತ್ತೂರಿಂದ ಬಂದಮೇಲೆ ನಿಸಾರ್ ನನಗೆ ಫೋನ್ ಮಾಡಿದರು. ಸುತ್ತೂರಲ್ಲಿ ಹುರುಳೀ ಕಟ್ಟು ಅದೆಷ್ಟು ಅದ್ಭುತವಾಗಿತ್ತು! ಮೈಸೂರಲ್ಲಿ ನೀವಿಬ್ಬರೂ ನನ್ನ ಬಗ್ಗೆ ಮಾತಾಡಿದ್ದು ಅದೆಷ್ಟು ಸೊಗಸಾಗಿತ್ತು! ಎಂದು ಹೃದಯಬಿಚ್ಚಿ ಮಾತಾಡಿದರು.

ಪುತಿನ ಟ್ರಸ್ಟಿನಿಂದ ಕಳೆದ ವರ್ಷ ನಿಸಾರ್ ಅಹಮದರಿಗೆ ಜೀವಮಾನ ಸಾಧನೆಗಾಗಿ ಪುತಿನ ಪುರಸ್ಕಾರ ದೊರೆತಾಗ ಪುತಿನ ಅವರನ್ನು ಅವರ ಹಿರಿಮೆಯನ್ನು ಎದೆತುಂಬ ಹೊಗಳಿ ಭಾವುಕರಾದರು. ಅವರ ಕಣ್ಣಲ್ಲಿ ಕಂಬನಿ ತುಂಬಿಕೊಂಡಿತ್ತು. ಕಾರ್ಯಕ್ರಮ ಮುಗಿದ ಮೇಲೆ ಒಟ್ಟಿಗೇ ಊಟ ಮಾಡೋಣ ಬನ್ನಿ ಎಂದೆ. ನನ್ನೊಂದಿಗೆ ನನ್ನ ಸ್ನೇಹಿತರೂ ಇದ್ದರೆ ಎಂದು ಹಿಂಜರಿದರು. ಸರ್! ಇದು ಟ್ರಸ್ಟ್ ನೀಡುವ ಔತಣವಲ್ಲ. ನಿಮ್ಮ ಮೂರ್ತಿ ನೀಡುವ ಔತಣ ಎಂದೆ. ಪುರಸ್ಕಾರದಷ್ಟೇ ನಿನ್ನ ಈ ಅಭಿಮಾನವೂ ನನಗೆ ಮಹತ್ವದ್ದಪ್ಪ! ಎಂದು ನಿಸಾರ್ ಮತ್ತೆ ಹನಿಗಣ್ಣಾದರು. ಮಗುವಿನ ಮುಗ್ಧತೆ, ಮಗುವಿನ ಹಠಮಾರಿತನ, ಮಗುವಿನ ಚೇಷ್ಟೆ, ಮಗುವಿನ ಮನಸುಖರಾಯತ್ವ! ನಿಸಾರ್ ಅಹಮದರು ಹೇಳಿದರು: ನೀನು ಎಲ್ಲಿ ಕೇಳಿದರೆ ಅಲ್ಲಿ ನಿನಗೆ ಊಟಹಾಕಿಸುತ್ತೇನೆ. ನಿನ್ನ ಜೊತೆಗೆ ಆ ಲಕ್ಷ್ಮಣನಿಗೂ!

ಎನ್ನುತ್ತಾ ನಿಸಾರಹಮದ್ ತೆರೆದಾಹ್ವಾನ ನೀಡಿದರು. ಇಂಥ ಔತಣ ಎಷ್ಟೊ ಬಾರಿ ಅವರಿಂದ ನಮಗೆ ಸಿಕ್ಕಿದೆ. ಇದು ಅಂಥದೇ ಮತ್ತೊಂದು ಆಹ್ವಾನ! ಸಹನೋ ಭವತು, ಸಹನೌ ಭುನಕ್ತು ಎಂಬ ಮಾತನ್ನೀಗ ನನ್ನೊಳಗೆ ನಾನೇ ಗುನುಗುನಿಸಿದೆ.

***

ಈಗ ನಿಸಾರ್ ಅಹಮದರ ಆರೋಗ್ಯ ಮೊದಲಿನಷ್ಟು ಚೆನ್ನಾಗಿಲ್ಲ. ಆದರೂ ನಾನು ಆಹ್ವಾನಿಸಿದ ನನ್ನ ಯಾವ ಕಾರ್ಯಕ್ರಮಕ್ಕೂ ಬರಲಾರೆ ಎಂದು ಅವರು ಹೇಳಿಲ್ಲ. ಮೊದಲು ಸ್ವಲ್ಪ ನುಸುನುಸು ಮಾಡುತ್ತಾರೆ. ಕೊನೆಗೆ ನೀನು ಕರೆದಾಗ ಹ್ಯಾಗೆ ಬರೋದಿಲ್ಲ ಅನ್ನಲಿ. ಬರ್ತೀನಿ. ನನ್ನ ಬೇಗ ಕಳಿಸಿಕೊಡಬೇಕು. ಸರಿಯಾ... ನಾನು ನಗುತ್ತೇನೆ! ನೀವು ಎಷ್ಟು ಬೇಗ ಭಾಷಣ ಮುಗಿಸುವಿರೋ ಅಷ್ಟು ಬೇಗ ನಿಮಗೆ ಬಿಡುಗಡೆ! ಸಭೆಯಲ್ಲಿ ನಿಸಾರರಿಗೆ ಪ್ರಿಯರಾದ ಎಷ್ಟೊ ಜನ ಇರುತ್ತಾರೆ. ಕಂಡಕಂಡವರ ಹೆಸರೆತ್ತಿ ಅವರ ಬಗ್ಗೆ ನಿಸಾರ್ ತಮ್ಮ ಅಭಿಮಾನದ ಮಾತು ಆಡೇ ಆಡುತ್ತಾರೆ. ಹಾಗಾಗಿ ಅವರ ಮಾತು ಬೇಗ ಮುಗಿಯ ತಕ್ಕದ್ದಲ್ಲ ಎಂದು ನನಗೆ ಗೊತ್ತು! ಅವರು ಹೆಸರು ಹೇಳಿ ಪ್ರಸ್ತಾಪಿಸಿದ ವ್ಯಕ್ತಿಯನ್ನು ಸ್ವಲ್ಪ ಮೇಲೆದ್ದು ನಿಂತು ಸಭೆಗೆ ನಿಮ್ಮ ಮುಖ ತೋರಿಸಿರಿ ಎಂಬ ಪ್ರೀತಿಯ ತಾಕೀತು ಬೇರೆ! ಮೇಷ್ಟ್ರು ಈವತ್ತೂ ಹಾಜರಿ ತೆಗೆದುಕೊಳ್ಳೋದನ್ನು ಬಿಟ್ಟಿಲ್ಲ!– ಎಂದು ನಾವು ಚೇಷ್ಟೆ ಮಾಡುತ್ತೇವೆ.

ನಿಸಾರ್ ಇರೋದೇ ಹಾಗೆ. ಅವರಿಗೆ ಜನಬೇಕು. ಜನಕ್ಕೆ ನಿಸಾರಹಮದ್ ಬೇಕು. ಅವರು ಮಾತು ಮುಗಿಸಿದಾಗ ಎಲ್ಲರಿಗೂ ಸಮಾಧಾನ. ಅವರೊಂದಿಗೆ ಖಾಸಗಿ ಮಾತು ಕಥೆಯಲ್ಲಿ ತೊಡಗುವುದು ಇನ್ನೂ ಸೊಗಸು. ಅವರಿಗೆ ದೇಶಕಾಲದ ಸಮೇತ ದಶಕಗಳ ಘಟನೆಗಳೆಲ್ಲಾ ನೆನಪಿನಲ್ಲಿರುತ್ತವೆ. ಬೋಧಿಯ ನಂತರ ಬುದ್ಧನಿಗೆ ಜನ್ಮಜನ್ಮಾಂತರದ ಸ್ಮರಣೆಗಳು ಸುರುಳಿ ಬಿಚ್ಚಿದ ಹಾಗೆ ಸುರುಳಿ ಬಿಚ್ಚುತ್ತವೆ! ಅವರ ಸ್ಮರಣೆ ಯಾವತ್ತೂ ಅವರಿಗೆ ಕೈಕೊಡುವುದಿಲ್ಲ! ರಸವತ್ತಾಗಿ ಪ್ರಸಂಗಗಳನ್ನು ಕಣ್ಮುಂದೇ ನಡೆದಂತೇ ವರ್ಣಿಸುತ್ತಾರೆ. ಆಯಾ ಪಾತ್ರಧಾರಿಗಳ ಆಂಗಿಕ ಮತ್ತು ಮಾತಿನ ಶೈಲಿಗಳ ಸಮೇತ! ಜೊತೆಗೆ ಮನಸ್ಸಿಗೆ ಚುಚ್ಚದ ತಿಳಿಯಾದ ಹಾಸ್ಯ! ತದ್ವತ್ತಾಗಿ ಮಾಸ್ತಿಯೇ ಅಡಿಗರೇ ನರಸಿಂಹಸ್ವಾಮಿಯವರೇ ಎದುರಿಗೆ ಬಂದು ಮಾತಾಡಿದಂಥ ಅನುಕರಣೆಯ ಅನುಸಂಧಾನ.

"ಆಲ್ವೇಸ್ ಕೋಟ್ ನಿಸಾರ ಅಹಮದ್! ಅನ್ಕೋಟ್ ಇಲ್ಲವೇ ಇಲ್ಲ!"ಎಂದು ನಾನು ಆಗಾಗ ಸಲುಗೆಯಿಂದ ಅವರನ್ನು ಹಾಸ್ಯಮಾಡುವುದುಂಟು! ಅವರು ಇಂಥ ಹಾಸ್ಯವನ್ನು ತಾವೇ ಎಂಜಾಯ್ ಮಾಡಿ ಗಟ್ಟಿಯಾಗಿ ನಗುತ್ತಾರೆ.

ಎಷ್ಟೊಂದು ಮುಗಿಲು ಎಂಬ ಸಾನೆಟ್ ಸಂಗ್ರಹವನ್ನು ನೋಡಿ ನಿಸಾರ ನನಗೆ ಬರೆದ ಪತ್ರ ನನ್ನ ಬಹುದೊಡ್ಡ ಸಂಪಾದನೆ! "ಉಯ್ಯಾಲೆ, ಕೃತ್ತಿಕೆ, ಮಲಾರಗಳ ಸಾಲಿಗೆ ಎಷ್ಟೊಂದು ಮುಗಿಲು ನಿಲ್ಲುವ ಅರ್ಹತೆ ಗಳಿಸಿಕೊಂಡಿದೆ" ಎಂಬ ಅವರ ಅಭಿಮಾನದ ಮಾತು ವಾಸ್ತವವೂ ಆಗಿ ಪರಿಣಮಿಸಲಿ ಎಂದು ಏಕಾಂತದಲ್ಲಿ ನಾನು ಮತ್ತೆ ಮತ್ತೆ ಹಲುಬಿದ್ದುಂಟು. ಅದೃಷ್ಟವೇ! ಅಸ್ತು ಎನ್ನುವ ಅದೃಶ್ಯ ದೇವತೆಗಳ ಕಿವಿಗೆ ಈ ಮಾತುಗಳು ಬೀಳಲಿ! – ಎಂಬುದು ಯಾವತ್ತೂ ನನ್ನ ಮನದಾಳದ ಹಾರೈಕೆ.

ಸಹಜಕಾವ್ಯದ
ಅದಮ್ಯ ಚಿಲುಮೆ

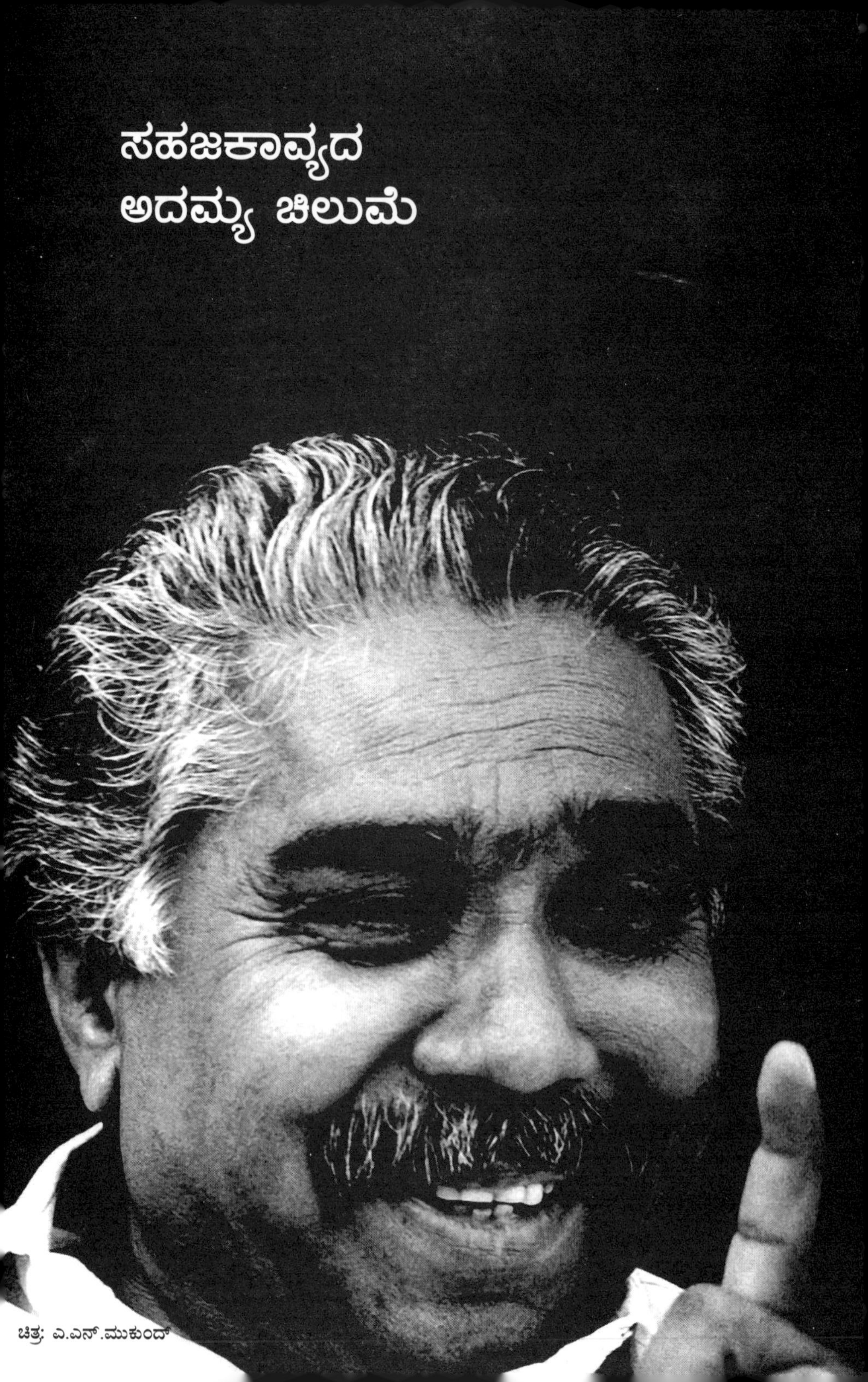

ಚಿತ್ರ: ಎ.ಎನ್.ಮುಕುಂದ್

ಕನ್ನಡದ ಬಹುದೊಡ್ಡ ಪರ್ಫಾರ್ಮರ್ ಕವಿ ಎಂದರೆ ಅದು ಕಂಬಾರರೇ. ಅವರ ಕವಿತೆಯ ಬಣ್ಣ ಬೆಳಕು ಇಡಿಯಿಡಿಯಾಗಿ ನಮಗೆ ದಕ್ಕಬೇಕೆಂದರೆ ಅವರ ಕವಿತೆಯನ್ನು ಅವರೇ ಹಾಡಬೇಕು. ನಾನು ಅರವತ್ತಾರರ ಸುಮಾರಿಗೇ, ಮಲ್ಲಾಡಿಹಳ್ಳಿಯಲ್ಲಿ ಇರುವಾಗಲೇ, ಅವರ ತಕರಾರಿನವರು ಓದಿದ್ದೆ. ಅವರ ಗದ್ಯಾತ್ಮಕ ಕವಿತೆಗಳು ನನ್ನಲ್ಲಿ ಬೆರಗು ಹುಟ್ಟಿಸಿದ್ದವು ನಿಜ; ಆದರೆ ಮನಸ್ಸನ್ನು ಪೂರ್ಣವಾಗಿ ಸೂರೆಗೊಂಡಿರಲಿಲ್ಲ. ಗದ್ಯದ ಮುರಿವುಗಳಲ್ಲಿ ಅತಿಕ್ರಮ ಪ್ರವೇಶ ಮಾಡುತ್ತಿದ್ದ ಪರಭಾಷಾ ಪ್ರವೃತ್ತಿಗಳು ಹುರುಳಿಯೊಳಗಿನ ಕಲ್ಲಿನಂತೆ ಅಟಕಾಯಿಸುತ್ತಿದ್ದವು. ಹುರುಳಿ ಬೆಂದಂತೆ ಕಲ್ಲು ಬೇಯಲಾರವಲ್ಲಾ ಅನ್ನಿಸುತ್ತಿತ್ತು. 1971ರಲ್ಲಿ ನಾನು ಬೆಂಗಳೂರಿಗೆ ಬಂದದ್ದು. ಸೆಂಟ್ರಲ್ ಕಾಲೇಜಿನಲ್ಲಿ ಎಂ.ಎ.ಓದಲು. ಆಗ ಅದೇ ಕಾಲೇಜಿನಲ್ಲಿ ಕಂಬಾರರು ಪ್ರಾಧ್ಯಾಪಕರು. ನಾನು ಭಾಷಾ ವಿಜ್ಞಾನದ ವಿದ್ಯಾರ್ಥಿಯಾದುದರಿಂದ ಅವರ ಕ್ಲಾಸುಗಳಲ್ಲಿ ಕುಳಿತು ಅವರ ಪಾಠಪ್ರವಚನ ಕೇಳುವ ಅವಕಾಶದಿಂದ ವಂಚಿತನಾದೆ. ಆದರೆ ನಿತ್ಯವೂ ಅವರನ್ನು ನೋಡುವ ಮಾತಾಡುವ ಅವಕಾಶವಿತ್ತು.

ಕಂಬಾರರ ಕಾವ್ಯದ ಮೂಲ ಶಕ್ತಿ ನನ್ನ ಅನುಭವಕ್ಕೆ ಬಂದ ಒಂದು ಸಂಜೆ ಈಗ ನೆನಪಾಗುತ್ತಿದೆ. ನಮ್ಮ ಕನ್ನಡ ವಿಭಾಗದ ಒಂದು ಸಭೆ. ವಿದ್ಯಾರ್ಥಿಗಳ ಕೋರಿಕೆಯ ಮೇರೆಗೆ ಕಂಬಾರ ತಮ್ಮ ಒಂದು ಕವಿತೆಯನ್ನು ಹಾಡಬೇಕಾಯಿತು. ನಾನು ಕುತೂಹಲದಿಂದ ಹಾಡಲು ನಿಂತ ಕಂಬಾರರನ್ನೇ ನೋಡುತ್ತಿದ್ದೆ. ಹಾಡಲು ನಿಂತ ಕಂಬಾರರ ನಿಲುವು ಕಣ್ಣೆದುರೇ ಬದಲಾಯಿತು. ಅವರೀಗ ಆಕಾಶಕ್ಕೆ ಮುಖವೆತ್ತಿದರು. ಅವರು ನಿಂತಿರುವಲ್ಲೇ ಅವರೊಳಗಿಂದ ಒಬ್ಬ ಹಳ್ಳಿಗ ಹೊರಗೆ ಬಂದ. ಹೇಳತೇನ ಕೇಳ ಎಂಬ ಲಾವಣಿಯ ಕೆಲವು ಪದ್ಯಗಳನ್ನು ಕಂಬಾರ ಆವತ್ತು ಹಾಡಿದರು. ಹಾಡಿನ ಅನುರಣನ ನನ್ನ ಎದೆ ಕಂಪಿಸುವಂತೆ ಮಾಡಿತು. ಇದಪ್ಪಾ ಕವಿತೆ ಎಂದರೆ ಎಂದು ಉದ್ಗಾರ ತೆಗೆದೆ.

ಹೇಳತೇನ ಕೇಳಾ ಕವಿತೆಯ ಕೆಲವು ಆಯ್ದ ಭಾಗ ಆ ಮೊದಲೇ ಲಂಕೇಶರ "ಅಕ್ಷರ ಹೊಸಕಾವ್ಯ"ದಲ್ಲಿ ನೋಡಿದ್ದೆನಾದರೂ ಕಂಬಾರರ ಬಾಯಿಂದ ಹೊರಹೊಮ್ಮಿದ ಹಾಡು ಮಾಡಿದ ಪವಾಡವೇ ಬೇರೆ. ಅವರದ್ದು ಮಂದ್ರ ಸ್ಥಾಯಿಯ ಗಡಸು ದನಿ. ಹೊಸೆದ ಬಳ್ಳಿಯುದ್ದಕ್ಕೂ ಮಿಡುಕುವ ಕುಡಿಗಳನ್ನು ಸಹಜವಾಗಿ ಕೆರಳಿಸಿ ಹೊರಳಿಸುವ ಧ್ವನಿ. ಒಣಗು ದನಿಯಲ್ಲ; ಚಿಗುರು ಚಿಮ್ಮಿಸುವ ವಿಕಂಪಿತ ಧ್ವನಿ. ಅವರ ಭಂಗಿ, ಜುಮುಗುಡುವ ಸ್ವರಕಂಪ, ನಾಗರೀಕ ಜಗತ್ತನ್ನು ಕಾಲಡಿಯ ಕಸದಂತೆ ಕಡೆಗಣಿಸಿ ಜಾನಪದದಲ್ಲಿ ಉಜ್ಜೀವಿಸುವ ಜೀವಶಕ್ತಿ... ನನ್ನನ್ನು ಮರುಳುಗೊಳಿಸಿದವು.

ಆ ವಾರದಲ್ಲಿಯೇ ಒಮ್ಮೆ ಲಕ್ಷ್ಮೀನಾರಾಯಣಭಟ್ಟರ ಮನೆಗೆ ಹೋಗಿ ಅವರಿಂದ ಹೇಳತೇನ ಕೇಳಾ ಕವಿತೆಯ ಪುಸ್ತಕವನ್ನು ಎರವಲಾಗಿ ಪಡೆದೆ. ಅದೊಂದು ನಿಗೂಢ ಮಾಯಾಪ್ರಪಂಚ. ಶಿವಾಪುರದ ಗೌಡ, ಗೌಡತಿ, ಅವರ ಮಗ ರಾಮಗೊಂಡ, ಆ ಹಳ್ಳಿಯ ಮುಸುಗುಟ್ಟುವ ಹರೆಯುಕ್ಕಿನ ಹೆಣ್ಣುಗಳ ತಿಮಿರು ಕಣ್ಣಿಗೆ ಕಟ್ಟಿತು. ಹುಡುಗೇರ ಹುಸಿ ಸಿಟ್ಟಿನಂತೆ ಓಣಿಯ ತಿರುವು ಎಂಬ ತೀರ ಹೊಸಬಗೆಯ ಕಲ್ಪನೆ ಬೆರಗುಂಟುಮಾಡಿತು. ಆ ದಿನಗಳಲ್ಲಿ ಮತ್ತೆ ಮತ್ತೆ ಹೇಳತೇನ ಕೇಳ ಓದಿದೆ. ಪರಕೀಯ ಶಕ್ತಿಯೊಂದು ಹಳ್ಳಿಯನ್ನು ಪ್ರವೇಶಿಸಿ ನಿಜವಾದ ಗೌಡನನ್ನು ಕೊಂದು, ತಾನೇ ಗೌಡನಾಗಿ ಗೃಹಪ್ರವೇಶ ಮಾಡಿದ ಭ್ರಮಾತ್ಮಕ ಚಮತ್ಕಾರದ ಧ್ವನಿಶಕ್ತಿ ನನ್ನನ್ನು ಬೆಚ್ಚಿಬೀಳಿಸಿತು. ಗೌಡತಿ ಮಾರುವೇಷದ ಗೌಡನಿಗೆ ಮತ್ತೆ ಬಸಿರಾದದ್ದು, ಅವಳ ಅನೈತಿಕ ಬಯಕೆಗಳು, ರಾಮಗೊಂಡನ ಜೀವಶಕ್ತಿಯ ನಾಶ ಒಂದು ದುರಂತ ನಾಟಕವನ್ನೇ ಕಣ್ಣೆದುರು ತೆರೆದವು. ಆಹಾ! ಈ ಶಿವಾಪುರ ಎನ್ನುವುದು ಭಾರತದ ಮಿನಿಯೇಚರು ರೂಪ, ವಸಾಹತೋತ್ತರ ಭಾರತದ ದುರಂತವನ್ನೇ ಈ ಕಥೆ ರೂಪಕ ಭಾಷೆಯಲ್ಲಿ ನುಡಿಯುತ್ತಾ ಇದೆ ಅನ್ನಿಸಿತು. ಗ್ರಾಮದ ಕೇಂದ್ರವಾಗಿದ್ದ ಆಲದ ಮರವನ್ನು ಮಾಯಾವಿ ಗೌಡ ಕಡಿಸಿ ಶಾಲೆ ಪ್ರಾರಂಭಿಸಿದ್ದು ಆತ್ಮನಾಶ ಮತ್ತು ತನ್ನ ಅಗತ್ಯವನ್ನು ಬಿತ್ತಿಬೆಳೆಯುವ ಹುನ್ನಾರದ ಪ್ರತೀಕವೆನ್ನಿಸಿದವು. ಕತೆಗಾರ ವ್ಯಥೆಗಳನ್ನು ಕಳೆಯುತ್ತಾ ಇಲ್ಲ; ವ್ಯಥೆಗಳನ್ನ ಕಡೆಯುತ್ತಾ ಇದ್ದಾನೆ ಅನ್ನಿಸಿತು. ಹೌದು. ಹೇಳತೇನ ಕೇಳದ ಮಹತ್ವ ಕೇವಲ ಅದರ ಕಥನದ ಆಕರ್ಷಣೆಯಲ್ಲಿ ಇಲ್ಲ; ಲಯದ ಪ್ರತೀತಿಯಲ್ಲೂ ಇಲ್ಲ. ಕಂಬಾರರರ ಹಾಡಿನ ಕಂಪನದಲ್ಲೂ ಇಲ್ಲ. ಈ ಎಲ್ಲವನ್ನೂ ಬಳಸಿಕೊಂಡು ಕವಿತೆ ಕುರುಡಾದ ಅನುಭವದಿಂದ ಒಂದು ಜ್ಞಾನದ ಕಣ್ಣು ಅರಳಿಸಲು ಯತ್ನಿಸುತ್ತಿದೆ ಅನ್ನಿಸಿತು. ಆಗಿನಿಂದ ಕಂಬಾರರು ನನ್ನ ಮೆಚ್ಚಿನ ಕವಿಯಾದರು. ಮುಂದಿನ ದಿನಗಳಲ್ಲಿ ಕಂಬಾರ ಅನೇಕ ಕಟ್ಟುಮಸ್ತಾದ ನಾಟಕ, ಕಾದಂಬರಿ, ದೀರ್ಘ ಕಾವ್ಯವನ್ನು ಬರೆದರಾದರೂ ಅವರ ಹೇಳತೇನ ನನ್ನ ಮನಸ್ಸು ಹೊಕ್ಕ ತನ್ಮಯ ಕ್ಷಣ ನನ್ನ ಅಂತರಂಗದಲ್ಲಿನ್ನೂ ಜತನವಾಗಿ ಉಳಿದುಕೊಂಡಿದೆ!

ಹೇಳತೇನ ಕೇಳಕ್ಕೆ ಮರುಳಾದ ದಿನಗಳಲ್ಲೇ ನಾನು ಕಂಬಾರರ ಋಷ್ಯಶೃಂಗ ನಾಟಕವನ್ನು ಓದಿದ್ದು. ಸಿನಿಮಾ ನೋಡಿದ್ದು. ಹಳ್ಳಿಯ ಗೌಡತಿಯ ಎರಡನೇ ಮಗ ಬಾಳಗೊಂಡನ ದುರಂತವನ್ನು ಋಷ್ಯಶೃಂಗ ನಿರೂಪಿಸುತ್ತಿದೆ. ಕಾಲೂರಿದ ಕಡೆ ಮಳೆ ತರಿಸಬೇಕಾದ ಋಷ್ಯಶೃಂಗನ ಮಿಥಿಕಲ್ ಮಹಿಮೆ ಈ ಆಧುನಿಕ ಋಷ್ಯಶೃಂಗನ ಕಥೆಯಲ್ಲಿ ಮುಕ್ಕಾಗಿಹೋಗಿದೆ. ಹಾಗಾದರೆ ತಾನು ನಿಜವಾಗಿ ಈ ನೆಲದ ಮಗ ಹೌದೋ ಅಲ್ಲವೋ ಎಂಬ ಮೂಲಶೋಧದ ಪ್ರಶ್ನೆ ಅವನನ್ನು ಕಾಡುತ್ತದೆ. ಕನ್ನಡ ವಿಮರ್ಶೆ ಗುರುತಿಸಿರುವಂತೆ ಇದು ಐಡೆಂಟಿಟಿಯ ಹುಡುಕಾಟದ ಸಮಸ್ಯೆಯೂ ಹೌದು. ರಾಮಗೊಂಡ, ಬಾಳಗೊಂಡ ತಮ್ಮ ಸೃಜನ ಶಕ್ತಿಯನ್ನು ಕಳೆದು ಕೊಂಡದ್ದಕ್ಕೆ ಗೌಡನಾಗಿ ಬಂದ ರಾಕ್ಷಸನ ಅನೈತಿಕ ಕಾಮವೇ ಕಾರಣವೇ? ಪೂರ್ವ ದಿಕ್ಕಿಗೆ ಮುಖಮಾಡಿ ನಿಂತಿರುವ ರಾಮಗೊಂಡ ಕಾಯುತ್ತಿರುವುದು ಯಾವ ಸಿದ್ಧನ ಆಗಮನವನ್ನು? ಅನೈತಿಕತೆಯಿಂದ ಕಾಮವು ತನ್ನ ನಿಯೋಗಶಕ್ತಿಯನ್ನು ಕಳೆದುಕೊಂಡ ದುಸ್ಥಿತಿಯಲ್ಲಿ ಶಿವಾಪುರ ನರಳುತ್ತಾ ಇದೆಯೇ? ಕಂಬಾರ ಈ ಚಿತ್ರದ ಮೂಲಕ ತಮ್ಮ ದ್ರಾವಿಡ ಪ್ರಜ್ಞೆಯ ಮೂಲ ಪಾತಳಿಯ ದರ್ಶನ ಮಾಡಿಸುತ್ತಿರುವರೇ? ಹೀಗೆ ಅನೇಕ ಪ್ರಶ್ನೆಗಳನ್ನು ಎತ್ತಿ ನಮ್ಮನ್ನು ಕಾಡುವ ಕವಿತೆ, ನಾಟಕಗಳನ್ನು ಕಂಬಾರ ಬರೆದಿರುವರು.

ಕಂಬಾರರು ಬೇಂದ್ರೆ ಮತ್ತು ಅಡಿಗರಂಥ ಪ್ರಭಾವಿ ಕವಿಗಳ ಜೊತೆಗೆ ಸೆಣೆಸುತ್ತಲೇ ಬೆಳೆದ ಕವಿ. ಬೇಂದ್ರೆಯ ಗಂಗಾವತರಣವನ್ನು ಕಂಬಾರರ ಗಂಗಾಮಾಯಿ, ಅಡಿಗರ ಬತ್ತಲಾರದ ಗಂಗೆ ಕವಿತೆಗಳೊಡನೆ ಓದುವುದು ಕುತೂಹಲಕಾರಿ ಅಭ್ಯಾಸವಾಗಬಹುದು. ಯಾಕೆ ಆಕಾಶಗಂಗೆ? ಪಾತಾಳ ಗಂಗೆಯನ್ನು ನೋಡಿರಿ– ಎನ್ನುತ್ತಾರೆ ಕಂಬಾರ. ಆಧುನಿಕವಾದ ಎಲ್ಲ ಅನಾರೋಗ್ಯಕ್ಕೂ ದೇಸೀಮದ್ದು ಅರೆಯುವ ಹುನ್ನಾರದಲ್ಲಿ ಕಂಬಾರರು ತೊಡಗಿರುವರೇ? ಅದರ ಸಾಫಲ್ಯದಲ್ಲಿ ಅವರಿಗೆ ನಂಬಿಕೆಯುಂಟೋ? ಅಥವಾ ಸಂದೇಹವೋ? ಈ ಮೊದಲಾದ ಕೆಣಕುವ ತೀವ್ರ ಪ್ರಶ್ನೆಗಳನ್ನು ಎದುರು ಹಾಕಿಕೊಂಡು ಕೂತ ಕವಿ ಕಂಬಾರರು. ಮಿಶ್ರತಳಿಯ ಬಗ್ಗೆ ಕಂಬಾರರಿಗೆ ಅಪನಂಬಿಕೆಯೇ? ಬೆರಕೆಯು ವರ್ತಮಾನಕ್ಕೆ ಹೊಸ ಕಸುವು ತರಬಲ್ಲುದೋ? ಅಥವಾ ಅದು ಅಸಾಧ್ಯವೋ? ತೀವ್ರವೂ ಪ್ರಾಕೃತಿಕವೂ ಆದ ಕಾಮಶಕ್ತಿಯನ್ನು ಕಂಬಾರರು ಆರಾಧಿಸುತ್ತಾರೆ. ಆಧುನಿಕ ಸಾಮಾಜಿಕ ಪರಿಸ್ಥಿತಿಯನ್ನು ಆ ಮೂಲಕವೇ ಶೋಧಿಸಲು ನೋಡುತ್ತಾರೆ. ಅನೈತಿಕ ಕಾಮ ಬಾಳಗೊಂಡನಂಥ ಹೊಸ ಸಾಧ್ಯತೆಯನ್ನು ಸೃಷ್ಟಿಸಬಲ್ಲುದೆ? ಒಂದು ಕಡೆ ರಾಮಗೊಂಡ; ಇನ್ನೊಂದು ಕಡೆ ಬಾಳಗೊಂಡ. ಈ ಜೋಡಿ ಕಂಬಾರರ ಎಲ್ಲ ಮುಖ್ಯ ಕೃತಿಗಳಲ್ಲೂ ಬೇರೆಬೇರೆ ನಾಮವೇಷದಲ್ಲಿ ಮತ್ತೆ ಮತ್ತೆ ಕಾಣಿಸಿಕೊಳ್ಳುತ್ತವೆ ಅಲ್ಲವೇ? ಶಿವಾಪುರವನ್ನು ಮತ್ತೆ ಕಟ್ಟುವ ಗಾಢವಾದ ಪ್ರಜ್ಞೆಯು ಅವರ ಬರವಣಿಗೆಯ ಮೂಲ ಅಸ್ತಿವಾರವಾಗಿದೆ ಅನ್ನಿಸುತ್ತಿದೆ.

ಅಹಲ್ಯೆಯನ್ನು ಬರೆದ, ಗೋಕುಲ ನಿರ್ಗಮನ ಬರೆದ ಪುತಿನ ಕಂಬಾರರಿಗೆ ಒಂದು ಮೇಜರ್ ಧ್ವನಿ ಅನ್ನಿಸಿದ್ದಾರೆ. ಕಾಮದ ನೈತಿಕತೆ ಮತ್ತು ಅನೈತಿಕತೆಯನ್ನು ಮುಕ್ತ ಸಂವೇದನೆಗೆ ಒಳಪಡಿಸಿದ ಕವಿ ಪುತಿನ. ಹಾಗಾಗಿ ಅವರು ಕಂಬಾರರಿಗೆ ಪ್ರಿಯವಾಗುವುದು ಸಹಜವೇ ಆಗಿದೆ. ಅಹಲ್ಯೆ ಮತ್ತು ಹೇಳತೇನ ಕೇಳದಲ್ಲಿ ಇರುವ ಭಿನ್ನತೆಯನ್ನು ಲೆಕ್ಕದಲ್ಲಿಟ್ಟೂ ಅವುಗಳ ನಡುವೆ ಕಾಣುವ ಮೂಲ ಎಳೆಗಳ ಸಮಾನತೆ ಬೆರಗು ತರಿಸುವಂತಿದೆ. ಅದನ್ನು ಈವರೆಗೆ ಕನ್ನಡ ವಿಮರ್ಶೆ ಗುರುತಿಸಿದಂತಿಲ್ಲ. ಅನೂಚೀನವಾದ ಒಂದು ಬಾಳ್ವಿಕೆಯ "ನೆಲೆಗೇಡಿನ" ದುರಂತವನ್ನು ಎರಡೂ ಕೃತಿಗಳು ಪರಾಂಬರಿಸುತ್ತಿವೆ. "ಗೃಹಭಂಗ"ದ ಕಲ್ಪನೆ ಎರಡಕ್ಕೂ ಸಮಾನವಾದುದು. (ಬೇರಿನ ಹುಡುಕಾಟ ಮತ್ತು ಅಸ್ಮಿತೆಯ ಸಮಸ್ಯೆಯನ್ನು ಶೋಧಿಸುವ ಗೃಹಭಂಗದ ಭೈರಪ್ಪ ಕಂಬಾರರಿಗೆ ಪ್ರಿಯರಾದ ಲೇಖಕರೆಂಬುದನ್ನು ಇಲ್ಲಿ ಪ್ರಾಸಂಗಿಕವಾಗಿ ನೆನೆಯಬಹುದು). ಅಹಲ್ಯೆ ಮತ್ತು ಹೇಳತೇನಕೇಳದಲ್ಲಿ ಗೃಹಭಂಗ ಸಂಭವಿಸುವ ಕ್ರಮವೂ ಸಮಾನವಾದುದು. ಅಹಲ್ಯೆಯಲ್ಲಿ, ಇಂದ್ರ ಗೌತಮನ ಆಶ್ರಮವನ್ನು (ಗೃಹಸ್ಥಾಶ್ರಮ?) ಹೊರಗಿನಿಂದ ಬಂದು ಆಕ್ರಮಿಸುವ ದುರ್ದಮ್ಯಪರಕೀಯತೆ. ಹೇಳತೇನ ಕೇಳಾದ ಮಾಯಾವಿ ರಾಕ್ಷಸ ಸಹ ಹೊರಗಿನಿಂದ ಶಿವಾಪುರವನ್ನು ಅತಿಕ್ರಮಿಸುವ ಶಕ್ತಿ. ಇಂದ್ರನು ಹೇಗೆ ಗೌತಮನ ವೇಷದಲ್ಲಿ ಅಹಲ್ಯೆಯನ್ನು ಭೇದಿಸುವನೋ ಹಾಗೇ ಹೇಳತೇನ ಕೇಳದ ರಾಕ್ಷಸ ಗೌಡನ ವೇಷದಲ್ಲಿ ಗೌಡತಿಯನ್ನು ಆಕ್ರಮಿಸುವನು. ಈ ವಿಷಮಸಂಯೋಗದ ಫಲ ಅಹಲ್ಯೆ ಮತ್ತು ಗೌಡತಿಯ ಗೃಹಭಂಗದ ದಾರುಣ ಕೇಡು. ನಿರ್ವೀರ್ಯತೆ. ಆತ್ಮನಾಶ. ನೆಲೆಗೇಡಿನ ದುರಂತ. ಸಮಾಜದ ಮೂಲಭೂತ ಘಟಕವಾದ ದಾಂಪತ್ಯದ ಪುರಾತನ ಚೌಕಟ್ಟು ಕಂಪಿಸುವ, ಹಾಳ್ಗೆಡುವ ಪರಿಣಾಮ ಎರಡೂ ಕೃತಿಗಳಲ್ಲೂ ಕಂಡು ಬಂದಿದೆ. ಒಂದರಲ್ಲಿ ಶಿಷ್ಟ ಭಾಷಾ ಸಂವಿಧಾನದ ಕ್ರಮದಲ್ಲಿ. ಇನ್ನೊಂದರಲ್ಲಿ ದೇಸೀ ಭಾಷಾ ಸಂವಿಧಾನದ ನೆಲೆಯಲ್ಲಿ. ವಸಾಹತೋತ್ತರದ ಜಟಿಲ ಅನುಭವವನ್ನು ಎರಡೂ ಕಡೆಯೂ ಕಥಿಸಲಾಗಿದೆ. (ಗೋಕುಲ ನಿರ್ಗಮನದಲ್ಲಂತೂ ಹೊರನಾಡಿನ ಕರೆ ಕೇಡಿನ ಕರೆ ಎಂದು ಪುತಿನ ಸ್ಪಷ್ಟವಾಗಿಯೇ ಬರೆದಿದ್ದಾರೆ).

ಕುವೆಂಪು, ಬೇಂದ್ರೆ, ಪುತಿನರಂತೆ ಕಂಬಾರ ಕೂಡ ಕವಿನಾಟಕಕಾರ ಪರಂಪರೆಗೆ ಸೇರಿದವರು. ಕನ್ನಡ ನಾಟಕದ ಪ್ರಮುಖವಾದ ಈ ಧಾರೆಯನ್ನು ಎಚ್ಚರದಿಂದಲೇ ನಾವು ಗಮನಿಸಬೇಕಾಗಿದೆ. ಕನ್ನಡದ ಈ ಮುಖ್ಯ ಧಾರೆಯಲ್ಲಿ ಕಾಣುವ ಆಶಯಗಳ ಸಮಾನತೆಯನ್ನು ಕೂಡ ನಾವು ಗಮನಿಸಬೇಕಾಗಿದೆ. ವಿಷಮ ದಾಂಪತ್ಯದ ದುರಂತವನ್ನು ಅಹಲ್ಯೆ, ಮತ್ತು ಹೇಳತೇನ ಕೇಳ ಕೃತಿಗಳಲ್ಲಿ ಅಭಿವ್ಯಕ್ತಿಸಲು ಬಳಸುವ ಕ್ರಮಗಳನ್ನು ವಿಶ್ಲೇಷಿಸುವುದು ಕೂಡ ಕುತೂಹಲಕಾರಿ ಅಭ್ಯಾಸವಾಗಬಲ್ಲುದು. ಆಶ್ಚರ್ಯವೆಂದರೆ ನಮ್ಮ ಕಾಲದ ಮಹತ್ವದ ಕವಿಗಳಾದ

ಅಡಿಗರ ಭೂಮಿಗೀತ ಕವಿತೆಯಲ್ಲೂ ವಿಷಮ ಕಾಮದ ಚಿತ್ರಗಳು ಗಡದ್ದಾಗಿ ಬಂದಿವೆ.

ಕಂಬಾರರ ಗದ್ಯಾತ್ಮಕ ಕವಿತೆಗಳಿಗಿಂತ ಅವರ ಗೀತಾತ್ಮಕ ಕವಿತೆಗಳೇ ನನಗೆ ಹೆಚ್ಚು ಪ್ರಿಯ. ಆ ಗೀತೆಗಳನ್ನು ಕಂಬಾರರು ಹಾಡಿದಾಗ ಸ್ಫೋಟಗೊಳ್ಳುವ ಶಕ್ತಿ ವಿಶೇಷವಾದದ್ದು ಎಂಬುದನ್ನು ಈಗಾಗಲೇ ಪ್ರಸ್ತಾಪಿಸಿದ್ದೇನೆ. ಒಮ್ಮೆ ಕನ್ನಡ ಸಾಹಿತ್ಯ ಪರಿಷತ್ತಿನ ಸಭಾಂಗಣದಲ್ಲಿ ಒಂದು ಕವಿಗೋಷ್ಠಿ ಏರ್ಪಟ್ಟಿತ್ತು. ಕನ್ನಡದ ಅನೇಕ ಚಾಲ್ತಿಯಲ್ಲಿದ್ದ ಕವಿಗಳು ಆ ಗೋಷ್ಠಿಯಲ್ಲಿ ಪಾಲ್ಗೊಂಡಿದ್ದರು. ಗೋಷ್ಠಿಯ ಅಧ್ಯಕ್ಷರು ಅಡಿಗರು. ಹಾಡಿನ ಬಗ್ಗೆ ಅವರಿಗಿದ್ದ ಅಸಮ್ಮತಿ ಎಲ್ಲರಿಗೂ ತಿಳಿದದ್ದೇ. ಕಂಬಾರರು ತಮ್ಮ ಸರತಿ ಬಂದಾಗ ಮರೆತೇನೆಂದರೆ ಮರೆಯಲಿ ಹ್ಯಾಂಗ ಎಂಬ ತಮ್ಮ ಜನಪ್ರಿಯ ಕವಿತೆಯನ್ನು ಹಾಡಿದರು. ಅದು ಸಹಜವಾಗಿಯೇ ಸಭಿಕರಿಗೆ ಪ್ರಿಯವಾಯಿತು. ವಿಶೇಷವೆಂದರೆ ಅಡಿಗರು ಆವತ್ತು ತಮ್ಮ ಕವಿತೆಯನ್ನು ಓದದೆ ಕೆಲವೇ ಮಾತುಗಳಲ್ಲಿ ತಮ್ಮ ಅಧ್ಯಕ್ಷ ಭಾಷಣ ಮುಗಿಸಿದರು. ಕವಿತೆಯನ್ನು ಹಾಡುವಂತೆ ಬರೆಯುವ, ಮತ್ತು ಕವಿತೆಯನ್ನು ಹಾಡುವ ವಿಷಯದ ಬಗ್ಗೆ ತಮ್ಮ ಅಸಮ್ಮತಿಯನ್ನು ಸ್ಪಷ್ಟವಾದ ಮಾತುಗಳಲ್ಲಿ ಖಂಡಿಸಿದರು ಕೂಡ!

ತಮಗಿಂತ ಕಿರಿಯರಾದ ಕವಿಗಳ ಬಗ್ಗೆ ಕಂಬಾರರಿಗೆ ನಿರ್ಮತ್ಸರ ಅಭಿಮಾನ. ನನ್ನ ಕಾವ್ಯದ ಬಗ್ಗೆ ಮೊದಲಿಂದಲೂ ಒಳ್ಳೆಯ ಮಾತುಗಳಾಡುತ್ತಾ ಬಂದವರು ಅವರು. ನನ್ನ ಉತ್ತರಾಯಣ ಕವಿತೆಯ ಬಗ್ಗೆ ಕಂಬಾರರು ಬರೆದ ಕೆಲವು ಸಾಲುಗಳು ನನಗೆ ನೆನಪಾಗುತ್ತಿವೆ. "ನಮ್ಮ ಉತ್ತಮ ಕವಿಗಳಲ್ಲಿ ಒಬ್ಬರಾದ ಎಚ್ಚೆಸ್ವಿಯವರ ಹಾಗೆ ಮನುಷ್ಯನ ಅಂತಃಕರಣ ಮತ್ತು ಭಾಷೆಯ ಒಳ ಮಿಡಿತಗಳನ್ನು ಅರಿತವರು ವಿರಳ. ಆಧುನಿಕ ಭಾವನೆಗಳನ್ನು ಪುರಾಣಗಳ ಅನುಭವದಲ್ಲಿ ಕರಗಿಸಿ ಅಭಿವ್ಯಕ್ತಿಸುವಲ್ಲಿ ಅವರ ಸಾಧನೆ ಅಸಾಧಾರಣವಾದುದು. ನರಸಿಂಹಸ್ವಾಮಿಗಳನ್ನು ಬಿಟ್ಟರೆ ಬೆಂಗಳೂರಿನ ಆಡುನುಡಿಯನ್ನು ಮೂರ್ತಿಯವರ ಹಾಗೆ ಧ್ವನಿಪೂರ್ಣವಾಗಿ ಬಳಸಿಕೊಂಡವರು ಇನ್ನೊಬ್ಬರಿಲ್ಲ. ಕ್ಷಿತಿಜದಾಚೆಗೂ ಒಂದು ಕಣ್ಣಿಟ್ಟ ಇವರ ಕಾವ್ಯ ಈಗ ಸ್ಥಿರವಾದ ನೆಲೆಯನ್ನು ಕಂಡುಕೊಂಡಿದೆಯೆಂಬುದೇ ಕಾವ್ಯಪ್ರೇಮಿಗಳಿಗೆ ಆನಂದದ ಸಂಗತಿಯಾಗಿದೆ. ಇದರ ಫಲ ಉತ್ತರಾಯಣದಂಥ ಉತ್ಕೃಷ್ಟ ಕಾವ್ಯ."

ನನ್ನ ಕಾವ್ಯಕ್ಕೆ ದಕ್ಕಿದ ಬಹುದೊಡ್ಡ ಪ್ರಶಸ್ತಿ ಕಂಬಾರರ ಈ ಮೆಚ್ಚುಗೆ. ಸಂಬಂಧಪಟ್ಟ ಕವಿಯನ್ನು ಮಾತ್ರವಲ್ಲ ಒಟ್ಟಾರೆ ಕಾವ್ಯ ಸಂದರ್ಭವನ್ನು ಕೂಡಾ ಇಂಥ ನಿರ್ವ್ಯಾಜ ಕಾವ್ಯಪ್ರೀತಿ ಜೀವಂತವಾಗಿ ಇಡಬಲ್ಲುದು.

ಸಂಕಲ್ಪಬಲದ
ಅಸಾಮಾನ್ಯತೆ...

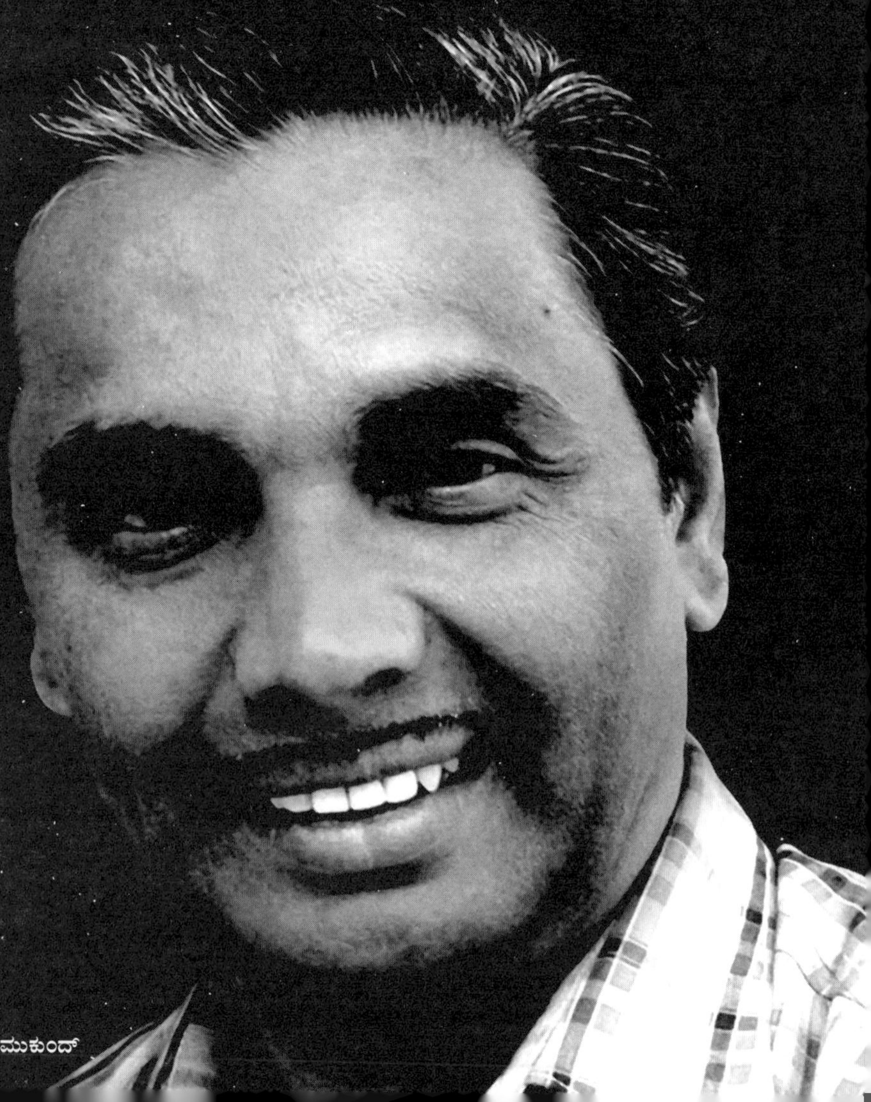

ಚಿತ್ರ: ಎ.ಎನ್.ಮುಕುಂದ್

ಡಾ. ಲಕ್ಷ್ಮೀನಾರಾಯಣ ಭಟ್ಟರು

ನನ್ನ ಬದುಕಿನ ನಿರ್ಣಾಯಕ ಘಟ್ಟದಲ್ಲಿ ಬಹುಮುಖ್ಯ ಪಾತ್ರ ನಿರ್ವಹಿಸಿದವರು. ನಾನದನ್ನು ಯಾವಾಗಲೂ ಕೃತಜ್ಞತೆಯಿಂದ ನೆನಪಿಸಿಕೊಳ್ಳುತ್ತಾ ಇರುತ್ತೇನೆ. 1971ನೇ ಇಸವಿ. ನಾನು ಮಲ್ಲಾಡಿಹಳ್ಳಿಯ ಹೈಸ್ಕೂಲಿನಲ್ಲಿ ಟೆಕ್ನಿಕಲ್ ಅಸಿಸ್ಟಂಟ್ ಆಗಿ ಕೆಲಸ ಮಾಡುತ್ತಾ ಇದ್ದೆ. ಮದುವೆಯಾಗಿ ಇಬ್ಬರು ಮಕ್ಕಳೂ ಇದ್ದರು. ಬಾಹ್ಯ ವಿದ್ಯಾರ್ಥಿಯಾಗಿ ಕರ್ನಾಟಕ ವಿಶ್ವವಿದ್ಯಾಲಯದಿಂದ ಬಿ.ಎ ಮಾಡಿದ್ದೆ. ಎಂ.ಎ. ಮಾಡಬೇಕು, ಕಾಲೇಜಿನಲ್ಲಿ ಕನ್ನಡ ಉಪನ್ಯಾಸಕನಾಗಬೇಕು ಎಂಬ ಹುಚ್ಚು ತಾನಾಗಿಯೇ ನನ್ನ ತಲೆಗೆ ಹತ್ತಿತ್ತೋ, ಅಥವಾ ಬೇರೆ ಯಾರಾದರೂ ಹತ್ತಿಸಿದ್ದರೋ ಸ್ಪಷ್ಟವಿಲ್ಲ. ಮನೆ ಮಂದಿಯೆಲ್ಲಾ ಬೇಡ ಎಂದರೂ ಕೇಳದೆ ಎಂ.ಎ ಸೀಟಿಗಾಗಿ ಮೈಸೂರು ವಿಶ್ವವಿದ್ಯಾಲಯಕ್ಕೆ ಅರ್ಜಿ ಗುಜರಾಯಿಸಿಬಿಟ್ಟೆ. ತಿಂಗಳು ಕಳೆಯಿತು. ವಿಶ್ವವಿದ್ಯಾಲಯದಿಂದ ಯಾವ ಸುದ್ದಿಯೂ ಇಲ್ಲ. ನನ್ನ ಗೆಳೆಯನೊಬ್ಬ ಆಗ ಮೈಸೂರು ವಿಶ್ವವಿದ್ಯಾಲಯದಲ್ಲಿ ಕನ್ನಡ ಎಂ.ಎ ಓದುತ್ತಾ ಇದ್ದ. ನಾನು ಅವನನ್ನು ವಿಚಾರಿಸಿದಾಗ, ಸೀಟು ಪ್ರಕಟವಾಗಿರುವುದನ್ನೂ, ನಾನು ಆ ಪಟ್ಟಿಯಲ್ಲಿ ಇಲ್ಲವೆಂಬುದನ್ನೂ ಬೇಸರದಿಂದ ಬರೆದು ತಿಳಿಸಿದ್ದ! ನಾನು ಎಂ.ಎ ಓದುವುದು ಕನಸಿನ ಮಾತೇ ಸರಿ ಎಂದುಕೊಂಡು ನಾನು ಮಾನಸಿಕವಾಗಿ ಕುಸಿದ ಸಮಯ. ನನ್ನ ಮಲ್ಲಾಡಿಹಳ್ಳಿಯ ಕಲೀಗುಗಳಾದ ರಾಮಪ್ಪ ಮತ್ತು ವಿಠೋಬಣ್ಣ ಅದೇಕೋ ಬೆಂಗಳೂರಿಗೆ ಹೋದವರು ಅಕಸ್ಮಾತ್ ಲಕ್ಷ್ಮೀನಾರಾಯಣ ಭಟ್ಟರನ್ನು ಭೆಟ್ಟಿ ಮಾಡಿದ್ದಾರೆ. ಆ ವೇಳೆಗಾಗಲೇ ನನ್ನ ಪರಿವೃತ್ತ ಎಂಬ ಸಂಗ್ರಹ ಪ್ರಕಟವಾಗಿತ್ತು. ನಾನದನ್ನು ಭಟ್ಟರಿಗೆ ಕೊಟ್ಟೂ ಇದ್ದೆ. ಅವರು ಸಂಗ್ರಹದ ಬಗ್ಗೆ ಸದಭಿಪ್ರಾಯ ವ್ಯಕ್ತಪಡಿಸಿದ್ದರು. ರಾಮಪ್ಪ ಮಾತಾಡುವಾಗ ನನಗೆ ಎಮ್ ಎ ಮಾಡಬೇಕೆಂಬ ಹಂಬಲವಿರುವುದನ್ನೂ, ಮೈಸೂರಲ್ಲಿ ನನಗೆ ಸೀಟು ದೊರಕದೇ ಹೋದದ್ದನ್ನೂ ಪ್ರಾಸಂಗಿಕವಾಗಿ ಭಟ್ಟರೆದುರು ಪ್ರಸ್ತಾಪಿಸಿದ್ದಾರೆ.

ಎರಡೇ ದಿನ. ಭಟ್ಟರಿಂದ ನನಗೊಂದು ಪೋಸ್ಟ್ ಕಾರ್ಡ್ ಬಂತು. ಕೇವಲ ಮೆರಿಟ್ಟಿನ ಬಗ್ಗೆ ಮಾತ್ರ ಯೋಚಿಸಬೇಡಿ. ನಿಮಗೆ ಬೇರೆ ಯೋಗ್ಯತೆ ಇದೆ. ಈ

ಕಾಗದ ತಲಪಿದ ಕೂಡಲೆ ಬೆಂಗಳೂರಿಗೆ ಬನ್ನಿ. ನಿಮಗೆ ಕನ್ನಡ ಎಂ.ಎ ದಲ್ಲಿ ಸೀಟು ಕೊಡಿಸಲು ಪ್ರಯತ್ನಿಸೋಣ! ನಾನು ಬೆಂಗಳೂರಿಗೆ ಧಾವಿಸಿ ಭಟ್ಟರನ್ನು ಕಂಡೆ. ಅವರು ಜಿ.ಎಸ್.ಎಸ್ ಬಳಿ ನನ್ನನ್ನು ಕರೆದುಕೊಂಡು ಹೋದರು. ಜಿ.ಎಸ್.ಎಸ್ ಆಗ ಕನ್ನಡ ಅಧ್ಯಯನ ಕೇಂದ್ರದ ನಿರ್ದೇಶಕರು. ಭಟ್ಟರು ನನ್ನನ್ನು ಅವರಿಗೆ ಪರಿಚಯಿಸಿ, "ಚೆನ್ನಾಗಿ ಕವಿತೆ ಬರೀತಾರೆ.. ನಿಮ್ಮ ಕಾವ್ಯದ ಪ್ರಭಾವ ತುಂಬ ಇದೆ... ಆಸೆಯಿಂದ ಎಂ ಎ ಮಾಡಲು ಬಯಸುತ್ತಿದ್ದಾರೆ"–ಎಂದಾಗ ಜಿ.ಎಸ್.ಎಸ್ ನನ್ನನ್ನು ನಖಶಿಖಾಂತ ನೋಡಿ, ಸಣ್ಣಗೆ ತುಟಿಯಂಚಲ್ಲೇ ನಕ್ಕು, ಬನ್ನಿ... ನಿಮಗೆ ಸೀಟ್ ಕೊಡೋಣ ಎಂದರು. ಆವತ್ತೇ ನನ್ನ ಜೀವನ ಪಥ ಬಹು ದೊಡ್ಡ ಯೂ ಟರ್ನ್ ತೆಗೆದುಕೊಂಡಿತು.

ಇನ್ನೊಬ್ಬರಿಗೆ ಸಹಾಯ ಮಾಡೋದರಲ್ಲಿ ಭಟ್ಟರು ಯಾವಾಗಲೂ ಮುಂದು. ಶಿವಮೊಗ್ಗ ಸುಬ್ಬಣ್ಣ ಶಿವಮೊಗ್ಗದಿಂದ ಬೆಂಗಳೂರಿಗೆ ಬಂದದ್ದು ಭಟ್ಟರ ಪ್ರೇರಣೆಯಿಂದ. ಅವರು ಕಂಬಾರರ ಸಿನಿಮಾದಲ್ಲಿ ಹಾಡುವಂತಾದುದೂ ಭಟ್ಟರ ಪ್ರಭಾವದಿಂದ. ಈಗ ಸುಬ್ಬಣ್ಣ ಕರ್ನಾಟಕದ ದೊಡ್ಡ ಹೆಸರು. ಹೀಗೆ ಅದೆಷ್ಟು ಜನರ ಜೀವನದಲ್ಲಿ ನಿರ್ಣಾಯಕ ಪಾತ್ರವನ್ನು ಭಟ್ಟರು ವಹಿಸಿದ್ದಾರೋ ಕಾಣೆ. ಗೆಳೆಯ ಲಕ್ಷ್ಮಣರಾವ್ ಅವರಿಗೆ ಹೆಣ್ಣು ತೋರಿಸಿ ಹಸೆಮಣೆ ಏರಿಸಿದ್ದೂ ಭಟ್ಟರೇ ಎಂದು ಕೇಳಿದ್ದೇನೆ!

ನನ್ನ ಮತ್ತು ಭಟ್ಟರ ಸಾಹಿತ್ಯಕ ಸಂಬಂಧ ನಿಕಟವಾದದ್ದು. ನಾವು ಪರಸ್ಪರ ಓದುತ್ತಾ ವಿಮರ್ಶಿಸುತ್ತಾ ಕಾವ್ಯ ವ್ಯವಸಾಯದಲ್ಲಿ ಬಹುಕಾಲದಿಂದ ತೊಡಗಿಕೊಂಡಿದ್ದೇವೆ. ತಮ್ಮ ಅರುಣಗೀತೆಗೆ ಮುನ್ನುಡಿ ಬರೆಯುವ ಅವಕಾಶವನ್ನೂ ಭಟ್ಟರು ನನಗೆ ಕಲ್ಪಿಸಿದ್ದಾರೆ. (ಅರುಣಗೀತ, ಮಗನಿಗೊಂದು ಪತ್ರ ಆ ಸಂಗ್ರಹದ ಮಹತ್ವದ ಕವಿತೆಗಳು). ಅದಕ್ಕಿಂತ ಸ್ವಾರಸ್ಯಕರವಾದ ನೆನಪು–ಸುಚಿತ್ರದಲ್ಲಿ ಭಟ್ಟರನ್ನು ಕುರಿತ ಒಂದು ಭರ್ಜರಿ ಕಾರ್ಯಕ್ರಮದ್ದು. ಎಸ್.ಎಲ್.ಭೈರಪ್ಪನವರು ಆವತ್ತಿನ ಮುಖ್ಯ ಅತಿಥಿ. ಆದರೆ ಅನಾರೋಗ್ಯದ ಕಾರಣ ಕೊನೆ ಗಳಿಗೆಯಲ್ಲಿ ಅವರು ಕಾರ್ಯಕ್ರಮಕ್ಕೆ ಬರುವುದಿಲ್ಲವೆಂದು ತಿಳಿದು, ಭಟ್ಟರು ನನ್ನನ್ನು ಸಂಪರ್ಕಿಸಿದರು. ಭೈರಪ್ಪನರು ತಮ್ಮ ಮಾತಿನ ಬರಹ ರೂಪ ಕಳಿಸಿದ್ದಾರೆ. ಅನಾರೋಗ್ಯದಿಂದ ಅವರಿಗೆ ಕಾರ್ಯಕ್ರಮಕ್ಕೆ ಖುದ್ದಾಗಿ ಬರಲಿಕ್ಕಾಗುತ್ತಿಲ್ಲ. ಈಗ ನೀವೇ ನನ್ನ ಬಗ್ಗೆ ಮಾತಾಡಬೇಕು ಎಂದರು. ಆವತ್ತಿನ ನನ್ನ ಭಾಷಣವೂ ಚೆನ್ನಾಗಿ ಬಂದಿತೆಂದು ಸ್ನೇಹಿತರ ಅಭಿಪ್ರಾಯ.

ನಾನು ತ್ಯಾಗರಾಜನಗರದಲ್ಲಿ ಬಾಡಿಗೆ ಮನೆಯಲ್ಲಿ ಇದ್ದೆ. ಒಕ್ಕೋಣೆಯ ಸಣ್ಣ ಮನೆ. ದೊಡ್ಡ ಸಂಸಾರ ನನ್ನದು. ನನಗೆ ಬರೆಯಲಿಕ್ಕೆ ಕೋಣೆಯಲ್ಲಿ ಸ್ಥಳಾಭಾವ. ಹಾಗಾಗಿ ಮನೆಯ ಹೊರಗೆ ಕಾಂಪೌಂಡಲ್ಲಿ ಕೂತು ಒಂದು ಬೆಳಗ್ಗೆ ಕಡ್ಡಿ ಚಾಪೆಯ

ಮೇಲೆ ಬರೆಯುತ್ತಾ ಕೂತಿದ್ದೇನೆ. ಭಟ್ಟರು ಡಿಪಾರ್ಟ್ಮೆಂಟಿಗೆ ಹೋಗುವ ಮುನ್ನ ನಮ್ಮ ಮನೆಗೆ ಬಂದರು. ಕಾಫಿ ಇತ್ಯಾದಿ ಮುಗಿದ ಮೇಲೆ ಏನೋ ಬರೆಯುತ್ತಾ ಇದ್ದೀರಿ ಎಂದರು. ಕಾಳಿದಾಸನ ಋತುಸಂಹಾರ ಅನುವಾದ ಮಾಡುತ್ತಾ ಇದ್ದೇನೆ. ಕೊನೆಯ ಕೆಲವು ಪದ್ಯಗಳ ಮೇಲೆ ಕೆಲಸ ಆಗುತ್ತಾ ಇದೆ. ಭಟ್ಟರು ಹಸ್ತಪ್ರತಿ ಇಸಿದುಕೊಂಡು ಋತುಸಂಹಾರದ ಅನುವಾದ ಓದಲು ತೊಡಗಿದರು. ಅರ್ಧ ಗಂಟೆ ಆಯಿತು. ಒಂದು ಗಂಟೆಯೇ ಆಯಿತು. ಸರ್.. ನಿಮಗೆ ಕಾಲೇಜಿಗೆ ಹೊತ್ತಾಗಲಿಲ್ಲವೇ? ಎಂದೆ ಸಂಕೋಚದಿಂದ. ಎಷ್ಟು ಸೊಗಸಾದ ಅನುವಾದ... ಇದನ್ನು ಪೂರ್ತಿ ಓದದೆ ನಾನು ಹೋಗುವುದಿಲ್ಲ! ಕಾಲೇಜಿಗೆ ಇವತ್ತು ರಜಾ ಹಾಕುತ್ತೇನೆ ಎಂದರು ಕಾವ್ಯರಸಿಕರಾದ ಎನ್.ಎಸ್.ಎಲ್..... ಸಾಲು ಸಾಲುಗಳನ್ನು ಚಪ್ಪರಿಸಿ ಆವತ್ತು ಭಟ್ಟರು ಸಂತೋಷಪಟ್ಟಿದ್ದು ನನ್ನ ಕಣ್ಣಿಗೆ ಕಟ್ಟಿದೆ. ಅಷ್ಟರಲ್ಲಿ ನನ್ನ ಪತ್ನಿ ಉಪಾಹಾರವನ್ನೂ ಸಿದ್ಧಪಡಿಸಿದಳು. ಊಟದ ವೇಳೆಯ ತನಕ ನಮ್ಮ ಕಾವ್ಯ ಸಲ್ಲಾಪ ಮುಂದುವರೆಯಿತು.

ಋತುವಿಲಾಸದ ಹಸ್ತಪ್ರತಿ ಸಿದ್ಧವಾದ ಮೇಲೆ ಅದನ್ನು ಸುವಿದ್ಯಾ ಪ್ರಕಾಶನದಿಂದ ಹೊರಬರುವಂತೆ ಮಾಡಿದವರೂ ಭಟ್ಟರೇ! ಮೊದಲ ಮುದ್ರಣಕ್ಕೆ ಹಾಕಿದ್ದು ಸಾವಿರವಲ್ಲ, ಎರಡು ಸಾವಿರ ಪ್ರತಿ! ಅದು ಭಟ್ಟರ ಕಾವ್ಯೋತ್ಸಾಹದ ಫಲ.

ಯಾವುದಾದರೂ ಕೆಲಸ ಕೈಗೆ ತೆಗೆದುಕೊಂಡರೆ ಪಟ್ಟು ಹಿಡಿದು ಅದನ್ನು ಮುಗಿಸುವ ಸ್ವಭಾವ ಭಟ್ಟರದ್ದು. ಅವರು ಯೇಟ್ಸನ ಕವಿತೆಗಳನ್ನು ಅನುವಾದ ಮಾಡುವ ಕಾಲದಲ್ಲಿ ಹೇಗೆ ಯೇಟ್ಸನ ಕಾವ್ಯ ಮತ್ತು ವಿಮರ್ಶಾ ಲೋಕದಲ್ಲಿ ಮುಳುಗಿ ಹೋಗಿದ್ದರು ಎಂಬುದನ್ನು ನಾನು ಬಲ್ಲೆ! ಆ ದಿನಗಳಲ್ಲಿ ಅವರ ಮನೆಗೆ ಹೋದರೆ ಅವರ ಮಾತುಕತೆಯೆಲ್ಲಾ ಯೇಟ್ಸನ ಬಗ್ಗೆಯೇ! ಇಂಗ್ಲಿಷ್ ಪ್ರಾಧ್ಯಾಪಕರುಗಳು ಭೇಷ್ ಎನ್ನುವಂತೆ ಭಟ್ಟರು ಯೇಟ್ಸನ ಅನುವಾದ ಮಾಡಿಮುಗಿಸಿದರು. ಮುಂದೆ ಟಿ ಎಸ್ ಎಲಿಯಟ್ ಕಾವ್ಯವನ್ನು ಅನುವಾದಕ್ಕೆ ತೆಗೆದುಕೊಂಡರು. ಅನುವಾದಕ್ಕೆ ಬಹಳ ಜಟಿಲವಾದ ಕಾವ್ಯ ಎಲಿಯಟ್ನದು. ಕೀರ್ತಿನಾಥ ಕುರ್ತಕೋಟಿ, ಕೆ.ನರಸಿಂಹಮೂರ್ತಿ, ಅನಂತಮೂರ್ತಿ, ಅಡಿಗರು ಇವರೆಲ್ಲರ ಮೆಚ್ಚುಗೆಯನ್ನೂ ಪ್ರಶಂಸೆಯನ್ನೂ ಭಟ್ಟರ ಅನುವಾದಗಳು ಪಡೆದವು. ಅವರ ಷೇಕ್ಸ್ಪಿಯರನ ಸಾನೆಟ್ಟುಗಳ ಅನುವಾದ, ಯೇಟ್ಸನ ಕವಿತೆಗಳ ಅನುವಾದ ನನಗೆ ತುಂಬ ಇಷ್ಟ.

ಭಟ್ಟರದ್ದು ಒಂದು ರೀತಿ ಪಟ್ಟು ಹಿಡಿದು ಮಾತಾಡುವ ಸ್ವಭಾವ. ಸೂಕ್ಷ್ಮ ಸಂವೇದನೆ ನಿಷ್ಠುರ ನಿಲುವು ಅವರ ವಿಮರ್ಶೆಯ ಎರಡು ಮುಖ್ಯ ಲಕ್ಷಣಗಳು. ಕೆಲವು ಬಾರಿ ಮಾತುಕಥೆ ವಾಗ್ವಾದ ನೆಲೆಗೂ ಹೋಗುವುದುಂಟು. ಆಧಾರ ಸಮೇತ ತಮ್ಮ ವಾದವನ್ನು ಖಡಕ್ಕಾಗಿ ಮಂಡಿಸುವುದು ಭಟ್ಟರ ಶೈಲಿ. ಈ ವಾಗ್ವಾದಗಳಿಂದ

ಅನೇಕ ಗೆಳೆಯರ ಅಸಮಾಧಾನಕ್ಕೂ ಭಟ್ಟರು ಪಾತ್ರರಾದುದುಂಟು. ಸುಗಮ ಸಂಗೀತದ ಬಗ್ಗೆ ರಾಮಚಂದ್ರ ಶರ್ಮ ಮತ್ತು ಭಟ್ಟರ ವಾಗ್ವಾದ ಕನ್ನಡ ಕಾವ್ಯ ಜಗತ್ತಿನ ಬಹು ದೊಡ್ಡ ವಾಗ್ವಾದಗಳಲ್ಲಿ ಒಂದು. ತಮ್ಮ ತಮ್ಮ ನಿಲುವುಗಳಿಗೆ ಅಂಟಿಕೊಂಡು ಇಬ್ಬರೂ ಮಾತಾಡುವ ಜನ. ಆ ಜಗಳ ಕೊನೆಗೂ ಬಗೆಹರಿಯಲಿಲ್ಲ. ಪರಸ್ಪರ ಒಪ್ಪದಿರಲು ಒಪ್ಪೋಣ ಎನ್ನುವುದೇ ಇಂಥ ಕಡೆ ಸೂಕ್ತ ನಿಲುವೇನೋ!

ಭಟ್ಟರ ಮನೆಗೆ ಹೋದವರು ಯಾವತ್ತೂ ಬರಿಹೊಟ್ಟೆಯಲ್ಲಿ ಹಿಂದಿರುಗುವುದಕ್ಕಾಗದು. ಅವರ ಮನೆಯ ಆತಿಥ್ಯ ಆ ಪರಿಯದು. ಆ ಅಭಿಮಾನದ ಫಾಲಾನುಭವಿಗಳಲ್ಲಿ ನಾನೂ ಒಬ್ಬ. ಭಟ್ಟರ ಮನೆಗೆ ಹೋದವರು ಅವರ ಶ್ರೀಮತಿಯವರು ಕೊಡುವ ತಿಂಡಿ ಕಾಫಿ, ಊಟದ ಹೊತ್ತಾದರೆ ಊಟ ಸವಿಯದೆ ಹೊರಬರುವಂತೆಯೇ ಇಲ್ಲ!

ಭಟ್ಟರು ತಮ್ಮ ಬರವಣಿಗೆ ಮತ್ತು ಉಪನ್ಯಾಸಗಳಿಂದ ಕರ್ನಾಟಕದಲ್ಲಿ ಮಾತ್ರವಲ್ಲ ಕರ್ನಾಟಕ ಹೊರಗೂ ಖ್ಯಾತರು. ಈಚೆಗಷ್ಟೇ ಅವರ ಓಡಾಟ ಕಡಿಮೆಯಾಗಿದೆ. ಮನೆಯಿಂದ ಹೊರಗೆ ಬರುವುದು ಕಮ್ಮಿ. ಸುಚಿತ್ರಾದಲ್ಲಿ ನಾನು ನಿರ್ದೇಶಿಸಿದ ಹಸಿರು ರಿಬ್ಬನ್ ಚಿತ್ರದ ಟೀಜರ್ ಬಿಡುಗಡೆ ಇತ್ತು. ಹತ್ತಿರದಲ್ಲೇ ಭಟ್ಟರ ಮನೆ. ನೀವು ಬರಲೇ ಬೇಕು ಎಂಬ ಪ್ರೀತಿಯ ಒತ್ತಾಯ ನನ್ನದು. ಅಪ್ಪನನ್ನು ಕರೆತರುವುದಾಗಿ ಮಗಳು ಕ್ಷಮಾ ಮಾತುಕೊಟ್ಟಳು. ಸಂಜೆಯ ಸಭೆಗೆ ಭಟ್ಟರು ಬಂದದ್ದು ನನಗೆ ಅನೇಕ ಹಳೆಯ ಸಿಹಿ ನೆನಪುಗಳನ್ನು ಕೆದಕುತ್ತಾ ಹೃದಯ ತುಂಬಿ ಬರುವಂತೆ ಮಾಡಿತು.

ಸಭೆಯಲ್ಲಿ ಭಟ್ಟರು ನನ್ನ ಬಗ್ಗೆ ಕೆಲವು ಅಭಿಮಾನದ ಮಾತುಗಳನ್ನು ಆಡಿ ಅಭಿನಂದನೆ ಹೇಳಿದರು. ಭಟ್ಟರೊಂದಿಗೆ ಕೆಲವು ಅಹಿತಕಾರಿ ಪ್ರಸಂಗಗಳು ನಡೆದಿವೆಯಾದರೂ ಅವರ ಪ್ರೀತಿ ಅದೆಲ್ಲವನ್ನೂ ಮರೆಸುವಂಥದ್ದು. ನನ್ನ ಕವಿತೆಗಳ ಬಗ್ಗೆ ಬಹಳ ಅಭಿಮಾನದಿಂದ ಮಾತಾಡಿದವರು ಅವರು. ಆದರೆ ವಿಮರ್ಶೆಯ ನಿಷ್ಠುರತೆಯನ್ನು ಯಾವತ್ತೂ ಕಳೆದುಕೊಂಡವರಲ್ಲ.

ಈಚೆಗೆ ಶಿವಮೊಗ್ಗದ ಕರ್ನಾಟಕ ಸಂಘ ಅವರಿಗೆ ಸಂಘದ ಗೌರವ ಸದಸ್ಯತ್ವವನ್ನು ಪ್ರದಾನಮಾಡಿತು. ಆವತ್ತು ನಾನು ಭಟ್ಟರ ಬಗ್ಗೆ ಮಾತಾಡಬೇಕೆಂದು ಕರ್ನಾಟಕ ಸಂಘದ ಗೆಳೆಯರು ಹೇಳಿದರು. ನನ್ನ ಮಾತುಗಳನ್ನು ಭಟ್ಟರು ಪ್ರೀತಿಯಿಂದ ಒಪ್ಪಿಕೊಂಡರು. ತುಂಬ ಚೆನ್ನಾಗಿ ಮಾತಾಡಿದಿರಿ ಎಂದು ಕೈಹಿಡಿದು ಮೃದುವಾಗಿ ಒತ್ತಿದರು.

ಭಟ್ಟರದ್ದು ಕನ್ನಡ ಕಾವ್ಯ ಕ್ಷೇತ್ರದ ವರ್ಣಮಯ ವ್ಯಕ್ತಿತ್ವ. ಅರುಣಗೀತೆಯಲ್ಲಿ ಬಿಕ್ಕಟ್ಟಾದ ಅನೇಕ ಸೊಗಸಾದ ಕವಿತೆಗಳಿವೆ. ಇನ್ನು ಅವರ ಗೀತೆಗಳಂತೂ ಕನ್ನಡ

ರಸಿಕರ ಮನಸ್ಸು ಸೂರೆಮಾಡಿವೆ. ಎಲ್ಲಿ ಜಾರಿತೋ, ತೊರೆದು ಹೋಗದಿರು ಜೋಗಿ, ನನ್ನ ಇನಿಯನ ನೀನು ಬಲ್ಲೆಯೇನೆ, ಆ ಬಾನು ಈ ಚುಕ್ಕಿ, ಬಾರೆ ನನ್ನ ದೀಪಿಕಾ, ಹಿಂದೆ ಹೇಗೆ ಚಿಮ್ಮುತ್ತಿತ್ತು, ದೇವ ನಿನ್ನ ಬೇಡುವೆ, ಎಂಥಾ ಮರುಳಯ್ಯ ಮೊದಲಾದ ನೂರಾರು ಗೀತೆಗಳು ಈಗಲೂ ನನ್ನ ಕಿವಿಯಲ್ಲಿ ಅನುರಣಿಸುತ್ತಾ ಇವೆ....

ಹಾಡಿಗೆ ವಿಮುಖರಾದವರು ಅವನ್ನು ಕೇಳದಿರಲು ನಿಶ್ಚಯಿಸಿದರೆ ಭಟ್ಟರ ಯೇಟ್ಸ್, ಎಲಿಯಟ್, ಷೇಕ್ಸ್ಪಿಯರನ್ ಸಾನೆಟ್ಟುಗಳ ಅನುವಾದಗಳು ಕನ್ನಡ ಕಾವ್ಯಕ್ಷೇತ್ರದ ಗಟ್ಟಿಕಾಳುಗಳೆಂಬುದನ್ನು ಎಂಥವರೂ ಮಾನ್ಯ ಮಾಡಲೇಬೇಕು. ಭಟ್ಟರ ಅಸ್ಖಲಿತ ಉಪನ್ಯಾಸದ ಶೈಲಿ, ಕಾವ್ಯದ ಸೂಕ್ಷ್ಮಗಳನ್ನು ಥಟ್ಟನೆ ಗುರುತಿಸಿ ಮಾತನಾಡುವ ಅವರ ಸಂವೇದನೆಯ ಪಕ್ವತೆ, ವಿಸ್ತಾರವಾದ ಓದು, ಜೊತೆಗೆ ಆಳವಾದ ಪಾಂಡಿತ್ಯ, ಕನ್ನಡ ಸಂಸ್ಕೃತ ಇಂಗ್ಲಿಷ್ ಭಾಷೆ ಮತ್ತು ಸಾಹಿತ್ಯಗಳ ಮೇಲಿನ ಪ್ರಭುತ್ವ, ಕಿರಿಯರನ್ನು ತಿದ್ದಿ ತೀಡಿ ಬೆಳೆಸುವ ವಾತ್ಸಲ್ಯ ಅವರ ನಿಕಟ ಸಂಪರ್ಕಕ್ಕೆ ಬಂದವರಿಗೆ ಯಾವತ್ತೂ ಪ್ರಿಯವಾದುದು.

ಅದೇನು ಕಾರಣವೋ ಕಾಣೆ, ಸೀಮಂತಿನಿ ಎಂಬ ಅವರ ಕವಿತೆ ನನಗೆ ಮತ್ತೆ ಮತ್ತೆ ನೆನಪಾಗುತ್ತದೆ. ನಲ್ಲೆಯಾಗಿದ್ದ ಹೆಣ್ಣು ತಾಯಿಯಾಗುವ ಸಂಕ್ರಮಣ ಕಾಲದ ಸೂಕ್ಷ್ಮ ಗ್ರಹಿಕೆಯಿಂದ ಈ ಕವಿತೆ ಓದುಗರ ಎದೆಗೆ ಹತ್ತಿರವಾಗುವಂಥದ್ದು. ಅದರಲ್ಲಿ ತನ್ಮಯತೆಯಿದೆ. ತಮಾಷೆಯಿದೆ. ಬೆರಗು ಇದೆ. ವಿಸ್ಮಯವೇ ಈ ಕವಿತೆಯ ಗರ್ಭಗುಣ. ಮುಗ್ಧ ಮನಸ್ಸಿನ ಪತ್ನಿ ತಾಯ್ತನದ ಘನತೆಯನ್ನು ಸಹಜವಾಗಿ ಪಡೆದು, ಪತಿಯ ಎಣೆಯಿಲ್ಲದ ಗೌರವಕ್ಕೆ ಪಾತ್ರಳಾಗುವ ಚಿತ್ರ ಅಪ್ರಯತ್ನಕವಾದ ಸಹಜ ಕಾವ್ಯವಿಲಾಸದ ಫಲವಾಗಿದೆ.

ಯಾರಿವಳು?
ಇದ್ದಕ್ಕಿದ್ದಂತೆ ಪಕ್ಕದಲೆ ಬದಲಾದವಳು?
ಗಂಡನೆಂಬವನನ್ನು ಕಂಡ ಕಂಡಂತೆಯೇ
ಕಂದ ಎಂಬಂತೆ ಮಮತೆಯಲಿ ಮಾತಾಡುವಳು!

– ಹೀಗೆ ಬೆರಗಿನೊಂದಿಗೇ ಕವಿತೆ ಪ್ರಾರಂಭವಾಗುತ್ತದೆ. ಮುಂದೆ, ಹಿಂದೆ ಆಕೆ ಹೇಗಿದ್ದಳು ಎನ್ನುವುದನ್ನು, ಹರಯದ ಮುಗ್ಧ ಚಿನ್ನಾಟ, ಕೆಣಕುವ ತಮಾಷೆಯೊಂದಿಗೆ ವಿವರಿಸುತ್ತಾ ಒಮ್ಮೆಗೇ,

ಬೇಸಿಗೆಯ ಉರಿಗಣ್ಣ
ಬೆಳದಿಂಗಳಲಿ ತೊಳೆದು
ಗರ್ಭಗುಡಿ ಹಣತೆಯನು ಹಚ್ಚಿರುವಳು
ಮೊನ್ನೆ ಸೀಮಂತದಲಿ ಹಸೆಯೇರಿದಾಗಿಂದ

ಜಗದಂಬೆ ಭಾವಕ್ಕೆ ಸಂದಿರುವಳು–ಎಂದು ಘನವಾದ ರೂಪಕವನ್ನು ಕಟ್ಟಿಕೊಡುತ್ತದೆ.

ಮುಂದೆ ಈ ತಾಯ್ತನದ ಅವಸ್ಥೆ ಆಕೆಯಲ್ಲಿ ಉಂಟು ಮಾಡಿರುವ ಪರಿವರ್ತನೆಯ ಚಿತ್ರವತ್ತಾದ ವರ್ಣನೆ!

ಹಾಲ ಪಾತ್ರೆಗೆ ಬಿದ್ದ ಇರುವೆಗಳ ಮೇಲೆತ್ತಿ
ನೆಲಕಿಳಿಸಿ ಹರಿಯಬಿಡುತಿದ್ದಾಳೆ ಒಂದೊಂದೆ!
ಈ ಬದಲಾವಣೆಯ ಶೃಂಗ
ಗಟ್ಟಿ ಸ್ವಾರ್ಥಕೆ ಈಗ ಮಳೆಬಿದ್ದು ಮೈಯೊಡೆದು
ಉಸಿರಾಡುತಿದೆ ಮಣ್ಣ ತೇವ

– ಎಂಬ ಅರ್ಥಗರ್ಭಿತ ಸಾಲುಗಳು.

ಗರ್ಭಾಂಕುರದಂತೆ ಕಾವ್ಯಾಂಕುರವೂ ಒಂದು ನಿಗೂಢ ವಿಸ್ಮಯವಲ್ಲವೇ! ಈ ಸೂಕ್ಷ್ಮವನ್ನು ಒಮ್ಮೆಗೇ ಅನುಭವಗ್ರಾಹ್ಯಗೊಳಿಸುವಂತಿದೆ ಭಟ್ಟರ ಈ ಮನೋಹರ ಪದ್ಯ.

ವಜ್ರ ಕಠಿಣ;
ಹೂ ಮೃದುಲ

ಚಿತ್ರ: ಎ.ಎನ್.ಮುಕುಂದ್

ಕಾವ್ಯದ ಬಗ್ಗೆ

ತೈಲಧಾರೆಯಂಥಾ ಶ್ರದ್ಧೆ ಇಟ್ಟುಕೊಂಡಿದ್ದ ಹಿರಿಯ ಕವಿಗಳಲ್ಲಿ ಸುಮತೀಂದ್ರ ನಾಡಿಗರು ಮುಖ್ಯರು. ಐವತ್ತು ವರ್ಷಗಳ ದೀರ್ಘ ಸ್ನೇಹ ನಮ್ಮದು. ಈ ದೀರ್ಘ ಕಾಲಾವಧಿಯಲ್ಲಿ ನಾನು ಅವರ ಮನೆಗೆ ಹೋಗುವುದು, ಅವರು ಪತ್ನಿಯೊಂದಿಗೆ ನಮ್ಮ ಮನೆಗೆ ಬರುವುದು, ಬಂದಾಗೆಲ್ಲಾ ಕಾವ್ಯ ಮತ್ತು ಕವಿಗಳ ಬಗ್ಗೆ, ಹೊಸಬರ ಬಗ್ಗೆ, ಹಳಬರ ಬಗ್ಗೆ, ಮಾತಾಡುವುದು ನಡೆದೇ ಇತ್ತು. ನಾಡಿಗರ ಮಾತಲ್ಲಿ ವಗರು ಸ್ವಲ್ಪ ಹೆಚ್ಚು. ಕೆಲವರ ಗುಣವಿಶೇಷಗಳನ್ನು ಬಣ್ಣಿಸುವಷ್ಟೇ ಉತ್ಸಾಹದಿಂದ ಮತ್ತೆ ಕೆಲವರ ಸಣ್ಣತನಗಳನ್ನೂ ತಮ್ಮದೇ ಆದ ಗತ್ತಲ್ಲಿ ಬಯಲಿಗೆಳೆಯುತ್ತಿದ್ದರು. ಅವರ ಮಾತಿನ ವ್ಯಂಗ್ಯ ಮತ್ತು ವಗರಿನ ಹಿಂದೆ ನೋವು ವಿಷಾದ ಇರುತ್ತಾ ಇತ್ತು. ಅವರು ಪಟ್ಟ ನೋವು ಈಗ ವ್ಯಂಗ್ಯೋಕ್ತಿಯಾಗಿ, ಕೆಲವೊಮ್ಮೆ ಮರ್ಯಾದೆಯ ಗಡಿ ಮೀರಿ ಹೊರಹೊಮ್ಮುತ್ತಾ ಇತ್ತು. ಅವರು ಹಲ್ಲು ಕಚ್ಚಿ ದೃಢವಾಗಿ ವಾಕ್ಯಗಳನ್ನು ಉಚ್ಚರಿಸುವ ಶೈಲಿಯಲ್ಲಿ ಶಾಶ್ವತ ಸತ್ಯವೊಂದರ ಉದ್ಘೋಷದ ವರಸೆಯಿರುತ್ತಿತ್ತು.

ನಾಡಿಗರು ಅನನ್ಯ ಕಾವ್ಯ ಪ್ರೇಮಿ ಎಂಬುದರಲ್ಲಿ ಕಿಂಚಿತ್ತೂ ಸಂದೇಹವಿಲ್ಲ. ಅವರಿಗೆ ಹಿಡಿಸಿದ ಕವಿತೆಯ ಬಗ್ಗೆ ಕಂಡ ಕಂಡವರೆದುರು ಡಂಗುರಿಸುವುದು ಅವರ ಸಹಜ ಸ್ವಭಾವ. ಅವರ ಕಾವ್ಯ ಮೋಹ ಆ ಕೆಲಸವನ್ನು ಅವರಿಂದ ಮಾಡಿಸುತ್ತಾ ಇತ್ತು. ನನ್ನ ಸಿಂದಬಾದನ ಆತ್ಮಕಥೆ ಬಂದ ಹೊಸದರಲ್ಲಿ ನಾಡಿಗರು ಸೌಗಂಧಿಕಾ ಕವಿತೆಯ ಬಗ್ಗೆ ಅದೆಷ್ಟು ಉತ್ಸಾಹದಿಂದ ಮಾತಾಡಿದರು ಎಂಬುದನ್ನು ನನಗೆ ಮರೆಯಲಿಕ್ಕೇ ಆಗದು. ಆಗ ಗಾಂಧಿಬಜಾರಲ್ಲಿ ಅವರ ಪುಸ್ತಕದ ಅಂಗಡಿಯಿತ್ತು. ಅಂಗಡಿಗೆ ಬಂದ ಕಾವ್ಯಾಸಕ್ತರಿಗೆಲ್ಲಾ ನಾಡಿಗರು ತಪ್ಪದೆ ಸೌಗಂಧಿಕಾ ಕವಿತೆಯ ಬಗ್ಗೆ ಹೇಳುತ್ತಿದ್ದರು ಕಾಣುತ್ತೆ. ನಾನು ಅನಂತಮೂರ್ತಿಗಳಿಗೆ ಸಿಂದಬಾದನ ಆತ್ಮಕಥೆಯ ಪ್ರತಿಯನ್ನು ಕಳಿಸಿದಾಗ ಅವರಿಂದ ಮರುಟಪಾಲಿಗೆ ಉತ್ತರ ಬಂತು. "ಈಗಾಗಲೇ ಈ ಪುಸ್ತಕ ನನ್ನ ಬಳಿ ಇದೆ. ಓದಿ ಮೆಚ್ಚಿದ್ದೇನೆ. ನಾಡಿಗರ ಅಂಗಡಿಗೆ ಹೋದಾಗ ಅವರು ನಿಮ್ಮ ಸಂಗ್ರಹದ ಬಗ್ಗೆ ಹೇಳಿದರು. ಕೆಲವು ಸಾಲುಗಳನ್ನು ಓದಿದರು

ಕೂಡ! ನಾನು ಕುತೂಹಲದಿಂದ ನಿಮ್ಮ ಪುಸ್ತಕವನ್ನು ಕೊಂಡು ತಂದಿದ್ದೇನೆ!". ಇದು ನಾಡಿಗರು ಸರೀಕರಿಂದ ಒಳ್ಳೆಯ ಪದ್ಯ ಬಂದಾಗ (ಒಳ್ಳೆಯ ಎಂಬುದು ನಾಡಿಗರ ಆಯ್ಕೆಯ ಪ್ರಶ್ನೆ) ಹೇಗೆ ನಿರ್ಭಿಡೆಯಿಂದ ಅದರ ಪ್ರಚಾರ ಮಾಡುತ್ತಿದ್ದರು ಎಂಬುದರ ಉದಾಹರಣೆ.

ನಾಡಿಗರು ಸೌಗಂಧಿಕಾ ಮೆಚ್ಚಿದ್ದು ನನಗೆ ಸಹಜವಾಗಿಯೇ ಸಂತೋಷ ನೀಡಿತ್ತು. ಅವರು ಕಪ್ಪುದೇವತೆ, ಉಲೂಪಿ ಮೊದಲಾದ ಪದ್ಯಗಳನ್ನು ಆಗಾಗಲೇ ಬರೆದು ಕನ್ನಡ ಕಾವ್ಯಾಸಕ್ತರ ಮನಸ್ಸಲ್ಲಿ ತಮ್ಮದೇ ಸ್ಥಾನ ಪಡೆದವರಾಗಿದ್ದರು. ಈವತ್ತೂ ಕಪ್ಪುದೇವತೆ ನನ್ನ ಅಚ್ಚುಮೆಚ್ಚಿನ ಕವಿತೆ. ಲಂಕೇಶರ ಅವ್ವ, ಚಿತ್ತಾಲರ ತಾಯಿ, ಅಡಿಗರ ಸುವರ್ಣಪುತ್ಥಳಿ, ನಿಸಾರರ ಮೈಲಿ ಮುಖದ ಮಹರಾಯ ಮೊದಲಾದ ಕವಿತೆಗಳಂತೆ ನಾಡಿಗರ ಕಪ್ಪುದೇವತೆಯೂ ಮನಸ್ಸನ್ನು ಆಕ್ರಮಿಸುವಂಥ ಕವಿತೆ. ಕಟ್ಟುವ ಹಠವಿಲ್ಲದೆ ಸಹಜವಾಗಿ ಕಿತ್ತುಕೊಂಡು ಬಂದ ಕವಿತೆ. ನಾಡಿಗರ ಸುದೀರ್ಘ ಕಾವ್ಯ ಜೀವನದಲ್ಲಿ ಅವರು ಸಾಧಿಸಿದ ಸಾರ್ಥಕ ರಚನೆಗಳಲ್ಲಿ (ದಾಂಪತ್ಯಗೀತೆ, ನಟರಾಜ ಕಂಡ ಕಾಮನ ಬಿಲ್ಲು, ಉಲೂಪಿ, ಪಂಚಭೂತಗಳು ಇತ್ಯಾದಿ) ಕಪ್ಪುದೇವತೆಗೆ ಮೊದಲ ಸ್ಥಾನವಿದೆ. ಅದು ಕಟ್ಟಿಕೊಡುವ ಕಪ್ಪುಮುದುಕನ ಚಿತ್ರ ವ್ಯಕ್ತಿಕವಿತೆಗಳ ಗಡಿಯನ್ನು ಉಲ್ಲಂಘಿಸಿ ಮತ್ತೇನೋ ಮಹತ್ವದ್ದನ್ನು ಸೂಚಿಸುವ ತೋರುಬೆರಳ ಪ್ರತಿಮಾ ಸ್ವರೂಪಿಯಾಗಿದೆ. ಅಡಿಗರ ಭೂತದ ಅನುಭವವನ್ನು ನಾಡಿಗರು ಕಪ್ಪುದೇವತೆಯ ಮೂಲಕ ತೀರಖಾಸಗಿಯಾದ ಸ್ವಾನುಭವ ಮಾಡಿಕೊಂಡಿದ್ದಾರೆ.

ನಾಡಿಗರು ತಮ್ಮ ಕವಿತೆಗಳ ಕಸುಬುಗಾರಿಕೆಯ ಬಗ್ಗೆ ವಹಿಸುವ ಕಾಳಜಿ ಅಪರೂಪದ್ದು. ತಿದ್ದಿ ತೀಡಿ, ಕವಿತೆಯ ಮೈತುಂಬ ರಂಗೋಲಿ ಬರೆದು ಅವರು ತಮ್ಮ ಫೈನಲ್ ಕಾಪಿ ತಯಾರಿಸುತ್ತಾ ಇದ್ದರು. ಕವಿತೆಯ ಭವಾವಳಿಯ ದಾಖಲೆಯನ್ನೂ ಇಡುತ್ತಾ ಇದ್ದರು. ಅದನ್ನು ಅಭ್ಯಾಸ ಮಾಡುವುದು ಒಂದು ಕುತೂಹಲದ ಸಂಗತಿಯಾಗುತ್ತಾ ಇತ್ತು. ಯಾರಾದರೂ ಹೊಸಬರು ನಾಡಿಗರಿಗೆ ಒಂದು ಕವಿತೆ ಕೊಟ್ಟು ಹೇಗಿದೆ ನೋಡಿ ಸಾರ್ ಅಂದರೆ, ನಾಡಿಗರು ಮೊದಲು ತಮ್ಮ ಪೆನ್ನು ಕೈಗೆತ್ತಿಕೊಳ್ಳುತ್ತಿದ್ದರು. ಕವಿತೆಯನ್ನು ತಿದ್ದೀ ತಿದ್ದೀ ತಮ್ಮದೇ ಹೊಸ ಕವಿತೆಯನ್ನು ಸಿದ್ಧಪಡಿಸಿ ಬಿಡುತ್ತಿದ್ದರು. ಅವರ ಕಣ್ಣು ಕಿವಿ ತುಂಬ ಸೂಕ್ಷ್ಮ. ರಾಜರತ್ನಂ ಗರಡಿಯಲ್ಲಿ ಪಳಗಿದವರಲ್ಲವೇ? ಚಿತ್ರದಲ್ಲಿ ಕಾಣುವ ಮುರುಕುಗಳು, ಲಯದಲ್ಲಿ ಆಗುವ ಅಪಲಾಪ ಅವರನ್ನು ಕೆರಳಿಸುತ್ತಿತ್ತು. ಈ ಸಾಲು ಹೀಗೆ ಕುಂಟುತ್ತಾ ಇದೆ! ಅದನ್ನು ಬರೆಯಬೇಕಾದದ್ದು ಹೀಗೆ ಎಂದು ಸಾಲಿಗೊಂದು ಪ್ರತಿಸಾಲು ಬರೆದು ತೋರಿಸುತ್ತಾ ಇದ್ದರು.

ಕೆಲವು ಸಾಹಿತಿಗಳ ಹೆಸರೆತ್ತಿದರೆ ನಾಡಿಗರು ಕೆರಳುತ್ತಾ ಇದ್ದರು. ಅವರೆಲ್ಲಾ ಒಂದು ಕಾಲಕ್ಕೆ ಇವರ ಪರಮಾಪ್ತರಾಗಿದ್ದವರೇ. ಆಮೇಲೆ ಬೇರೆ ಬೇರೆ ಕಾರಣಗಳಿಗೆ ಇವರನ್ನು ದೂರವಿಟ್ಟವರು. ಆ ಗುಂಪಲ್ಲಿ ಗೆಳೆಯರು, ಶಿಷ್ಯರು, ಆಪ್ತರು ಎಲ್ಲಾ ಇರುತ್ತಿದ್ದರು. ಅವರೊಂದಿಗೆ ಸಂಬಂಧ ಹಳಸಿದ್ದನ್ನು ನಾಡಿಗರು ಹಲ್ಲು ಕಚ್ಚಿ ವಿವರಿಸುತ್ತಾ ಇದ್ದರು. ಕೋಪ ಹೆಚ್ಚಾದಾಗ ಅವರ ಬಗ್ಗೆ ವ್ಯಂಗ್ಯ ಪದ್ಯ ಬರೆದು ಆಪ್ತಗೋಷ್ಠಿಗಳಲ್ಲಿ ಎತ್ತರದ ಧ್ವನಿಯಲ್ಲಿ ಉದ್ಘೋಷಿಸುತ್ತಾ ಇದ್ದರು. ಅವರ ಹೆಸರುಗಳನ್ನು ತಿರುಚಿ ಪನ್ ಮಾಡಿ ಖುಷಿಪಡುತ್ತಾ ಇದ್ದರು. ಅವರಲ್ಲಿ ಯಾರಾದರೊಬ್ಬರ ಕವಿತೆಯೋ ಕಥೆಯೋ ಕಾದಂಬರಿಯೋ ಹೊರದೇಶದ ಯಾವುದಾದರೂ ಭಾಷೆಯಿಂದ ಪ್ರೇರಿತವಾದದ್ದು ಎಂಬುದು ತಿಳಿದರೆ ಮೂಲಶೋಧನೆಯ ಮೂಲಕ ಅದೊಂದು ಕೃತಿಚೌರ್ಯ ಎಂದು ಲೇಖಕರ ಜೀವ ಜಾಲಾಡುತ್ತಿದ್ದರು. ಅನಂತಮೂರ್ತಿಯವರ ಮೌನಿ ಕಥೆಯ ಬಗ್ಗೆ, ಅದು ಮೌರ್ನರ್ ಎಂಬ ಕಥೆಯ ಕನ್ನಡ ರೂಪಾಂತರವೆಂದು ನಾಡಿಗರು ಧೂಳೆಬ್ಬಿಸಿದ್ದು ಕನ್ನಡ ಸಾಹಿತ್ಯ ಲೋಕ ಮರೆಯಲಾಗದ್ದು.

ತಮಗೆ ಪ್ರಿಯರಾದ ಆಪ್ತರ ಬಗ್ಗೆ ನಾಡಿಗರು ಅದೆಷ್ಟು ಹಚ್ಚಿಕೊಂಡು ಮಾತಾಡುತ್ತಿದ್ದರು ಎಂಬುದನ್ನೂ ನಾನು ಬಲ್ಲೆ. ದಲಿತ ಕವಿ ಸಿದ್ಧಲಿಂಗಯ್ಯ ಎಂದರೆ ಅವರಿಗೆ ಪ್ರಾಣ. ಈಚೆಗೆ ಕಠ್ಮಂಡುವಿನಲ್ಲಿ ನಾವು ಸೇರಿದ್ದಾಗ ಸಿದ್ಧಲಿಂಗಯ್ಯನವರೂ ನಾಡಿಗರನ್ನು ತಮ್ಮ ಗುರುಗಳೆಂದು ಮಾನ್ಯ ಮಾಡುತ್ತಲೇ ನವುರಾದ ಹಾಸ್ಯವನ್ನೂ ಮಾಡಿದ್ದರು. ಅಡಿಗರು ಬೇಂದ್ರೆ ಕೆ ಎಸ್ ನಾ ನಾಡಿಗರ ಬಹು ಮೆಚ್ಚಿನ ಕವಿಗಳು. ಬೇಂದ್ರೆ ಕನಸಲ್ಲೂ ಬಂದು ತಮ್ಮೊಂದಿಗೆ ಸಂವಾದಿಸಿದ್ದನ್ನು ನಾಡಿಗರು ವಿವರಿಸಿದ್ದು ನನ್ನ ನೆನಪಲ್ಲಿ ಇದೆ.

ನಾಡಿಗರ ಮನೆಗೆ ನಾನು ಹೋದಾಗ ಅವರು ತಮ್ಮ ದೊಡ್ಡ ಟೇಬಲ್ಲಿನ ಮೇಲೆ ನಾನಾ ಮೂಲದ ಪುಸ್ತಕಗಳನ್ನೂ, ತಾವು ಬರೆದ ಟಿಪ್ಪಣಿಗಳನ್ನೂ ಕವಿತೆಯ ಸಾಲುಗಳನ್ನೂ ಹರಡಿಕೊಂಡು ಯಂತ್ರವನ್ನು ಬಿಚ್ಚಿ ಗೊಂದಲಗೊಂಡ ಯಂತ್ರಶಿಲ್ಪಿಯಂತೆ ಕೂತಿರುತ್ತಿದ್ದರು. ಅವರು ನೂರಕ್ಕೆ ನೂರು ಸಾಹಿತ್ಯಸಂಗಾತಿ. ಜೊತೆಗೆ ರಾಜಕೀಯ, ಹೋಮಿಯೋಪತಿ, ವೇದೋಪನಿಷತ್ತುಗಳು ಎಲ್ಲದರಲ್ಲೂ ಅವರಿಗೆ ತೀವ್ರವಾದ ಆಸಕ್ತಿ. ಜೊತೆಗೆ ಯಾವುದೋ ಕಷ್ಟದಲ್ಲಿರುವ ತಮ್ಮ ಆಪ್ತರಿಗೆ ಸಹಾಯ ಮಾಡಲು ಎಲ್ಲಿಗೋ ಯಾರ ಬಳಿಗೋ ಹೋಗುವ ತುರ್ತು. ಒಂದು ಬೆಳಿಗ್ಗೆ ನಾಡಿಗರು ನನಗೆ ದೂರವಾಣಿಯ ಮೂಲಕ ಸಂಪರ್ಕಿಸಿ "ನಿಮಗೆ ಈವತ್ತು ಅರವತ್ತು ತುಂಬಿತಲ್ಲವೇ? ಅದಕ್ಕಾಗಿ ನಾನು ನಿಮ್ಮ ಬಗ್ಗೆ ಒಂದು ಪದ್ಯ ಬರೆದಿದ್ದೇನೆ. ಬಂದರೆ ನಿಮ್ಮೆದುರು ಓದಿ ಅದನ್ನು ನಿಮಗೆ ಉಡುಗೊರೆಯಾಗಿ

ಕೊಡುತ್ತೇನೆ!" ಎಂದರು. ಆಗ ನನ್ನ ಬಳಿ ಮಾರುತಿ ಅರವತ್ತು ಇತ್ತು. ನಾಡಿಗರು ಏನು ಬರೆದಿದ್ದಾರೋ ಎಂದು ನನಗೂ ಕುತೂಹಲ. ತಿಂಡಿ ಮುಗಿಸಿ ಬರುತ್ತೇನೆ ಎಂದು ಹೇಳಿದೆ. ನಾನು ನಾಡಿಗರ ಮನೆಗೆ ಹೋದಾಗ ಮಧ್ಯಾಹ್ನ ಹನ್ನೆರಡು. ನಾಡಿಗರು ಯಥಾಪ್ರಕಾರ ತಮ್ಮ ಹಾಳೆ, ಪುಸ್ತಕಗಳು ಚೆಲ್ಲಾಪಿಲ್ಲಿಯಾಗಿದ್ದ ಟೇಬಲ್ಲಿನ ಹಿಂದೆ ಕೂತು ಏನನ್ನೋ ಓದುತ್ತಾ, ಏನನ್ನೋ ಬರೆಯುತ್ತಾ, ಏನನ್ನೋ ತಿದ್ದುತ್ತಾ ಕಾರ್ಯಮಗ್ನರಾಗಿದ್ದರು. ನಾನು ಬಾಗಿಲ ಬಳಿ ಬರುತ್ತಲೆ ಕಾಲ್ಸಪ್ಪುಳಕ್ಕೆ ನಾಡಿಗರು ತಲೆಯೆತ್ತಿ ನೋಡಿ ಕಿರು ನಗೆ ನಕ್ಕು ಬನ್ನಿ ಬನ್ನಿ ಎಂದು ಆಹ್ವಾನಿಸಿದರು. ನಾನು ಅವರ ಮುಂದಿದ್ದ ಕುರ್ಚಿಯ ಮೇಲೆ ಆಸೀನನಾಗಿ ನನ್ನ ಬಗ್ಗೆ ಬರೆದ ಕವಿತೆಯನ್ನು ಕಾಯುತ್ತಾ ಇದ್ದೆ.

ಹಾಂ! ಪದ್ಯ! ನಿಮ್ಮ ಮೇಲೆ ಬರೆದ ಪದ್ಯ.. ಇಲ್ಲೇ ಎಲ್ಲೋ ಇಟ್ಟಿದ್ದೇನೆ... ಎನ್ನುತ್ತಾ ನಾಡಿಗರು ತಮ್ಮ ಟೇಬಲ್ಲನ್ನು ಶೋಧಿಸತೊಡಗಿದರು. ಅದು ಯಾವ ಪುಸ್ತಕದ ಗರ್ಭದಲ್ಲಿ ಅವಿತುಕೊಂಡಿತ್ತೋ? ಮಾಲತಿಯವರ ಟೀ ಬಂತು. ಅವರೂ ಜತೆಯಲ್ಲಿ ಕೂತು ಸಂಭಾಷಣೆಯಲ್ಲಿ ತೊಡಗಿದರು. ನಾಡಿಗರು ಪುಸ್ತಕಗಳನ್ನು ಆ ಕಡೆ ಈ ಕಡೆ ಸರಿಸುತ್ತಾ, ಕೆಲವನ್ನು ಕೈಗೆತ್ತಿಕೊಂಡು ಹಾಳೆಗಳನ್ನು ತಿರುವಿ ತಿರುವಿ ನೋಡುತ್ತಾ, ಕೆಲವು ಪುಸ್ತಕಗಳನ್ನು ತಲೆ ಕೆಳಗು ಮಾಡಿ ಝಾಡಿಸುತ್ತ ನನ್ನ ಕವಿತೆಯ ಹುಡುಕಾಟದಲ್ಲಿ ತೀವ್ರವಾಗಿ ತೊಡಗಿದ್ದರು. ಏನು ಹುಡುಕುತ್ತಿರುವಿರಿ ಎಂದರು ಮಾಲತಿ. ಮೂರ್ತಿಯ ಬಗ್ಗೆ ಒಂದು ಪದ್ಯ ಬರೆದಿದ್ದೆ. ಈವತ್ತು ಬೆಳಿಗ್ಗೆ ಬರೆದದ್ದು. ಇಲ್ಲೇ ಇತ್ತು. ಈಗ ಎಲ್ಲೋ ಕಣ್ತಪ್ಪಿಸಿಕೊಂಡು ಕಳ್ಳಾಟವಾಡುತ್ತಾ ಇದೆ!

ಈ ರಾಶಿಯಲ್ಲಿ ಎಲ್ಲಿ ತಪ್ಪಿಸಿಕೊಂಡಿತೋ! ಅದು ಸಿಕ್ಕ ಹಾಗೇ ಬಿಡಿ! ಎಂದು ಮಾಲತಿ ಮೃದುವಾಗಿ ನಕ್ಕರು. ನಾಡಿಗರ ಹಣೆಯ ಮೇಲೆ ಸಣ್ಣಗೆ ಬೆವರ ಹನಿ ಕಾಣಿಸಿಕೊಂಡವು. ಅವರ ಪರದಾಟ ನೋಡಲಾರದೆ "ಇರಲಿ ಬಿಡಿ ನಾಡಿಗ್... ಸಿಕ್ಕಿದಾಗ ಎತ್ತಿಟ್ಟಿರಿ... ನಾನು ಇನ್ನೊಮ್ಮೆ ಬಂದಾಗ ಕೊಡುವಿರಂತೆ...". ನಾನು ತಮ್ಮ ಎಲ್ಲ ಟೆನ್ಷನ್ನನ್ನೂ ಒಮ್ಮೆಗೇ ಕಳೆದುಕೊಂಡು ಕುರ್ಚಿಯ ಬೆನ್ನಿಗೆ ಒರಗಿ ಕೂತು, ಒಂದು ಹೊಸ ತತ್ತ್ವ ಕಂಡುಕೊಂಡವರಂತೆ ಅರೆಗಣ್ಣು ಮಾಡಿ – "ಅಲ್ಲಾ ಮೂರ್ತಿ ನೀವು ಜೀವಂತವಾಗಿ ಎದುರಿಗೇ ಕೂತಿರುವಾಗ ನಾನು ನಿಮ್ಮ ಬಗ್ಗೆ ಬರೆದ ಕವಿತೆ ಹುಡುಕುತ್ತಿದ್ದೇನಲ್ಲ!". ನಾಡಿಗರ ಮಾತು ಧ್ವನಿಪೂರ್ಣವಾಗಿತ್ತು. ಎಷ್ಟು ಸಹಜವಾಗಿ ಆ ಮಾತು ನಾಡಿಗರ ಬಾಯಿಂದ ಹೊರಗೆ ಜಾರಿತ್ತು!

ಇನ್ನೊಬ್ಬರ ಕಷ್ಟಕ್ಕೆ ಕರಗುವ ಗುಣ ನಾಡಿಗರದ್ದು. 2007 ಜನವರಿ. ನನ್ನ ಪತ್ನಿ ತೀರಿಕೊಂಡು ಒಂದು ತಿಂಗಳಾಗಿತ್ತಷ್ಟೆ. ನಾಡಿಗರು ನಮ್ಮ ಮನೆಗೆ ಬಂದರು. ಜೊತೆಯಲ್ಲಿ ಅವರ ಪತ್ನಿ ಮಾಲತಿಯೂ ಇದ್ದರು. ಇಬ್ಬರೂ ನನಗೆ ಸಮಾಧಾನದ ಕೆಲವು ಮಾತುಗಳನ್ನು ಹೇಳಿದರು. ನಾನು ಮಾತಿಲ್ಲದೆ ಮಂಕಾಗಿ ಕೂತಿದ್ದೆ.

ನಾಡಿಗ್ ಹೇಳಿದರು. ನಾನೂ ಮಾಲತಿ ಊಟಿಗೆ ಹೋಗುತ್ತಿದ್ದೇವೆ. ಮಗಳು ಯಾವುದೋ ರೆಸಾರ್ಟ್‌ನಲ್ಲಿ ಎಲ್ಲ ಏರ್ಪಾಡು ಮಾಡಿದ್ದಾಳೆ. ಕಾರನ್ನೂ ಕಳಿಸಿ ಕೊಡುತ್ತಿದ್ದಾಳೆ. ನೀವು ನಮ್ಮೊಂದಿಗೆ ಊಟಿಗೆ ಯಾಕೆ ಬರಬಾರದು? ವಾತಾವರಣ ಬದಲಾದರೆ ನಿಮ್ಮ ಮನಸ್ಸಿಗೆ ಸ್ವಲ್ಪ ಸಮಾಧಾನವಾಗಬಹುದು.

"ಸರ್! ನೀವು ದಂಪತಿಗಳು ಹೋಗುತ್ತಾ ಇದ್ದೀರಿ... ಶಿವಪೂಜೆಯ ನಡುವೆ ಕರಡಿಯಂತೆ ನಾನೇಕೆ ಮಧ್ಯೆ?"

ನಾಡಿಗ್ ಗಟ್ಟಿಯಾಗಿ ನಕ್ಕರು. "ಅಪ್ಪಾ! ನಮಗೆ ವಯಸ್ಸಾಗಿದೆ! ನಾವೇನು ಹನಿಮೂನಿಗೆ ಹೋಗುತ್ತಿಲ್ಲ. ನೀವು ನನಗೆ ತಮ್ಮ ಇದ್ದ ಹಾಗೆ. ಸುಮ್ಮನೆ ಬಾಯಿ ಮುಚ್ಚಿಕೊಂಡು ನಮ್ಮ ಜೊತೆಗೆ ಬನ್ನಿ!"

ನಾಡಿಗ್ ದಂಪತಿಯೊಂದಿಗೆ ಒಂದುವಾರ ನಾನು ಊಟಿಯಲ್ಲಿ ಇದ್ದೆ. ತಿಂಡಿಗೆ ಹೋಗುವಾಗ, ಊಟಕ್ಕೆ ಹೋಗುವಾಗ ಇಬ್ಬರೂ ನನ್ನ ಕೋಣೆಗೆ ಬಂದು... ಮೂರ್ತೀ ರೆಡೀನಾ? ಎಂದು ಕೂಗುತ್ತಿದ್ದರು. ಅವರು ಹೊರಗೆ ಹೋದಾಗ ನಾನು ಕೋಣೆಯಲ್ಲೇ ಏನನ್ನೋ ಗೀಚುತ್ತಾ ಕುಳಿತುಕೊಳ್ಳುತ್ತಿದ್ದೆ. ರಾತ್ರಿ ಮೂವರೂ ಒಟ್ಟಿಗೆ ಕೂತಾಗ ನಾನು ಬರೆದದ್ದನ್ನು ನೋಡಿ, ಮೆಚ್ಚುಗೆಯಿಂದ ನನ್ನ ಹೆಗಲು ತಟ್ಟಿ ನೀವು ಗಟ್ಟಿಗ ಕಣ್ರೀ, ಎಂದರು ನಾಡಿಗ. ಹೌದು ಎಂಬಂತೆ ಮಾಲತಿಯೂ ತಲೆದೂಗಿದರು.

ಹೋಗುವಾಗ ನಾಡಿಗ ಮತ್ತೆ ನಿರ್ಭಿಡೆಯ ನಗೆ ನಕ್ಕು "ಮೂರ್ತಿ ! ನಾನು ಹೇಳಿದ್ದು ನಿಮ್ಮ ಈವತ್ತಿನ ಬರವಣಿಗೆಯ ಬಗ್ಗೆಯಲ್ಲ! ನಿಮ್ಮ ಮನಸ್ಸಿನ ಗಟ್ಟಿತನದ ಬಗ್ಗೆ!". ಆಹಾ! ಇದು ನಾಡಿಗ್ ಎಂದರೆ!

ಈಚೆಗೆ ಗೆಳೆಯ ವ್ಯಾಸರಾವ್ ತೀರಿಕೊಂಡರಲ್ಲ! ಹನ್ನೊಂದನೆಯ ದಿನದ ಕಾರ್ಯಕ್ರಮಕ್ಕೆ ನಾಡಿಗ್ ಮಾಲತಿಯೊಂದಿಗೆ ಬಂದಿದ್ದರು. ಏಕೋ ತುಂಬ ಇಳಿದುಹೋಗಿದ್ದರು. ಕೊರಳ ಬಳಿ ದೊಡ್ಡ ಊತ ಕಾಣಿಸಿತು. ನನಗೆ ಒಳಗೊಳಗೇ ಏನೋ ಆತಂಕ. ಊಟ ಮುಗಿಸಿ ನಾಡಿಗರು ಮನೆಗೆ ಹೊರಟಾಗ ನನ್ನ ಬಳಿಗೆ ಬಂದು ಬೇಗ ಮನೆಗೆ ಬನ್ನಿ! ಹೊಸದಾಗಿ ಕವಿತೆ ಬರೆದಿದ್ದರೆ ಅದನ್ನೂ ಹಿಡಿದುಕೊಂಡು ಬನ್ನಿ! (ಪಕ್ಕದಲ್ಲಿದ್ದ ಲಕ್ಷ್ಮಣರಾವನ್ನು ನೋಡಿ) ಲಕ್ಷ್ಮಣಾ.. ನೀನೂ ಬಾರೋ... ಸ್ವಲ್ಪ ಹೊತ್ತು ಆರಾಮಾಗಿ ಸುಖಸಂಕಥಾಸಲ್ಲಾಪ ಮಾಡೋಣ ಎಂದು ನಾಟಕೀಯವಾಗಿ ನಕ್ಕರು. ಆ ನಗೆ ನಾಡಿಗರ ಯಾವತ್ತಿನ ಪ್ರಫುಲ್ಲ ನಗೆಯಾಗಿರಲಿಲ್ಲ. ಬೆಳಿಗ್ಗೆ ಅರಳಿದ ಹೂ ಸಂಜೆ ಮುದುಡಿಕೊಳ್ಳುತ್ತಲ್ಲ ಹಾಗಿತ್ತು ಅವರ ನಗೆ!

ಸಂಸಾರ ತಾಪತ್ರಯದಲ್ಲಿ ಮುಳುಗಿಹೋಗಿದ್ದ ನಾನು ನಾಡಿಗರ ಮನೆಗೆ ಹೋಗಲಾಗಲಿಲ್ಲ. ಒಂದು ಮಧ್ಯಾಹ್ನ ಮನೆಯ ಮುಂದೆ ಕಾರ್ ನಿಂತ ಸದ್ದು! ನಾಡಿಗ್ ಮತ್ತು ಮಾಲತಿ. ನಾನು ಹೊರಗೆ ಧಾವಿಸಿ ಏನ್ಸಾರ್? ಫೋನೇ ಮಾಡದೆ ಧುತ್ತಂತ ಬಂದುಬಿಟ್ಟಿರಿ..ಬನ್ನಿ ಬನ್ನಿ ಬಹಳ ಸಂತೋಷವಾಯ್ತು ನನಗೆ!

ಮಗಳು ಕಾರು ಕಳಿಸಿದ್ದಳು, ನಿಮ್ಮ ಗೆಳೆಯರನ್ನೆಲ್ಲಾ ಒಂದು ಸುತ್ತು ನೋಡಿಕೊಂಡು ಬನ್ನಿ! ಅಂತ. ಈವತ್ತು ನಿಮ್ಮನ್ನು ನೋಡಬೇಕೆನ್ನಿಸಿತು! ಬಂದೆ! ಎಂದರು ನಾಡಿಗರು. ಕಾರಣವಿಲ್ಲದೆ ನೋಡಲಿಕ್ಕೆಂದೇ ನಾಡಿಗ್ ದಂಪತಿಗಳು ಆ ದಿನ ನಮ್ಮ ಮನೆಗೆ ಬಂದಿದ್ದರು. ನಮ್ಮ ಮನೆಯೇನು ನಾಡಿಗರ ಮನೆಗೆ ಹತ್ತಿರವೇ? ಬೆಂಗಳೂರಿನ ಇನ್ನೊಂದು ತುದಿ ಇದು! ಹತ್ತಿರ ಬರಬೇಕೆನ್ನುವವರಿಗೆ ದೂರ ಲೆಕ್ಕಕ್ಕೆ ಬರುವುದಿಲ್ಲ. ಸ್ವಲ್ಪ ಹೊತ್ತು ನಾಡಿಗ ಲೋಕಾಭಿರಾಮವಾಗಿ ಮಾತಾಡಿದರು. ನನ್ನ ಸೊಸೆ ನೀಡಿದ ಆತಿಥ್ಯ ಪ್ರೀತಿಯಿಂದ ಸ್ವೀಕರಿಸಿದರು. ಬರುತ್ತೇನೆ ಅಂತ ಕೈ ಆಡಿಸಿ ಹೊರಟರು. ಮತ್ತೆ ಬರಲಿಲ್ಲ.

ಭಾವೋದ್ರೇಕವಿಲ್ಲದ
ವಿಮರ್ಶಾ ಧೀಮಂತಿಕೆ!

ಗಿರಡ್ಡಿ ಗೋವಿಂದರಾಜ

ನನ್ನ ಅಂತರಂಗದ ಒಡನಾಡಿ ಆದದ್ದು ಯಾವಾಗ ಎಂದು ಯೋಚಿಸುತ್ತಿದ್ದೇನೆ. ಒಟ್ಟಿಗೇ ಅನೇಕ ನೆನಪುಗಳು ಮನಸ್ಸಿಗೆ ಮುತ್ತಿಗೆ ಹಾಕುತ್ತವೆ. ಮೊದಲು ರಿಂಗಣ ಹಾಕಿದ ನೆನಪು ಯಾವುದು ಹೊಳೆಯುತ್ತಲೇ ಇಲ್ಲ. ಕೆಲವರ ವಿಷಯದಲ್ಲಿ ಹೀಗಾಗುತ್ತದೆ. ಬೀಸುವ ತಂಗಾಳಿಯಂತೆ ಅವರು ಯಾವಾಗಲೋ ನಮ್ಮ ಮನಸ್ಸು ಹೊಕ್ಕುಬಿಟ್ಟಿರುತ್ತಾರೆ. ಆಯಾತ ನಿರ್ಯಾತಗಳಲ್ಲಿ ಮನಸ್ಸಿನ ಒಳಕ್ಕೆ ಹೊರಕ್ಕೆ ಬಂದುಹೋಗುತ್ತಾ ಸಹಜವಾಗಿ ನಮ್ಮೊಂದಿಗೆ ಇದ್ದುಬಿಡುತ್ತಾರೆ. ಹಾಗೆ ಗಾಳಿಯಂತೆ ಗೊತ್ತೇ ಆಗದಂತೆ ಅಂತರಂಗದ ಗೆಳೆಯರಾದವರು ಗಿರಡ್ಡಿ.

ಗಿರಡ್ಡಿ ಅಂದಕೂಡಲೇ ಸುಲಭಕ್ಕೆ ಯಾವುದನ್ನೂ ಒಪ್ಪದ ಅವರ ಕುಸುಬಿಷ್ಟಿ ನನಗೆ ಮೊದಲು ನೆನಪಾಗುತ್ತದೆ. ಅವರ ಸಂಪಾದಕತ್ವದಲ್ಲಿ ಸಾಹಿತ್ಯ ಅಕಾಡೆಮಿಗಾಗಿ ನಾನು ಕಥನ ಕವನದ ಬಗ್ಗೆ ಒಂದು ಪುಸ್ತಕ ಬರೆಯಬೇಕಾಗಿ ಬಂತು. ನನ್ನ ಹಸ್ತಪ್ರತಿಯನ್ನು ಗಿರಡ್ಡಿ ಒಂದಕ್ಷರವೂ ಬಿಡದಂತೆ ಓದಿ, ಬಿಡಬೇಕಾದ ವಿಷಯಗಳೇನು, ಸೇರಿಸಬೇಕಾದ ಸಂಗತಿಗಳು ಯಾವುವು ಎಂಬುದನ್ನು ಮತ್ತೆ ಮತ್ತೆ ತಿಳಿಸಿದ್ದಲ್ಲದೆ ಅಕ್ಷರ ದೋಷಗಳನ್ನೂ ಗುರುತಿಸಿ ಕಳಿಸುತ್ತಿದ್ದರು. ಕೊನೆಯಲ್ಲಿ ಮ.ಮ. ಕೂಡ ಇರುತ್ತಿತ್ತು. ಮ.ಮ. ಅಂದರೆ ಮರೆತ ಮಾತು. ಒಂದೇ ವಾಕ್ಯದ ಎದೆ ಝಲ್ಲೆನಿಸುವ ಮಾತು! "ಮತ್ತೊಮ್ಮೆ ತಿದ್ದಿ ಹಸ್ತಪ್ರತಿ ಕಳಿಸಿ ಪ್ಲೀಜ್!". ಓಹೋ! ಇವರನ್ನು ಒಪ್ಪಿಸುವುದು ಕಷ್ಟವಪ್ಪಾ ಅನ್ನಿಸಿತು ನನಗೆ. ನನ್ನ ಕವಿತೆಯನ್ನು ತಿದ್ದಿ ಬರೆಯುವುದಕ್ಕಿಂತ ಹೆಚ್ಚು ಸಲ ಕಥನ ಕವನ ಪುಸ್ತಕವನ್ನು ನಾನು ತಿದ್ದಿ ಬರೆದಿದ್ದೇನೆ! ಕೊನೆಗೂ ಒಮ್ಮೆ ಗಿರಡ್ಡಿ ಎರಡು ಸಾಲಿನ ಕಾಗದ ಒಂದನ್ನು ಬರೆದೇಬಿಟ್ಟರು. ಈಗ ಅಡ್ಡಿಯಿಲ್ಲ. ಚಲೋ ಬರಹ! ಅಭಿನಂದನೆ ಎಚ್ಚೆಸ್ವಿ! ನಾನು ಅಬ್ಬಾ! ಪುಸ್ತಕ ಮುಗಿಯಿತಲ್ಲಾ! ಎಂದು ನೆಮ್ಮದಿಯ ನಿಟ್ಟುಸಿರು ಬಿಟ್ಟು ಸರಳೀತ ಉಸಿರಾಟ ಶುರು ಮಾಡಿ ಎರಡು ದಿನಗಳಾಗಿಲ್ಲ. ಮತ್ತೆ ಗಿರಡ್ಡಿ ಕಾಗದ! ಎಚ್ಚೆಸ್ವಿ! ನೀವು ಓದಿದ್ದೀರೋ ಇಲ್ಲವೋ ತಿಳಿಯದು. ಮಾಸ್ತಿಯವರ ಸೋಜಿಗದ ಹೊಳಲು

ಕಥನ ಕವನದ ಬಗ್ಗೆ ಚೆನ್ನಾಗಿ ಬರೆದಿರುವಿರಿ. ತದ್ವತ್ ಇದೇ ವಸ್ತುವನ್ನು ಆಧರಿಸಿ ನವರತ್ನ ರಾಮರಾವ್ ಗದ್ಯಕಥೆಯೊಂದನ್ನು ಬರೆದಿದ್ದಾರೆ! ಅವೆರಡನ್ನೂ ಹೋಲಿಸಿ ಒಂದು ನೋಟ್ ಬರೆದರೆ ತುಂಬ ಚೆನ್ನಾಗಿರುತ್ತದೆ! ನವರತ್ನರಾಮರಾವ್ ಅವರ ಕಥೆ–ತಾವರೆ ಕೋಟೆ. ನಿಮಗೆ ದೊರೆಯದಿದ್ದರೆ ಅದನ್ನು ನಾನು ನಿಮಗೆ ಕಳಿಸಿಕೊಡುತ್ತೇನೆ! ಅದನ್ನೂ ಸೇರಿಸಿಬಿಡಿ ಮತ್ತೆ! ಪುಸ್ತಕ ಇನ್ನೂ ಚಲೋದಾಗುತ್ತೆ!

ಆಯಿತು! ಕಳಿಸಿ ಸ್ವಾಮಿ! ಎಂದು ಬರೆದದ್ದಾಯ್ತು. ಆಶ್ಚರ್ಯ! ಮಾಸ್ತಿ ಕವನ ರೂಪದಲ್ಲಿ ಬರೆದ ಕಥೆಯನ್ನೇ ನವರತ್ನರಾಮರಾವ್ ಗದ್ಯ ಕಥೆಯಾಗಿ ಬರೆದಿದ್ದಾರೆ! ನಾನು ಹೌದಲ್ಲಾ! ಇದು ಬಹಳ ವಿಶೇಷ ಸಂಗತಿ ಅಂದುಕೊಂಡು ಮಾಸ್ತಿ ಮತ್ತು ನರತ್ನರಾಮರಾವ್ ಕಥೆಯನ್ನು ಇದಿರಾಬದಿರು ಇರಿಸಿ ಒಂದು ನೋಟ್ ಬರೆದು ಕಳಿಸಿದೆ. ಹಂಸಪಾದಗಳಿರುವ ತನಕ ಹಕ್ಕಿಗಳು ಪಂಕ್ತಿಗೆ ಇಳಿಯುವುದಕ್ಕೆ ಯಾವ ಅಡ್ಡಿಯೂ ಇಲ್ಲ! ಗಿರಡ್ಡಿಗೆ ತೃಪ್ತಿ ಆಯಿತು (ಹಾಗಂತ ಅಂದುಕೊಂಡೆ!). ಮುದ್ರಿತ ಪುಸ್ತಕ ನೋಡಿದಾಗ ಗಿರಡ್ಡಿ ಪುಟದ ಕೆಳಗೆ ತಮ್ಮದೂ ಒಂದು ಅಡಿ ಟಿಪ್ಪಣಿ ಹಾಕಿದ್ದಾರೆ! ನನ್ನ ಮಾತಿನ ಜೊತೆಗೆ ಸಂಪಾದಕರ ಅಡಿಟಿಪ್ಪಣಿಯಲ್ಲಿ ಅವರು ಸೇರಿಸಿದ್ದು: "ಸಂವೇದನೆಯ ಕೆಲವು ವಿಶಿಷ್ಟ ಅಂಶಗಳನ್ನು ಗದ್ಯ ಎಷ್ಟೇ ಸಮರ್ಥವಾದರೂ ಅಭಿವ್ಯಕ್ತಿಸಲಾರದು, ಅದು ಕಾವ್ಯಕ್ಕೆ ಮಾತ್ರ ಸಾಧ್ಯ ಎಂಬ ಎಲಿಯಟ್ಟಿನ ಇನ್ನೊಂದು ವಾದವನ್ನು ಇಲ್ಲಿ ಗಮನಿಸಬಹುದು. ಕಾವ್ಯದ ಈ ವಿಶಿಷ್ಟತೆಯಿಂದಾಗಿಯೇ ಕಾವ್ಯ ನಾಟಕ, ಕಥನ ಕವನಗಳ ಅವಶ್ಯಕತೆ ಇಂದಿಗೂ ಇದೆ–ಸಂ."

ಧಾರವಾಡ ನನ್ನ ಎರಡನೇ ತವರು ಎಂದು ನಾನು ಆಗಾಗ ಹೇಳುವುದುಂಟು. ಬೆಂಗಳೂರಿನ ಅಸಮಂಜಸ ವಿಸ್ತಾರದಲ್ಲಿ ನಮಗೆ ಹತ್ತಿರದವರೂ ದೂರವಾಗಿ ಬಿಡುತ್ತಾರೆ. ಧಾರವಾಡದ ಅಡಕ ಗುಣದಿಂದ ನಮಗೆ ದೂರದವರೂ ಹತ್ತಿರವಾಗಿಬಿಡುತ್ತಾರೆ! ಇದು ಗಿರಡ್ಡಿ ಮನೆ! ದೊಡ್ಡ ಮುಂದೋಟ. ಮಾವಿನ ಮರ ಮಲ್ಲಿಗೆ ಬಳ್ಳಿ ಇತ್ಯಾದಿ. ಇಲ್ಲಿಂದ ಕಾಲ್ನಡಿಗೆಯ ದೂರದಲ್ಲಿ ಆಮೂರರ ಮನೆ! ಅಲ್ಲೂ ಮುಂದೋಟದಲ್ಲಿ ಹರವಾಗಿ ಬೆಳೆದ ಮರಗಿಡಬಳ್ಳಿಗಳು. ಕಲ್ಯಾಣ ನಗರಕ್ಕೆ ರಾಘವೇಂದ್ರ ಪಾಟೀಲರನ್ನು ನೋಡಲು (ಅಷ್ಟೆಯೋ ಅಥವಾ ಅವರ ಮನೆಯ ರೊಟ್ಟಿ ಎಣ್ಣೆಗಾಯಿನ ರುಚಿ ಸವಿಯಲೋ) ಹೋದರೆ ಅಲ್ಲಿಂದ ಹತ್ತು ಹೆಜ್ಜೆ ಪೂರ್ವಕ್ಕೆ ಹಿರಿಯ ಕವಿ ಹಿತಮಿತ ಮಧುರ ವಚನದ ಸರದಾರ ಕಣವಿ ಅವರ ಮನೆ! ಅಲ್ಲಿಂದ ಕಾಲ್ನಡಿಗೆ ದೂರದಲ್ಲಿ ಖಡಕ್ ಮಾತಿನ ಕಲಬುರ್ಗಿ ಸರ್ ಮನೆ! ರಿಕ್ಷಾ ಹಿಡಿದು ಹತ್ತು ಮಿನಿಟ್ಟು ಪಯಣಿಸಿದರೆ ಮಲ್ಲಿಕಾರ್ಜುನ ಹಿರೇಮಠರು! ಪಟ್ಟಣಶೆಟ್ಟಿ ಮನೆ ಅಲ್ಲಿಂದ ಬಹುದೂರವೇನಿಲ್ಲ! ದಾರಿಯಲ್ಲೇ ಚಂಪಾ ಮನೆಯೂ

ನಮಗೆ ಕಾಣಬಹುದು! ಬೆಂಗಳೂರಲ್ಲಿ ಪ್ರೀತಿ ಜಗಳ ಯಾವುದಕ್ಕೂ ಜನ ಸಿಕ್ಕುವುದಿಲ್ಲ!

ನಾನು ಧಾರವಾಡ ತಲಪಿದ ಕೂಡಲೇ ಗಿರಡ್ಡಿಗೆ ಒಂದು ಫೋನ್ ಹಚ್ಚಿಯೇ ಹಚ್ಚುವೆನು. ಸರ್! ನಿಮ್ಮೂರಿಗೆ ಬಂದಿದ್ದೇನೆ! "ಒಳ್ಳೇದು. ರಾತ್ರಿ ಊಟಕ್ಕೆ ಸೇರೋಣು ಮತ್ತೆ!". ಗಿರಡ್ಡಿಗೆ ಫೋನನಿನಲ್ಲಿ ಸ್ಪಷ್ಟ ಕೇಳುತ್ತೆ. ಈ ಕಿವಿಸುಮಾರಿನ ವಿಷಯ ಬರೆಯುವಾಗ ಹೆಗ್ಗೋಡಿನ ಸಭೆಯೊಂದರ ನೆನಪಾಗುತ್ತದೆ. ನಾನು ಅಭ್ಯಾಸದ ಗೆಳೆಯರೊಂದಿಗೆ ಹೆಗ್ಗೋಡಿಗೆ ಬಂದಿಳಿದರೆ ಗಿರಡ್ಡಿ, ಪಾಟೀಲ, ಹಿರೇಮಠ ಸಾಗರದ ನಮ್ಮ ಠಿಕಾಣಿಯ ವರದಶ್ರೀ ಹೋಟೆಲ್ ಮುಂದೆ ಪ್ರತ್ಯಕ್ಷ! ಅವರೆಲ್ಲಾ ಮುಂಜಾನೆಯ ಹವಾಸೇವನೆಗೆ ಹೊರಟಿದ್ದಾರೆ. ಬರ್ತೀರೇನು? ಐದು ಮಿನಿಟ್ಟು ಕಾಯ್ತೀವಿ ನಿಮಗೆ! ಗೆಳೆಯರೊಂದಿಗೆ ಮುಂಜಾನೆಯ ವಾಕ್ ಯಾರಿಗೆ ಪ್ರಿಯವಾಗದು? ಹತ್ತೇ ನಿಮಿಷ... ಕೋಣೆಯಲ್ಲಿ ಕಿಟ್ ಬಿಸಾಕಿ ಬರುತ್ತೇನೆ. ಆಗ ಸಾಗರದಲ್ಲಿ ಇನ್ನೂ ಚುಮುಚುಮು ಬೆಳಗ್ಗೆ! ನಾವು ಕೆರೆ ಏರಿಯ ರಸ್ತೆಯಲ್ಲಿ ಅದೂ ಇದೂ ಹರಟುತ್ತಾ ಸಾವಧಾನ ಸಾಗುತ್ತೇವೆ. ನೆನ್ನೆ ಕಾರ್ಯಕ್ರಮ ಹೇಗಾಯಿತು ಸರ್? ನಾನು ಗಿರಡ್ಡಿಯವರನ್ನು ಕೇಳುತ್ತೇನೆ. ನೆನ್ನೆ ಪ್ರಖ್ಯಾತ ಲೇಖಕರೊಬ್ಬರ ವಿಶೇಷ ಉಪನ್ಯಾಸವಿತ್ತು. ಗಿರಡ್ಡಿ ನನ್ನನ್ನು ಮಿಕಿಮಿಕಿ ನೋಡುತ್ತಾರೆ. ಚಂದಾಗಿ ಮಾತಾಡಿದರು ಕಾಣತ್ತೆ. ಜನ ತನ್ಮಯರಾಗಿ ಕೇಳ್ತಾ ಇದ್ದರು. ನಿಮ್ಮ ಅಭಿಪ್ರಾಯ ಹೇಳಿ! "ಅವರ ಭಾಷಣದ ಒಂದು ಅಕ್ಷರವೂ ನನ್ನ ಕಿವಿಗೆ ಬೀಳಲಿಲ್ಲ ಮಾರಾಯರೆ. ಹೇಳಿದ್ದು ಕೇಳಿದ್ದರೆ ತಾನೇ ನಾನು ಏನಾದರೂ ಹೇಳೋದು?" ಯಾಕೆ ಸರ್? ನಿಮ್ಮ ಕರ್ಣಾಭರಣ ಹಾಕಿಕೊಂಡಿರಲಿಲ್ಲವೇ? "ಅದನ್ನು ಹಾಕಿಕೊಂಡರೆ ಕೇಳಬಾರದ್ದೆಲ್ಲಾ ಕೇಳತ್ತೆ! ಕೇಳಬೇಕಾದ್ದು ಸುತರಾಂ ಕೇಳೋದಿಲ್ಲ!". ಎಲ್ಲರೂ ಹೊಟ್ಟೆ ತುಂಬಾ ನಕ್ಕು ವಾಕ್ ಮುಂದುವರೆಸಿದ್ದಾಯಿತು. ಅಗೋ! ಅಲ್ಲೊಂದು ಗೂಡಂಗಡಿ ! ಅಲ್ಲಿ ಬಿಸಿಬಿಸೀ ಚಾ ಸಿಗಬಹುದು... ಬರ್ರಿ ನಮ್ಮ ಅದೃಷ್ಟ ಪರೀಕ್ಷೆ ಮಾಡೋಣು ಎಂದರು ಗಿರಡ್ಡಿ ತುಂಟ ಕಿರುನಗೆಯ ಸಮೇತ!

ಮಧ್ಯಾಹ್ನ ಬಿಡುವಿನ ವೇಳೆ! ನಾನು ಗಿರಡ್ಡಿ ಪಾಟೀಲ ಹೆಗ್ಗೋಡಿನ ದೇಸಿ ಅಂಗಡಿಗೆ ಹೋಗುತ್ತೇವೆ. ಯಥಾಪ್ರಕಾರ ಖಾದಿಜುಬ್ಬದ ಖರೀದಿ! ನಿಮ್ಮ ಪರ್ಸನಾಲಿಟಿಗೆ ಈ ಜುಬ್ಬ ಭಾಳ ಚಂದ ಒಪ್ಪುತ್ತದೆ ಸರ್! ಅಂತ ನಾವು ಅನ್ನೋದು. ಹಂಗೇನರಿ? ಸರೀಮತ್ತೆ! ತಗೊಂಡೇ ಬಿಡೋಣು! ಮಧ್ಯಾಹ್ನ ಸಭೆಯಲ್ಲಿ ಗಿರಡ್ಡಿ ಹೊಸ ಜುಬ್ಬದೊಂದಿಗೆ ಮಿಂಚುತ್ತಿದ್ದಾರೆ! ಅದನ್ನು ಎಲ್ಲಿ ಯಾವಾಗ ಗಿರಡ್ಡಿ ಧರಿಸಿದರು ಎನ್ನುವುದೇ ಒಂದು ಚಿದಂಬರ ರಹಸ್ಯ!

ನಾನು ಮೊದಲೇ ಹೇಳಿದೆನಲ್ಲಾ! ಯಾವ ಪೇಪರ್ರಿಗೂ ಗಿರಡ್ಡಿ ನೂರಕ್ಕೆ ನೂರು ಅಂಕ ಹಾಕುವವರಲ್ಲ! ಚೆನ್ನಾಗಿದೆ ಅನಿಸಿದರೆ ಅವರು ಹೇಳುವ ಒಂದೇ ಮಾತು–

ಅಡ್ಡಿಯಿಲ್ಲ! ನಾನು ಗಿರಡ್ಡಿಗೆ ಎಂಬತ್ತು ಆದಾಗ ಅವರ ಅಭಿನಂದನ ಭಾಷಣ ಮಾಡುತ್ತಾ ಅಡ್ಡಿಯಿಲ್ಲ ಎಂಬ ಅವರ ಖಾಸಾ ನುಡಿಗಟ್ಟಿನ ಬಗ್ಗೆಯೇ ಒಂದು ಜೋಕು ಹಾರಿಸಿದೆ! ನನ್ನ ಭಾಷಣ ಭಾಳ ಚಲೋದಾಗಿ ಬಂತು ಎಂದು ಅವತ್ತು ಗೆಳೆಯರೆಲ್ಲರ ಅಂಬೋಣ. ನನಗೆ ಗಿರಡ್ಡಿ ಏನನ್ನುವರು ಎನ್ನುವ ಕುತೂಹಲ. ಅವರು ಎಣ್ಣೆ ನಗೆ ನಗುತ್ತಾ ಕಣ್ಣಲ್ಲೇ ಏನೋ ಹೇಳುತ್ತಾ ಇದ್ದಾರೆ! ದೂರದ ಮರದ ಕೆಳಗೆ ಗಿರಡ್ಡಿ ಹೊಗೆ ಎಳೆಯುತ್ತಿದ್ದಾಗ ನಾನು ಅವರನ್ನು ಸಮೀಪಿಸಿ ಈವತ್ತಿನ ನನ್ನ ಭಾಷಣ ನಿಮಗೆ ಏನನ್ನಿಸಿತು? ಎಂದು ಕೇಳಿಯೇ ಬಿಟ್ಟೆ. ಗಿರಡ್ಡಿ ಆವಾಗಲೂ ತಣ್ಣಗೆ "ಅಡ್ಡಿಯಿಲ್ಲ" ಅಂದು ಬಿಡೋದೆ!

ತಮ್ಮ ವಿಮರ್ಶೆ, ಕಥೆ, ಕವಿತೆ, ಈಚೆಗೆ ಪ್ರಬಂಧಗಳಿಂದ ನನ್ನ ಮನಸ್ಸನ್ನು ಸೂರೆ ಮಾಡಿದ ಗೆಳೆಯರು ಗಿರಡ್ಡಿ. ಅವರು ಸಭೆಸಮಾರಂಭಗಳಲ್ಲಿ ಮಾತಾಡುವಾಗ ಸಖತ್ತು ಪೂರ್ವಸಿದ್ಧತೆ ಮಾಡಿಕೊಂಡಿರುತ್ತಾರೆ. ಏನು ಹೇಳಬೇಕು ಎಷ್ಟು ಹೇಳಬೇಕು ಎಲ್ಲಾ ಅವರಿಗೆ ಖಚಿತ! ಏರಿಳಿತವಿಲ್ಲದ ಏಕ ಶ್ರುತಿಯ ನಿರಾಳ ಹರಿವಿನ ಅವರ ಮಾತುಗಳನ್ನು ನಾನು ಅದೆಷ್ಟು ಬಾರಿ ಕೇಳಿರುವೆನೋ! ಆ ಮಾತುಗಳಲ್ಲಿ ಕಾಣುವ ನವುರಾದ ಹಾಸ್ಯ, ಕೆಲವೊಮ್ಮೆ ನಿಷ್ಠುರ ವ್ಯಂಗ್ಯ, ಮುಚ್ಚುಮರೆಯಿಲ್ಲದ ಬಿಚ್ಚು ನುಡಿ ನನಗೆ ಯಾವಾಗಲೂ ಇಷ್ಟವಾಗುವಂಥದ್ದು! ಮುಲಾಜಿಗೆ ಗಿರಡ್ಡಿ ಯಾವತ್ತೂ ಮಣೆ ಹಾಕುವವರಲ್ಲ!

ಇನ್ನು ಅವರೊಂದಿಗೆ ನಡೆಯುವ ಖಾಸಗಿ ಮಾತುಕಥೆಯ ಚಂದವೇ ಬೇರೆ! ಈವತ್ತೂ ಸಿಪ್ಪು ಮತ್ತು ಗಾಸಿಪ್ಪು ಎರಡೂ ಅವರಿಗೆ ಪ್ರಿಯ ಎಂದು ಸಾನೆಟ್ಟೊಂದರಲ್ಲಿ ನಾನು ಬರೆದಿದ್ದೇನೆ! ನೀವು ಸಾನೆಟ್ಟಿನ ಬಿಗಿದ ಮುಖದ ಸ್ನಾಯುಗಳು ಸಡಿಲವಾಗುವಂತೆ ಬರೆಯುತ್ತೀರಿ ಎಂದು ಅವರು ಮೆಚ್ಚು ನುಡಿ ಆಡಿದ್ದಾರೆ! ಗಾಸಿಪ್ಪು ಅವರಿಗೆ ಪ್ರಿಯ ನಿಜ! ಆದರೆ ಗಾಸಿಪ್ಪಿಗೂ ಆಧಾರ ಹುಡುಕಿ ಅಸ್ತಿವಾರ ಕಲ್ಪಿಸುವ ಸಂಶೋಧಕನ ಶಿಸ್ತು ಅವರದ್ದು! ಅವರೊಂದಿಗೆ ಗಂಟೆಗಟ್ಟಲೆ ಹರಟಿದ್ದ ಎಷ್ಟೋ ಸಂಜೆಗಳಿವೆ. ಸಂಜೆ ಎಂಬುದು ಆರಂಭದ ಬಿಂದುವಷ್ಟೆ! ಎಲ್ಲವೂ ಹಿತ-ಮಿತ. ಅಹಿತವೂ ಕೂಡ ಅವರ ಮಾತಲ್ಲಿ ಹಿತವೇ!

ಭೀಷ್ಮರು ಹೆಣ್ಣಿನ ಕೈಹಿಡಿಯೋದಿಲ್ಲ ಎಂದು ವೀರ ಪ್ರತಿಜ್ಞೆ ಮಾಡಿದಂತೆ ತಾನು ಮುನ್ನುಡಿ ಬರೆಯೆನು ಎಂಬುದು ಗಿರಡ್ಡಿಯವರ ವೀರ ಪ್ರತಿಜ್ಞೆ! ಕೆಲವೊಮ್ಮೆ ಆ ಪ್ರತಿಜ್ಞೆ ಭಂಗವಾಗಿರುವುದೂ ಉಂಟು. ನಾನು ಅವರೊಂದಿಗೆ ಚೇಷ್ಟೆ ಮಾಡಿದ್ದಿದೆ: ನನ್ನ ಕಾವ್ಯ ಮೋಹಿನಿ ನಿಮಗೆ ಬಲೆ ಹಾಕಲು ಕಾದಿದ್ದಾಳೆ! ಈವತ್ತಲ್ಲ ನಾಳೆ ನೀವು ಪ್ರತಿಜ್ಞಾಭಂಗಮಾಡಿ ಅವಳ ಕೈ ಹಿಡಿಯಲೇಬೇಕು! ಆದರೆ ನನ್ನ ಅಪೇಕ್ಷೆ ಕೈಗೂಡಲೇ ಇಲ್ಲ! ಗಿರಡ್ಡಿ ಸುದ್ದಿ ಸುಳಿವು ಕೊಡದೆ ಹೋಗಿಬಿಟ್ಟರು – ಅವರಿಗೆ

ಪ್ರಿಯವಾದ ಚಾ ಕಪ್ಪು ಕೈಯಲ್ಲಿ ಹಿಡಿದುಕೊಂಡೇ! ಧಾರವಾಡದ ಆಕಾಶದಲ್ಲಿ ಮತ್ತೆ ಸ್ವಲ್ಪ ಕತ್ತಲು. ಅವರ ಆಪ್ತಗೆಳೆಯರ ಕೂಟದಲ್ಲೂ ಒಂದು ವಿಷಾದದ ಮಬ್ಬು.

ಗಿರಡ್ಡಿಯವರೊಂದಿಗೆ ಮಾಡಿದ ಒಂದು ರಾತ್ರಿಯ ಬಸ್ ಪ್ರಯಾಣ ಈಗ ನೆನಪಾಗುತ್ತಿದೆ. ಬೆಂಗಳೂರಿಂದ ಧಾರವಾಡಕ್ಕೆ ಪ್ರಯಾಣ. ಬಹಳ ಹೊತ್ತು ಇಬ್ಬರಿಗೂ ನಿದ್ದೆಯಿಲ್ಲ. ಏನೇನೋ ಮಾತು. ಒಬ್ಬರ ಮುಖ ಮತ್ತೊಬ್ಬರಿಗೆ ಕಾಣದ ಸಾದುಗತ್ತಲು. ಅವತ್ತು ಕೇವಲ ಸಾಹಿತ್ಯ ಕುರಿತು ನಾವು ಮಾತಾಡಲಿಲ್ಲ. ನಮ್ಮ ಸಂಸಾರ, ಮಕ್ಕಳು, ಕುಟುಂಬದ ಬಿಕ್ಕಟ್ಟುಗಳು ಎಲ್ಲವೂ ಆ ಇರುಳ ಮಾತಿನಲ್ಲಿ ಜಾಲಿಸಿಕೊಂಡವು. ಗಿರಡ್ಡಿ ಎಂಥ ಆರ್ದ್ರ ಹೃದಯಿ ಎನ್ನುವುದು ಅವತ್ತೇ ನನಗೆ ಗೊತ್ತಾದದ್ದು. ಯಾವುದಾದರೂ ಚೆನ್ನಾಗಿ ಕಾಣಬೇಕೆಂದರೆ ಸ್ವಲ್ಪ ಕತ್ತಲು ಬೇಕು! ನನ್ನ ಅನಾತ್ಮಕಥನ ಪ್ರಕಟವಾದ ದಿನಗಳು ಅವು. ಗಿರಡ್ಡಿ ವಾರದ ಹಿಂದೆಯಷ್ಟೇ ಅನಾತ್ಮಕಥನದ ಪ್ರಬಂಧಗಳನ್ನು ಓದಿದ್ದರು. ನಿಮ್ಮ ಬರವಣಿಗೆ ಸೃಷ್ಟಿಸಿರುವುದು ಕಥಾ ಪಾತ್ರಗಳನ್ನಲ್ಲ! ವಾಸ್ತವ ಜಗತ್ತಿನ ಜೀವಂತ ವ್ಯಕ್ತಿಗಳನ್ನ ಎಂದರು. ಈ ಮಾತು ಹೇಳುವಾಗ ಅವರ ಮುಖದಲ್ಲಿ ಯಾವ ಭಾವದ ಗೆರೆ ಮೂಡಿರಬಹುದು ಎಂದು ನಾನು ಅವರ ಮುಖವನ್ನು ದಿಟ್ಟಿಸಿ ನೋಡಿದೆ. ಕತ್ತಲು ಎಲ್ಲವನ್ನೂ ಮರೆಮಾಡಿತ್ತು. ಇದಾದ ವಾರದಲ್ಲಿ ಗಿರಡ್ಡಿಯವರಿಂದ ಒಂದು ಕಾಗದ ಬಂತು:"ಎಚ್ಚೆಸ್ವಿ... ನಿಮ್ಮ ಅನಾತ್ಮ ಕಥನ ಸಿಕ್ಕ ಕೂಡಲೇ ಓದಲು ಆರಂಭಿಸಿದೆ. ಮುಗಿಸುವವರೆಗೂ ಪುಸ್ತಕ ಕೆಳಗಿಡಗೊಡಲಿಲ್ಲ. ಬಹಳ ಆತ್ಮೀಯವಾದ ಬರಹಗಳು. ಬರಹದ ಹಿಂದಿನ ಭಾವಗಳ ವೈವಿಧ್ಯ ಕುತೂಹಲಕಾರಿಯಾಗಿದೆ. ಸುಂದರವಾದ ಮುಗುಳು ನಗೆಯ ಸಿಂಚನದಿಂದ ಬರಹಕ್ಕೆ ಲವಲವಿಕೆ ಬಂದಿದೆ. ಎಲ್ಲೂ ನಾಯಕನೊಬ್ಬ ದೊಡ್ಡ ಮನುಷ್ಯ ಎಂಬ ಭಾವನೆ ಬರದಂಥ ಸಂಯಮ ಕಾಣುತ್ತದೆ. ಮುಗುಳು ನಗೆಯ ಜೊತೆಗೆ ತೆಳುವಾದ ಕಾವ್ಯಮಯತೆಯಿಂದ ಬರವಣಿಗೆ ಹೃದ್ಯವಾಗಿದೆ. ಶ್ರೀಮತಿ ರಾಜಲಕ್ಷ್ಮಿ ಮತ್ತು ಡಾ ಮೂರ್ತಿಯವರ ಬಗೆಗಿನ ಬರಹಗಳಂತೂ ಮನಸ್ಸನ್ನು ಕಲಕಿಬಿಡುತ್ತವೆ."

ನನಗೆ ವಿಶೇಷವಾಗಿ ಕಾಣುವ ಅಂಶ ಆ ದೀರ್ಘ ಪತ್ರದಲ್ಲಿ ಎಲ್ಲೂ ಗಿರಡ್ಡಿ ಒಂದಾದರೂ ಭಾವಸೂಚಕ ಚಿಹ್ನೆಯನ್ನು ಬಳಸದಿರುವುದು! ಅದು ಅವರ ವಿಮರ್ಶೆಯ ಮನಸ್ಸು ಹಿಡಿದ ಬಹುಕಾಲದ ಸಂಯಮದ ವ್ರತ. ಉದ್ರಿಕ್ತವಾಗದ ಸಮಾಧಾನದ ಮೆಚ್ಚುಗೆ ಅವರ ವಿಮರ್ಶಾ ಶೈಲಿಯ ಜೀವಜೀವಾಳ. ಅವರ ಮಾತಲ್ಲಾಗಲಿ, ಪತ್ರದಲ್ಲಾಗಲೀ ಕಾಣುವುದು ಅದೇ ಸಂಯಮದ ಆರ್ದ್ರಮನದ ಅಭಿವ್ಯಕ್ತಿ. ಮಾತಿನ ಸಂಯಮ, ಮಾತಿನ ಗಾಂಭೀರ್ಯ, ಮಾತಿನ ಜೀವಶಕ್ತಿ, ಮಾತಿನ ನಿಚ್ಚಳ ಪಾರದರ್ಶಕತ್ವ ಉಳಿಸಿಕೊಳ್ಳಿ ಎಂದು ಗಿರಡ್ಡಿ ಯಾವಾಗಲೂ ನಮಗೆ ತಗ್ಗಿದ ತಣ್ಣನೆ ದನಿಯಲ್ಲಿ ಪಿಸುಗುಡುವರೆಂಬ ಭ್ರಮೆ ಅವರನ್ನು ನೆನೆದಾಗಲೆಲ್ಲಾ ನನ್ನ ಮನಸ್ಸಲ್ಲಿ ಮೂಡುತ್ತದೆ.

ಬೇಕು ಪ್ರತಿಯೊಂದು ಅಬ್ದಕ್ಕೂ
ಅದರದೇ ಶಬ್ದ

ನನ್ನ ಮತ್ತು ತಿರುಮಲೇಶರ

ಸಂಬಂಧ ಅತ್ಯಂತ ಹಳೆಯದು. ಹಾಗೆ ಹಳೆಯದೆಂಬ ಕಾರಣಕ್ಕೇ ಅತ್ಯಾಧುನಿಕ ಎನ್ನಬಹುದಾದದ್ದು. ಅವರನ್ನು ಅವರ ಕಾವ್ಯದ ಆರಂಭ ಕಾಲದಿಂದಲೂ ಹಚ್ಚಿಕೊಂಡು ಓದುತ್ತಾ ಬಂದಿರುವವನು ನಾನು. ಅವರು ಕುಮಾರವ್ಯಾಸ, ಅಡಿಗರ ಜೊತೆಗಿದ್ದರು ಎನ್ನುತ್ತಿರುವಾಗಲೇ ಅವರಿಂದ ದೂರವಾಗಿ ತಮ್ಮ ದಾರಿ ತಾವು ಹಿಡಿದು ನಡೆದವರು. ದಾರಿ ಮಧ್ಯದ ಜೊತೆಗಾರರಾಗಿ ಎ.ಕೆ.ರಾಮಾನುಜನ್, ಲಂಕೇಶ್ ಅವರಿಗೆ ಏಕಾಕಿತನದ ಪರಿಹಾರಕ್ಕೆ ಸಿಕ್ಕರು ಎನ್ನುವಾಗಲೇ ಯಾವಾಗಲೋ ಅವರ ಕಣ್ಣುತಪ್ಪಿಸಿ ಮತ್ತೊಂದು ಒಳಮಾರ್ಗ ಹಿಡಿದು ಮತ್ತೆ ತಮ್ಮ ಖಾಯಿಶ್ ಏಕಾಕಿತನ ರೂಢಿಸಿದವರು. ಗುಂಪಿನ ನಡುವೆಯೂ ಥಟ್ಟನೆ ಏಕಾಂಗಿಯಂತೆ ತೋರುವ ಈ ಜೀವ ಕವಿಯನ್ನು ಕಾತರ ಮತ್ತು ಕುತೂಹಲದಿಂದ ನಾನು ಯಾವಾಗಲೂ ಓದುವೆನು. ಒಂದೂ ಕವಿತೆ ಬಿಡದೆ ನಾನು ಓದಿದ ಕೆಲವೇ ಕವಿಗಳಲ್ಲಿ ತಿರುಮಲೇಶ ಒಬ್ಬರು. ನಿರ್ಜನವಾದ ಮನೆಯಲ್ಲಿ ಒಮ್ಮೆಗೇ ಎದುರಾಗುವ, ಅಭಿಮಾನ ಬಿಟ್ಟುಕೊಡದ ಸ್ವಾಂತದ ಆರಾಧಕ. ನಮಗೆ ಗೊತ್ತಿದೆ ಎಂಬಂಥದ್ದರಲ್ಲೂ ಗೊತ್ತಿಲ್ಲದ್ದು ಏನೋ ಇದೆ ಎಂಬ ವಿಶ್ವಾಸದಲ್ಲಿ ಹೊಸ ದಾರಿ ಮತ್ತು ಹೊಸ ಊರಿನ ಹುಡುಕಾಟದಲ್ಲಿರುವ ತಿರುಮಲೇಶ್ ಆ ಕಾರಣಕ್ಕಾಗಿಯೇ ಈವತ್ತಿಗೂ ನನಗೆ ಬಹು ಪ್ರಿಯನಾದ ಕವಿ.

ಅವರ ಕಾವ್ಯಾರಂಭದ ದಿನಗಳಲ್ಲಿ ನನ್ನ ಮನಸ್ಸಿಗೆ ಸೇರಿದ ಕೇರಳ ಎಂಬ ಕವಿತೆಯ ಕೆಲವು ಸಾಲುಗಳನ್ನು ಗಮನಿಸಿ.

ಏನೋ ಹೇಳಬೇಕು
ಏನೆಂಬುದು ಮಬ್ಬು
ಹೇಗೋ ಹೇಳಬೇಕು
ಹೇಗೆಂಬುದು ಅಸ್ಪಷ್ಟ

ಇದು ನಿಜವಾದ ಕವಿಯ ಆತ್ಮಲಕ್ಷಣ. ನನಗೆಲ್ಲವೂ ಗೊತ್ತಿದೆ. ಅದನ್ನು ನಿಮಗೆ ಹೇಗೆ ತಿಳಿಹೇಳಬೇಕೆಂಬುದೂ ಗೊತ್ತಿದೆ ಎಂಬ ಸರ್ವಜ್ಞತ್ವದಲ್ಲಿ ಪೀಠಪ್ರಣಾಳಿಗಳಾಗಿ ನಿಲ್ಲುವ ಕವಿಗಳೇ ನಮ್ಮಲ್ಲಿ ಹೆಚ್ಚು. ಅಂಥವರ ನಡುವೆ ಈ ತಿರುಮಲೇಶ ಬೆರೆತೂ ಬೆರೆಯದೆ ಪ್ರತ್ಯೇಕ ನಿಲ್ಲುವ, ಏಕಾಂಗಿಯೂ ಬಹುತ್ವದ ಆರಾಧಕನೂ ಒಮ್ಮೆಗೇ ಆಗಿರುವ ಬೆರಗು ತರಿಸುವ ಕವಿ.

ಪ್ರಾಚೀನದ ದಟ್ಟ ಅರಿವು ತಿರುಮಲೇಶರಿಗಿದೆ. ಹಳತಿನೊಂದಿಗೆ ಅವರ ಸಂಬಂಧ ಮುಖಾಮುಖಿ ಸ್ವರೂಪದ್ದು. ಅವರದ್ದು ಮುಖ್ಯವಾಗಿ ಪ್ರಶ್ನಿಸುವ ನೆಲೆ; ಒಪ್ಪುವ ನೆಲೆಯಲ್ಲ. ಅಹಲ್ಯೆಯಂಥ ಹಳೆಯ ಕಥಾಲೋಕವನ್ನ ಅವರು ಪ್ರವೇಶಿಸುವ ಭಾಷಾ ಮತ್ತು ಸಾಮಿತಿ ಸಾಮಗ್ರಿ ಅತ್ಯಂತ ಆಧುನಿಕವೆನ್ನಿಸುವಂಥವು. ಇಲ್ಲಿ ಅಹಲ್ಯೆ ಒಬ್ಬಾತನ ಸ್ನೇಹದಲಿ ಇನ್ನೊಬ್ಬನ ಮೋಹ ಹಿಡಿಯಬಯಸಿದವಳು; ಎರಡನ್ನೊಮ್ಮೆಯೇ ಎಳಸಿದವಳು. ನೆನ್ನೆ ಬದುಕು ಮೈತುಂಬಿ ಉದ್ದಕ್ಕು ನಿಂತಿದ್ದ ಒಡಲು ಇಂದು ಕೇವಲ ಕಲ್ಲು! ಎಲೆ ಚೆಲುವೆ ನೀನು ಯಾರ ಕಾಯುತ್ತಿರುವೆ? ಯಾವ ಯುಗದ ದೈವ ಕೊಡುವುದು ಜೀವ – ಎಂದು ಬಿಸುಸುಯ್ಯುತ್ತಾನೆ. ಅಹಲ್ಯೆಯ ಶಾಪಗ್ರಸ್ಥ ಬದುಕಿಗೆ ತಾನೂ ಒಂದು ಕಾರಣವಾಗಿರುವ, ಹಾಗೆ ಆದ ಕಾರಣಕ್ಕೇ ಪಶ್ಚಾತ್ತಾಪದ ದನಿಯಾಗಿರುವ ಇಂದ್ರ.

ಅಹಲ್ಯೆ, ಗೌತಮನ ಶಾಪದಿಂದ ಈಗ ಕಲ್ಲಾಗಿದ್ದಾಳೆ. ಕಲ್ಲೊಳಗಿರುವ ಆಕೆಯ ಚಲಿಸಲಾರದ ಕೈ, ಸ್ಪಂದಿಸಲಾರದ ಹೃದಯ, ತಡವಲಾರದ ಬೆರಳು, ಸರಿಸಲಾರದ ಕುರುಳಿನ ನಿಶ್ಚಲತೆಯ ದಾರುಣ ವಿಷಾದ ಓದುಗರನ್ನು ತ್ರಸ್ತಗೊಳಿಸುತ್ತದೆ. ಇದು ಕಲ್ಗಟ್ಟಿದ ಅಹಲ್ಯೆಯ ಮನವಿಲ್ಲದ ಮನದ ತಳಮಳ. ಇನ್ನು ಗೌತಮನೋ ಕಲ್ಲಾದವನು ನೀನಲ್ಲ ನಾನು ಎಂದು ಮರಮರ ಮರುಗುವ ಪರಿತಾಪವೇ ತಪವಾದ ಸಂಕಟಪುರುಷ. ಪಡೆಯಲೆಂದೇ ಬಂದು ಪಡೆದುಕೊಂಡಂದು ನನ್ನ ಕನಸನು ನಾನೆ ಒಡೆದುಕೊಂಡೆನೆ ಹೇಳು ಮನವೆ, ಇದು ಇನ್ನೊಂದು ದಿನವೆ, ಎಂದು ಕೊರಗುತ್ತಿರುವ ದಿನದ ಗಣಿತವಿಲ್ಲದ ಇಂದ್ರ.

ಕವಿತೆಯ ಕೊನೆಯ ಭಾಗ – ದೈವವಿರಲಿಲ್ಲ ಯಾವ ದೇವರೂ ಬರಲಿಲ್ಲ. ಬಂದವನೊಬ್ಬ ಮಾನವ. ಶಿಲೆಯಿಂದ ಶಿಲ್ಪವ ತೆಗೆಯ ಬಯಸಿದವನು!

ಶಾಪದ ಸೆರೆಯಿಂದ ಅಹಲ್ಯೆಯನ್ನು ಮುಕ್ತಗೊಳಿಸಿದವನು ರಾಮನಲ್ಲ; ಒಬ್ಬ ಕವಿ! ಕಣ್ಣೀರಿಗೆ ಕರಗುವ ಕವಿ! ಕವಿತೆಯ ಆ ನವುರಾದ ಭಾಗವನ್ನು ಖುದ್ದಾಗಿ ಪರಾಂಬರಿಸಿ:

ದೈವವಿರಲಿಲ್ಲ ಯಾವ ದೇವರೂ ಬರಲಿಲ್ಲ
ಬಂದವನೊಬ್ಬ ಮಾನವ. ಶಿಲೆಯಿಂದ ಶಿಲ್ಪವ
ತೆಗೆಯ ಬಯಸಿದನು, ಬಿಡಿಸ ಬಯಸಿದನು.
ಶಾಪದ ಸೆರೆಯಿಂದ ಆ ಅಂಥ ಛಂದ
ಕಣ್ಣುಗಳೆಲ್ಲಿ ತುಟಿಗಳೆಲ್ಲಿ ತೋಳುಗಳೆಲ್ಲಿ
ಎಲ್ಲಿ ಮರ್ತ್ಯಕ್ಕೆ ಸ್ವರ್ಗವ ತಂದ ನಿಸರ್ಗ
ಎವೆ ಅದುರಿತೆ ಮುಟ್ಟಿದ ಕೈ ಕಂಪಿಸಿತೆ
ಉಳಿಯ ಹೊಡೆತವೊ ಅದು ನಾಡಿ ಮಿಡಿತವೊ
ಯಾರೂ ಇರದಲ್ಲಿ ಉತ್ತರಿಸುವವರಾರಿಲ್ಲ
ಅವರವರ ಭಾವಕ್ಕೆ ತಕ್ಕಂತೆ ರೆಕ್ಕೆ
ತೆರೆಯುವ ಮನಸ್ಸು ಹೂಡುವ ಪ್ರತ್ಯೇಕ ತಪಸ್ಸು
ಅದೋ ಅದೋ! ನೋಡಿ ಸಾವಿರಕಣ್ಣು ಒಮ್ಮೆಲೆ ಮೂಡಿ
ಆಹ! ಪ್ರತಿಯೊಂದು ಕಲ್ಪಕ್ಕೂ ಪ್ರತ್ಯೇಕ ಶಿಲ್ಪ

ಇಂದ್ರ ಗೌತಮರನ್ನು ಬದಿಗಿರಿಸಿ. ಇಲ್ಲಿ ಪುನಶ್ಚೇತನದ ತಪಸ್ಸು ಸಂಭವಿಸಿದ್ದು ಎರಡು ನೆಲೆಗಳಲ್ಲಿ. ಕಲ್ಲಲ್ಲಿ ಕಲ್ಲಾಗಿರುವ ಅಹಲ್ಯೆಯ ಚೈತನ್ಯಾಕಾಂಕ್ಷೆಯ ತೀವ್ರ ಬಯಕೆಯಲ್ಲಿ. ಆಕೆಯ ಬಯಕೆ ಪೂರೈಸುವ, ಆಕೆಗೆ ಮತ್ತೆ ಚೈತನ್ಯ ಕರುಣಿಸುವ ಕವಿಯ ಮಾನವ್ಯದ ತಪಸ್ಸಿನಲ್ಲಿ!

ಈ ತಾಪಮಾನ ಈವತ್ತು ನೆನ್ನೆಯದಲ್ಲ. ವಾಲ್ಮೀಕಿ ಬಹು ಹಿಂದೆ ಅಹಲ್ಯೆಯ ದುರ್ವಿಧಿಯನ್ನು ಗಾಳಿಯಲ್ಲಿ ಕಂಡರಿಸಿದ. ಆಧುನಿಕರಲ್ಲಿ ರವೀಂದ್ರನಾಥ ಟ್ಯಾಗೂರ್ ಅದೇ ಅಹಲ್ಯೆಗೆ ತಾಯ್ಮಡಿಲಿನ ಭೂಗರ್ಭವಾಸ ಕಲ್ಪಿಸಿದರು. ಕನ್ನಡದಲ್ಲಿ ಪುತಿನ ದೈವಕೃಪೆಗೆ ಕಾಲ್ಮಣೆ ಹಾಕಿದರು. ಕುವೆಂಪು ರಾಮಾಯಣ ದರ್ಶನದಲ್ಲಿ ರಾಮನ ಕುಣಿವ ಪಾದಸ್ಪರ್ಶದಿಂದ ಕಲ್ಲು ಕರಗುವ ವಾತ್ಸಲ್ಯದ ಚೋದ್ಯವನ್ನು ಕಲ್ಪಿಸಿದರು. ಅಹಲ್ಯೆ ಶಾಪ ತೀರಿ ಹೆಣ್ಣಾದ ಮೇಲೆ ಮತ್ತೆ ಗೌತಮ ಅವಳನ್ನು ಅರಸಿಕೊಂಡು ಬಂದಾಗ ಆಕೆ ಮನಸ್ಸಲ್ಲಿ ಕಲ್ಲಾಗಿಯೇ ಉಳಿದಳು ಎನ್ನುವ ಗೃಹಭಂಗದ ದಾರುಣತೆಯನ್ನು ನನ್ನ ಗೌತಮ ಕವಿತೆ ಚಿತ್ರಿಸಿತು. ತಿರುಮಲೇಶ ತಮ್ಮ ಅಹಲ್ಯೆ ಕವಿತೆಯಲ್ಲಿ ದೈವದ ಉಸಾಬರಿಗೇ ಹೋಗಲಿಲ್ಲ. ಮನುಷ್ಯನ ಕಾರುಣ್ಯವೇ ಸ್ಥಗಿತವಾದ ಕಥನಕ್ಕೆ ಮತ್ತೆ ಹರಿವು ಕಲ್ಪಿಸಬಲ್ಲದು ಎಂಬ ನಿಲುವು ಉತ್ಪಾದಿಸುವ ಕರುಣೆಯ ಒರತೆಯನ್ನೂ, ಕವಿಕರ್ಮದ ಮತ್ತೊಂದು ಮಹಾಭಿಲಾಷೆಯನ್ನೂ ಕಡೆದಿಟ್ಟರು.

ಇಂಥ ಪುನರ್ಯೋಗದ ಹಲವು ಪ್ರಸಂಗಗಳು ತಿರುಮಲೇಶರ ಕಾವ್ಯದಲ್ಲಿ ಕಥಿತವಾಗಿವೆ. ದ್ವಾಸುಪರ್ಣಾದ ಪ್ರಾಚ್ಯಪ್ರತಿಮೆ ತಿರುಮಲೇಶರಲ್ಲಿ ನಾಯಿ ಹಾಗೂ ನಾಯಿಯ ಗೊಂಬೆ ಎಂಬ ಪದ್ಯದಲ್ಲಿ ಈವತ್ತಿಗೆ ಬೇಕಾದ ಅರ್ಥ ಆಕಾರ ಸಾಧಿಸುವ ಬೆಡಗು ಕಾಣಬಹುದು. ಅವರ ಸುಪ್ರಸಿದ್ಧ ಮಹಾಪ್ರಸ್ಥಾನ ಸ್ವಂತದ ಸ್ವರ್ಗದ ಅನ್ವೇಷಣೆಗೆ ಹೊರಡುವ ಸಾಧಕನೊಬ್ಬನ ಏಕಾಂಗಿ ಹೋರಾಟದ ಎದೆ ಝಲ್ಲೆನಿಸುವ ಅನುಭವಕ್ಕೆ ನಮ್ಮನ್ನು ಕರೆದೊಯ್ಯುವುದು. ಮುಖಾಮುಖಿಯಲ್ಲಿ ಅಕಸ್ಮಾತ್ ಭೆಟ್ಟಿಯಾಗುವ ಮನುಷ್ಯ ಮತ್ತು ಪ್ರಾಣಿ ಸ್ವಂತದ ಹಕ್ಕು ಮತ್ತು ಅಸ್ಮಿತೆಗಾಗಿ ಹೋರಾಡುವ ಯಾವತ್ತಿನ ಕರ್ಷಣೆಗೆ ಮೈತೆರೆಯಲಾಗುವುದು.

ಚಿಲಿ ಕವಿ ಪ್ಯಾಬ್ಲೋ ನೆರೂಡನ ಹಾಗೆ ತಿರುಮಲೇಶ ತ್ಯಾಜ್ಯದಿಂದ ಹೊಸ ಹೊಸ ಅರ್ಥಶಿಲ್ಪ ಕೆತ್ತುವ ಕರ್ಮಕುಶಲಿ. ಅವರ ಲಯಗಾರಿಕೆ ಮತ್ತು ಭಾಷಾ ಹೂರಣ ಬಹು ವಿಸ್ತಾರವಾದದ್ದು. ಎಷ್ಟು ವಿಸ್ತಾರ ಸಾಧ್ಯವೋ ಅಷ್ಟು ವಿಸ್ತಾರವನ್ನು ಆಪೋಹ ಮಾಡುವಂಥದ್ದು. ತಮಾಷೆಯನ್ನು ಲಘುತ್ವವನ್ನು ಬಿಡದೆ ಗಹನಕ್ಕೆ ಕೈಚಾಚುವಂಥದ್ದು. ಆತ್ಮ ದೇಹಗಳ ಯಾವತ್ತಿನ ದ್ವಂದ್ವವನ್ನು ಹೊಸ ರೂಪಕಕ್ಕೆ ಆಹ್ವಾನಿಸುವ ಯಾಜ್ಞವಲ್ಕ್ಯನೂ ಮೈತ್ರೇಯಿಯೂ ಎಂಬ ಸೊಗಸಾದ ಕವಿತೆಯನ್ನು ನಿಮ್ಮ ಗಮನಕ್ಕೆ ತರಲು ಬಯಸುತ್ತೇನೆ.

ಯಾಜ್ಞವಲ್ಕ್ಯನೆಂಬ ಒಬ್ಬ ಋಷಿ ಆತ್ಮವಿದ್ಯೆಯನ್ನು ತನ್ನ ಇಬ್ಬರು ಪತ್ನಿಯರಲ್ಲಿ ಯಾರಿಗೆ ಬೋಧಿಸಬೇಕು ಎಂದು ನಿರ್ಣಯಿಸುವ ರೋಚಕ ಕ್ಷಣದಲ್ಲಿ ಕವಿತೆ ಪ್ರಾರಂಭವಾಗುತ್ತದೆ.

ಯಾಜ್ಞವಲ್ಕ್ಯ ಹೇಳಿದ ಮೈತ್ರೇಯಿಯ ಕರೆದು:
ಕಾತ್ಯಾಯಿನಿಯೆಂದರೆ ಕಣ್ಣು ಮೂಗು ಮೊಲೆ
ತಲೆಯೆಂದರೆ ನಿನ್ನದೆ! ಆದ್ದರಿಂದ
ಆತ್ಮವಿದ್ಯೆ ನಿನಗೇ
ಕಲಿಸುವೆ ನಾನು ಪ್ರತ್ಯಕ್ಷ!

ಮುಂದೆ ಯಾಜ್ಞವಲ್ಕ್ಯ ಅನೇಕ ಸಾಮಿತಿಗಳ ಮೂಲಕ ಆತ್ಮವಿದ್ಯೆಯನ್ನು ಮೈತ್ರೇಯಿಗೆ ಬೋಧಿಸುತ್ತಾನೆ. ದೇಹದಿಂತ ಉತ್ಪಾದಿತವಾಗಿಯೂ ಅತೀಂದ್ರಿಯ ಎನ್ನಿಸುವ ಅರಿವಿನ ಸಂಗತಿಯನ್ನು ನಗಾರಿಯ ನಾದ ಸರ್ವವ್ಯಾಪಿಯಾಗುವ, ಕೈಯಿಂದ ಉದ್ಭವಿಸಿಯೂ ಕೈಮೀರುವ ಹೋಲಿಕೆಗಳ ಮೂಲಕ ಪ್ರತಿಪಾದಿಸುವನು. ಹಸಿ ಕಟ್ಟಿಗೆಯಿಂದ ಹುಟ್ಟಿದ ಹೊಗೆ ಹೇಗೋ ಹಾಗೇ ಆತ್ಮದಿಂದ ಎಲ್ಲವೂ ಹುಟ್ಟುವುದನ್ನು ವಿವರಿಸುವನು. ದೋಣಿ ತೂತಾದಾಗ ದೋಣಿಯಿಂದ ನೀರಿಗೆ

ಹಾರಿ ದಡಸೇರುವುದಕ್ಕೆ ಅಗತ್ಯವಾದ ಈಜಿನಂತೆ ಆತ್ಮಜ್ಞಾನ ಎಂದು ವಿವರಿಸುವನು. ಆತ್ಮವಸ್ತುವನ್ನು ವಿವರಿಸಲು ಯಾಜ್ಞವಲ್ಕ್ಯ ಬಳಸಿದ್ದು ಇಂದ್ರಿಯ ಗ್ರಾಹ್ಯವಾದ ವಸ್ತುಪ್ರಪಂಚವನ್ನೇ.

ಈ ಬೋಧೆಯನ್ನು ಎಷ್ಟು ಚೆನ್ನಾಗಿ ಮೈತ್ರೇಯಿ ಗ್ರಹಿಸಿದಳು ಎಂಬುದು ಕಾವ್ಯದ ಅನುಭಾವಶೃಂಗ.

ಮುಗಿಯಿತೇ ಎಂದಳು ಮೈತ್ರೇಯಿ
ಹೂಂ ಎಂದ ಯಾಜ್ಞವಲ್ಕ್ಯ
ಒಂದು ಮಾತ್ರ ಮರೆತಿರೆಂದು
ಸೀರೆ ರವಿಕೆ ಬಿಚ್ಚಿದಳು
ಲಂಗವೊದ್ದು ಜಾಡಿಸಿದಳು
ನೋಡಿದಿರಾ ಎಂದಳು ಮೈತ್ರೇಯಿ:
"ಸೀರೆಯೆಂದರಹಂಕಾರ
ರವಿಕೆ ತಪ್ಪು ಗ್ರಹಿಕೆ
ಬಾಡಿಯೆಂದರೆ ಕಿಲಾಡಿ
ಲಂಗ ಆಶಾಭಂಗ–ಇನ್ನು
ನೂರಕ್ಕೆ ನೂರು ಸಾಚಾ
ಆಗಬೇಕೆಂದರೆ ಇದೋ ಎಂದು
ಕಿತ್ತೆಸೆದಳು ಕಾಚ!

"ಬತ್ತಲಾಗದೆ ಬಯಲು ಸಿಕ್ಕದಿಲ್ಲಿ" ಎಂಬ ಅಡಿಗರ ಮಹಾಕಾವ್ಯ ವಾಕ್ಕಿಗೆ ತಿರುಮಲೇಶ ಹುಟ್ಟಿಸುವ ಪರ್ಯಾಯದ ಲಾಘವ ಬೆಚ್ಚಿಬೀಳಿಸುವಂಥದ್ದು! ದೇಹ ಆತ್ಮದ ಬಗ್ಗೆ ಚಿಂತಿಸುವ ಯೇಟ್ಸಿನಿಂದ ಹಿಡಿದು, ಕಾಯಜೀವಿಯಾದ ಲಕ್ಷ್ಮಣರಾವ್‌ವರೆಗಿನ ಅನೇಕ ಕವಿತೆಗಳು ಈಗ ನನ್ನ ಕಣ್ಮುಂದೆ ಪೆರೇಡು ನಡಿಸುತ್ತಿವೆ. ಆ ಪೆರೇಡಿನಲ್ಲಿ ತಿರುಮಲೇಶರ ಪದ್ಯಕ್ಕೆ ಆಯಕಟ್ಟಿನ ಸ್ಥಾನಮಾನವಿದೆ. ಪರಾತ್ಪರ ವಸ್ತುವಿಗೆ ಅವರು ಹೂಡುವ ಭಾಷೆ ಮತ್ತು ಪ್ರತಿಮಾ ಸಾಮಗ್ರಿ ನಿಚ್ಚನವೀನ ಅಂತ ಅನ್ನಿಸುತ್ತದೆ. ಭಾಷೆಯ ಮತ್ತು ಕಾವ್ಯದ ಮರ್ಮ ಬಲ್ಲ "ಕವಿ–ಭಾಷಾವಿಜ್ಞಾನಿ" ತಿರುಮಲೇಶ–ರಾಮಾನುಜರಂತೆಯೇ! ಆದರೆ ಆ ಹಳೆಯ ಸರೀಕನನ್ನು ಅಗಲಿ ತಿರುಮಲೇಶ ಬಹುದೂರ ನಡೆದುಬಿಟ್ಟಿದ್ದಾರೆ. ಪರಿಷೆಯ ಫಕೀರನಂತೆ ಲಾಘವದಲ್ಲಿ ಆತ್ಮವ ಹಗುರಾಗಿಸಿ ಏಕಾಂಗಿ ಯಾತ್ರೆಯಲ್ಲಿ ತೊಡಗಿರುವ ಈ ಅನೇಕದ ನಡುವಿನ ಏಕಾಕಿಯನ್ನು ನಾನು ಇನ್ನು ಮುಂದೆಯೂ ಬಹು ಎಚ್ಚರದಿಂದ ಓದುತ್ತಾ ಮನನ ಮಾಡುತ್ತೇನೆ.

ತಿರುಮಲೇಶರಿಗೆ ಅನೇಕ ಇರಿಸುಮುರಿಸುಗಳಿವೆ. ತಾಪ ಪರಿತಾಪಗಳಿವೆ. ಶೀಘ್ರ ಉದ್ವಿಗ್ನತೆ, ಅಷ್ಟೇ ಕ್ಷಿಪ್ರ ತಣಿಯುವಿಕೆ, ಮುದುಡಿಕೊಳ್ಳುವುದು, ಮರುಗಳಿಗೆ ಪ್ರಫುಲ್ಲವಾಗಿ ಅರಳಿಕೊಳ್ಳುವುದು ಅವರ ಸ್ವಭಾವ. ಕರ್ನಾಟಕದ ಹೊರಗಿರುವ ನಾನು ಅಲಕ್ಷಿತ ಎಂಬ ತಪ್ಪು ಕಲ್ಪನೆ ಕೆಲವೊಮ್ಮೆ ಅವರನ್ನು ಕೆಣಕುವುದುಂಟು. ಒಳಗಿನವರ ಪಡಿಪಾಟಲು ಹೊರಗಿರುವ ಅವರಿಗೆ ತಿಳಿಯದು. ಮರವನ್ನು ಕುರಿತ ಅವರ ಪದ್ಯವೊಂದು ನನಗೆ ಈಗ ನೆನಪಾಗುತ್ತಿದೆ. ಮರವೊಂದು ಇದ್ದಲ್ಲೇ ಇದ್ದೂ ಬಯಲಿನ ಎಲ್ಲ ಹಕ್ಕಿಗಳನ್ನು ತನ್ನ ಮಡಿಲಿಗೆ ಆಹ್ವಾನಿಸುತ್ತದೆ. ತಿರುಮಲೇಶರ ಕಾವ್ಯ ಆ ಮರದ ಹಾಗೆ.

ಸದ್ದುಮಾಡದ
ಸಾಧಕ

ನಾನು ಕೆಲಸ

ಮಾಡುತ್ತಿದ್ದದ್ದು ಸೇಂಟ್ ಜೋಸೆಫ್ ಕಾಮರ್ಸ್ ಕಾಲೇಜಿನಲ್ಲಿ. ಬ್ರಿಗೇಡ್ ರಸ್ತೆಯಲ್ಲಿ. ಮಹಾತ್ಮಗಾಂಧಿ ರೋಡಿಗೆ ಅಲ್ಲಿಂದ ಕೆಲವೇ ನಿಮಿಷಗಳ ಹಾದಿ. ಎಂ.ಜಿ.ರಸ್ತೆಯಲ್ಲಿದ್ದ ಪ್ರಜಾವಾಣಿಯಲ್ಲಿ ಜಿ.ಎನ್.ರಂಗನಾಥರಾವ್ ಪುರವಣಿ ವಿಭಾಗದ ಸಂಪಾದಕ ಮಂಡಲಿಯಲ್ಲಿದ್ದರು. ಪ್ರಜಾವಾಣಿಗೆ ಆಗ ನಾನು ರಿವ್ಯೂ ಬರೆಯುತ್ತಿದ್ದೆನಾದುದರಿಂದ ಪುಸ್ತಕಗಳನ್ನು ತರುವುದಕ್ಕೆ ಅವುಗಳ ಬಗ್ಗೆ ಬರೆದ ರಿವ್ಯೂಗಳನ್ನು ತಲಪಿಸುವುದಕ್ಕೆ ತಿಂಗಳಿಗೆ ಎರಡು ಬಾರಿಯಾದರೂ ಪ್ರಜಾವಾಣಿ ಕಛೇರಿಗೆ ಹೋಗಿಬರುತ್ತಾ ಇದ್ದೆ. ಪುರವಣಿ ವಿಭಾಗದಲ್ಲಿ ಮೂವರು ಸಂಪಾದಕರು. ಚಡ ಪಡ ಮಾತಾಡುವ ವೈಕುಂಠರಾಜು, ಮೌನವ್ರತ ಹಿಡಿದವರಂತೆ ಇರುತ್ತಿದ್ದ ಕತೆಗಾರ ಜಿ.ಎಸ್.ಸದಾಶಿವ, ಮೆಲುಮಾತಿನ ಹಸನ್ಮುಖಿ ಜಿ.ಎನ್.ರಂಗನಾಥರಾವ್.

ಅದು 1977ನೇ ಇಸವಿ. ಆವತ್ತಿನಿಂದ ಜಿ.ಎನ್.ಆರ್ ಜೊತೆ ನನ್ನ ಒಡನಾಟ ಉಂಟು. ಕಾಲ ಕಳೆದಂತೆ ಅದು ಕೇವಲ ಪರಿಚಯಮಾತ್ರವಾಗಿ ಉಳಿಯಲಿಲ್ಲ. ಸ್ನೇಹಸಂಬಂಧವಾಯಿತು. ಕೊನೆಗೆ ಅದನ್ನೂ ಮೀರಿ ಸೋದರ ಸಂಬಂಧವಾಯಿತು. ಜಿ.ಎನ್.ರಂಗನಾಥರಾವ್ ಜಿ.ಎನ್.ಆರ್ ಎಂಬ ಸಂಕ್ಷಿಪ್ತ ತ್ರ್ಯಕ್ಷರಗಳಿಂದ ಪ್ರಸಿದ್ಧರು ತಾನೇ. ಅವರೊಂದಿಗೆ ತುಂಬ ಹೊಕ್ಕುಬಳಕೆ ಮತ್ತು ಸಲುಗೆಯಿರುವ ಕೆಲವರು ಮಾತ್ರ ಅವರನ್ನು ರಂಗಣ್ಣ ಎನ್ನುವರು. ಹಾಗೆ ಜಿ.ಎನ್. ಆರ್ ಅವರನ್ನು ರಂಗಣ್ಣ ಎಂದು ಕರೆಯುವವರಲ್ಲಿ ನಾನೂ ಒಬ್ಬ.

ಪಕ್ಕಾ ಪ್ರಜಾಪ್ರಭುತ್ವವಾದಿ; ಸಮಾಜಮುಖಿ; ಪ್ರತಿಭೆಯೊಂದನ್ನಲ್ಲದೆ ಬೇರೇನನ್ನೂ ಲಕ್ಷಿಸದ ಶುದ್ಧ ಮನಸ್ಸು ಜಿ.ಎನ್.ಆರ್ ವ್ಯಕ್ತಿತ್ವದ ಮುಖ್ಯ ರೇಖೆಗಳು. ಕರ್ನಾಟಕದ ಯಾವುದೇ ಮೂಲೆಯಲ್ಲಿರಲಿ ಚೆನ್ನಾಗಿ ಬರೆಯುತ್ತಾರೆ ಎಂದು ಗೊತ್ತಾದ ಕೂಡಲೇ ಜಿ.ಎನ್.ಆರ್ ಅಂಥವರನ್ನು ಸಂಪರ್ಕಿಸಿ ನಮ್ಮ ಪುರವಣಿಗೆ ಏನಾದರೂ ಬರೆಯಿರಿ ಎಂದು ಒತ್ತಾಯ ಮಾಡುತ್ತಿದ್ದರು. ಹೀಗೆ ಬಲವಂತ ಮಾಡಿ ಜಿ.ಎನ್.ಆರ್ ಬೆಳೆಸಿದ ಬಹುದೊಡ್ಡ ಲೇಖಕರ ಪಡೆ ಈಗ ಕರ್ನಾಟಕದಲ್ಲಿದೆ.

ಅವರೆಲ್ಲರಿಗೂ ಜಿ.ಎನ್.ಆರ್ ಬಗ್ಗೆ ಅಪಾರವಾದ ಅಭಿಮಾನ. ಜಿ.ಎನ್.ಆರ್ ಒತ್ತಾಯಮಾಡಿ ಬರೆಸಿ ಬೆಳೆಸಿದ ಲೇಖಕರ ಪಟ್ಟಿಯಲ್ಲಿ ನಾನೂ ಇದ್ದೇನೆ.

ಪತ್ರಿಕೆಯ ಬಿಡುವಿಲ್ಲದ ಒತ್ತಡದಲ್ಲೂ ಜಿ.ಎನ್.ಆರ್ ಓದು–ಬರವಣಿಗೆಯನ್ನು ನಿರಂತರ ನಡೆಸಿಕೊಂಡು ಬಂದವರು. ಪ್ರಜಾವಾಣಿಗೆ ಯಾವಾಗ ಹೋದರೂ ಜಿ.ಎನ್.ಆರ್ ತಮ್ಮ ಕುರ್ಚಿಯಲ್ಲಿ ತಲೆ ಬಗ್ಗಿಸಿ ಏನನ್ನೋ ಓದುತ್ತಾ, ಬರೆಯುತ್ತಾ, ಬೇರೆಯವರು ಬರೆದದ್ದು ಪರಿಶೀಲಿಸುತ್ತಾ ಕುಳಿತಿರುವುದನ್ನು ನೋಡಬಹುದಿತ್ತು. ಅವರ ಕಥೆಗಳು, ವಿಮರ್ಶೆ ಸಾಕ್ಷಿಯಲ್ಲಿ ಬರುತ್ತಾ ಇತ್ತು. ಹೊಸ ಲೇಖಕರ ಬಗ್ಗೆ ಅವರು ಉತ್ಸಾಹದಿಂದ ಬರೆಯುತ್ತಾ ಇದ್ದರು. ಜೊತೆಗೆ ತಮ್ಮ ಸ್ವಂತ ಕಥೆ, ವಿಮರ್ಶೆಗಳನ್ನೂ. ಮೊದಲಿಂದಲೂ ಜಿ.ಎನ್.ಆರ್ ಅವರಿಗೆ ಪ್ರಿಯವಾದ ಇನ್ನೊಂದು ಸಾಹಿತ್ಯ ಪ್ರಕಾರ ಅನುವಾದ.

ಪ್ರಜಾವಾಣಿ ಕಛೇರಿಗೆ ಹೋಗಿದ್ದಾಗ ಕಾಫಿಗೆ ಹೋಗೋಣ ಬನ್ನಿ ಸರ್ ಎಂದರೆ ಸುಲಭಕ್ಕೆ ಅವರು ಕಛೇರಿಬಿಟ್ಟು ಹೊರಗೆ ಬರುವವರಲ್ಲ. ಕೆಲಸದ ಸಮಯದಲ್ಲಿ ಹೊರಗೆ ಹೋಗಬಾರದೆಂಬುದು ಅವರ ನಿಯಮ. ಮಧ್ಯಾಹ್ನ ಊಟದ ಬಿಡುವಿನ ವೇಳೆಯಷ್ಟೇ ಅವರು ನಮ್ಮೊಂದಿಗೆ ಕಾಫೀಕ್ಲಬ್ಬಿಗೆ ಬಂದಾರು. ಆ ಬಿಲ್ಲನಾದರೂ ಅವರೇ ಕೊಡಬೇಕು. ಅದು ಅವರ ತತ್ತ್ವ

ಜಿ.ಎನ್.ಆರ್ ತುಂಬ ಹತ್ತಿರವಾದ ಮೇಲೆ ಪರಸ್ಪರ ಮನೆಗೆ ಹೋಗಿಬರುವುದು ಶುರುವಾಯಿತು. ಅವರು ಓದಿ ಮೆಚ್ಚಿದ್ದ ಯಾವುದಾದರೂ ಇಂಗ್ಲಿಷ್ ಪುಸ್ತಕವನ್ನು ಜಿ.ಎನ್.ಆರ್ ನೀವು ಓದಲೇ ಬೇಕಾದ ಪುಸ್ತಕ ಇದು ಎಂದು ಓದಲು ಕೊಡುವರು. ಓದಿ ಮುಗಿಸಿದ ಮೇಲೆ, ಪುಸ್ತಕವನ್ನು ಹಿಂದಿರುಗಿಸುವ ವೇಳೆ, ಓದಿದಿರಾ? ಹೇಗನ್ನಿಸಿತು... ಇದರ ಬಗ್ಗೆ ಒಂದು ನೋಟ್ ಯಾಕೆ ಬರೆಯಬಾರದು ನೀವು? ಎನ್ನುವರು. ಸದಾ ಅವರಿಗೆ ತಮ್ಮ ಪುರವಣಿಯನ್ನು ಕುರಿತ ಧ್ಯಾನವೇ ಧ್ಯಾನ. ಹೊಸ ಹೊಸ ಲೇಖಕರನ್ನು ಅದು ಒಳಗೊಳ್ಳಬೇಕು. ಹೊಸ ಹೊಸ ಬಗೆಯ ಲೇಖನಗಳು ಅಲ್ಲಿ ಬರಬೇಕು. ಪ್ರಜಾವಾಣಿಯ ಲೇಖಕರ ಬಳಗವನ್ನು ದೊಡ್ಡದಾಗಿ ಬೆಳೆಸಬೇಕು ಇದೇ ಸದಾ ಅವರ ಧ್ಯಾನ.

ನನ್ನಿಂದ ಮಕ್ಕಳ ಕವಿತೆ ಕಥೆ ಕಾದಂಬರಿಗಳನ್ನು ಬರೆಸಿ ಅವನ್ನು ಪ್ರಜಾವಾಣಿ ಮಯೂರಗಳಲ್ಲಿ ಪ್ರಕಟಿಸುತ್ತಿದ್ದರು ಜಿ.ಎನ್.ಆರ್. ನನ್ನ ಅಗ್ನಿಮುಖಿ, ಹಕ್ಕಿ ಸಾಲಿನ ಪದ್ಯಗಳು, ಚಿನ್ನಾರಿ ಮುತ್ತ ಮೊದಲಾದ ಕೃತಿಗಳು ಪ್ರಕಟವಾದದ್ದು ಹಾಗೆ. ನನ್ನಂಥ ನೂರಾರು ಜನ ಹೊಸ ಲೇಖಕರು ಪ್ರಜಾವಾಣಿಯ ಕಮಿಟೆಡ್ ಲೇಖಕರಾಗಿದ್ದರು. ಹಾಗಾಗುವಲ್ಲಿ ಜಿ,ಎನ್. ಆರ್ ಅವರದ್ದು ಪ್ರಮುಖ ಕೊಡುಗೆಯಿದೆ.

ನಾನು ಸೇಂಟ್ ಜೋಸೆಫ್‌ನಿಂದ ನಿವೃತ್ತನಾದೆ. ಜಿ.ಎನ್.ಆರ್ ಪ್ರಜಾವಾಣಿಯಿಂದ ನಿವೃತ್ತರಾದರು. ನಮ್ಮ ಸ್ನೇಹಸಂಬಂಧ ಯಾವತ್ತಿನಂತೆ ಗಾಢವಾಗಿಯೇ ಇತ್ತು. ಈಗ ಯಾವ ಉಪಾಧಿಗಳೂ ಇಲ್ಲದೆ ಇನ್ನಷ್ಟು ಅರ್ಥಪೂರ್ಣವಾಯಿತು. ಜಿ.ಎನ್.ಆರ್, ನರಹಳ್ಳಿ, ಲಕ್ಷ್ಮಣರಾವ್ ಮತ್ತು ನಾನು ಆಗಾಗ ಸೇರುತ್ತಾ ಇದ್ದೆವು. ಪರಸ್ಪರ ಬರೆದುದನ್ನು ಓದುವುದು ಚರ್ಚಿಸುವುದು ನಡೆಯುತ್ತಾ ಇತ್ತು. ಸ್ನೇಹಿತರು ಎಂಬ ಕಾರಣಕ್ಕೆ ನಾವು ಬರೆದದ್ದನ್ನು ಸುಲಭವಾಗಿ ಮೆಚ್ಚುವವರಲ್ಲ ಜಿ.ಎನ್.ಆರ್. ಆದರೆ ಅವರಿಗೆ ಇಷ್ಟವಾದದ್ದನ್ನು ಮುಕ್ತ ಕಂಠದಿಂದ ಪ್ರಶಂಸಿಸುವಲ್ಲಿ ಯಾವತ್ತೂ ಹಿಂದೆ ಬಿದ್ದವರಲ್ಲ. ಅನಕೃ ಪ್ರಶಸ್ತಿಯ ಜೂರೀಸ್ ಆಗಿ ಜಿ.ಎನ್.ಆರ್, ನರಹಳ್ಳಿ ಮತ್ತು ನಾನು ಅದೆಷ್ಟೋ ವರ್ಷ ಕೆಲಸಮಾಡಿದ್ದೇವೆ. ಆ ಸಭೆ ಗಾಂಧಿಬಜಾರಿನ ಒಂದು ಜನಸಂದಣಿಯಿಲ್ಲದ ಹೋಟೆಲ್ಲಿನಲ್ಲಿ ಸಾಮಾನ್ಯವಾಗಿ ನಡೆಯುತ್ತಾ ಇತ್ತು. ಸಭೆಯಲ್ಲಿ ಪ್ರಶಸ್ತಿಗಾಗಿ ಲೇಖಕರೊಬ್ಬರನ್ನು ಆಯ್ಕೆ ಮಾಡುವುದರಲ್ಲಿ ನಮಗೆ ಜಿ.ಎನ್.ಆರ್ ಮಾರ್ಗದರ್ಶನವಿರುತ್ತಿತ್ತು. ಮೊದಲು ಪ್ರಶಸ್ತಿ ನೀಡಬಹುದಾದ ಲೇಖಕರ ಪಟ್ಟಿ ಮಾಡಬೇಕು. ಆಮೇಲೆ ಒಬ್ಬೊಬ್ಬರನ್ನೇ ತೆಗೆದುಕೊಂಡು ಸವಿವರವಾಗಿ ಚರ್ಚಿಸಬೇಕು. ಕೊನೆಗೆ ಈ ವರ್ಷ ಇಂಥ ಲೇಖಕರಿಗೆ ಪುರಸ್ಕಾರ ಎಂಬುದರ ನಿರ್ಣಯ. ಈ ಆಯ್ಕೆ ಸುಲಭವಾಗಿ ನಡೆಯುತ್ತಾ ಇರಲಿಲ್ಲ. ನಮ್ಮ ನಡುವೆ ಬಿಸಿ ಬಿಸಿ ಚರ್ಚೆ ನಡೆಯುತ್ತಾ ಇತ್ತು. ಕೊನೆಯ ಆಯ್ಕೆ ಮೂವರಿಗೂ ತೃಪ್ತಿ ನೀಡುವಂತಿರುತ್ತಿತ್ತು. ಆಮೇಲೆ ನಮ್ಮ ಖರ್ಚಿನಲ್ಲಿ ಒಟ್ಟಿಗೇ ಊಟ ಮಾಡಿ ಪರಸ್ಪರ ಕೈಕುಲುಕಿ ಬೀಳ್ಕೊಡುವುದು. ಇದು ಹತಾರು ವರ್ಷ ನಿರಂತರವಾಗಿ ನಡೆಯಿತು. ಪ್ರಶಸ್ತಿಗೆ ಘನತೆಯೂ ಪ್ರಾಪ್ತವಾಯಿತು. ನಮ್ಮ ತೀರ್ಪನ್ನು ಅನಕೃ ಪ್ರಶಸ್ತಿ ನೀಡುತ್ತಿದ್ದ ಮಾನ್ಯ ಚಂದ್ರಶೇಖರ್ ಯಾವತ್ತೂ ಪ್ರಶ್ನಿಸಲಿಲ್ಲ. ಅನಕೃ ಅವರ ಪರಮಾಪ್ತ ಅಭಿಮಾನಿಗಳಾದ ಶ್ರೀಯುತರು ತಮ್ಮ ವೃದ್ಧಾಪ್ಯದವರೆಗೆ ಸಂಸ್ಥೆಯನ್ನು ಶುಭ್ರಶುದ್ಧಿಯಲ್ಲಿ ನಡೆಸಿದರು. ಈಗ ನಿರ್ಮಾಣ್ ಲಕ್ಷ್ಮೀನಾರಾಯಣ ಅವರು ಪ್ರಸಸ್ತಿ ಪ್ರಕ್ರಿಯೆ ಮುಂದುವರೆಸಿದ್ದಾರೆ.

ಜಿ.ಎನ್.ಆರ್ ಬರೆದ ಹಾವು ಹೊಕ್ಕ ಮನಗಳು ಎಂಬ ನಾಟಕಕ್ಕೆ ನಾನು ಮುನ್ನುಡಿ ಬರೆದೆ. ಕಲಾಕ್ಷೇತ್ರದಲ್ಲಿ ಅದರ ರಂಗಪ್ರಯೋಗವಾಗಿದ್ದಾಗ ನಾಟಕವನ್ನು ನಾನು, ಜಿ.ಎನ್.ಆರ್ ಒಟ್ಟಿಗೇ ನೋಡಿದೆವು. ನಿವೃತ್ತರಾದ ಮೇಲೆ ಜಿ.ಎನ್.ಆರ್ ಬರವಣಿಗೆಯಲ್ಲಿ ತೀವ್ರವಾಗಿ ತೊಡಗಿಕೊಂಡರು. ಪತ್ರಿಕೋದ್ಯಮದ ಬಗ್ಗೆ ಬೃಹತ್ ಕೃತಿಯನ್ನು ರಚಿಸಿದರು. ಶೇಕ್ಸ್‌ಪಿಯರ್‌ನ ರೋಮಿಯೋ ಜೂಲಿಯೆಟ್, ಆಂಟನಿ ಕ್ಲಿಯೋಪತ್ರ, ಬ್ರೆಕ್ಟನ ಚಾಕ್ ಸರ್ಕಲ್, ಅನ್ವಿಯ ಅಂತಿಗೊನೆ, ಜೀನ್ ಜೆನೆಯ ಕಪ್ಪುಜನ, ಟಾಲ್ಸ್ಟಾಯ್ ಕಥೆಗಳು, ಕಾಫ್ಕಾ ಕಥೆಗಳು, ಓ ಹೆನ್ರೀ ಕಥೆಗಳು, ರವೀಂದ್ರನಾಥ ಟಾಗೂರರ ಕಥೆಗಳು, ಜೆ.ಡಿ.ಬರ್ನಾಲರ ಸೋಶಿಯಲ್ ಸೈನ್ಸ್ ಇನ್

ಹಿಸ್ಟರಿ, ರಾಮಚಂದ್ರ ಗುಹಾ ಅವರ ಬಾಪು ನಂತರದ ಭಾರತ, ಮೋಹನದಾಸ ಗಾಂಧಿ ಮಹಾತ್ಮರಾದದ್ದು ಮೊದಲಾದ ಮಹತ್ವದ ಕೃತಿಗಳಿವೆ. ಮೋಹನದಾಸ್– ಒಂದು ಸತ್ಯಕಥೆ (ಮೂಲ ಲೇಖಕರು ಗಾಂಧಿಯವರ ಮೊಮ್ಮಗ ರಾಜ ಮೋಹನ್ ಗಾಂಧಿ) ಜಿ.ಎನ್.ಆರ್ ಅನುವಾದಿಸಿದ ಅತ್ಯಂತ ಘನವಾದ ಕೃತಿ. ಜಿ.ಎನ್.ಆರ್ ಬಗ್ಗೆ ಬರೆಯಬೇಕೆಂಬ ಕಾರಣಕ್ಕಾಗಿ ಕಳೆದ ವಾರ ಈ ಕೃತಿಯನ್ನು ಮತ್ತೊಮ್ಮೆ ಓದಿದೆ. ಸಣ್ಣಪುಟ್ಟ ಸಂಗತಿಗಳಲ್ಲಿ ವ್ಯಕ್ತವಾಗುವ ಗಾಂಧಿಯವರ ಘನತೆ ನನ್ನನ್ನು ಗಾಢವಾಗಿ ಅಲ್ಲಾಡಿಸಿತು. ಅನೇಕ ಪುಟಗಳನ್ನು ನೀರ್ಗಣ್ಣಿನಲ್ಲೇ ಓದಬೇಕಾಯಿತು. ನನ್ನ ದೃಷ್ಟಿಯಲ್ಲಿ ಇದು ಜಿ.ಎನ್.ಆರ್ ಅವರ ಅತ್ಯಂತ ಮಹತ್ವದ ಕೃತಿ. ಅವರಿಗೆ ಕೇಂದ್ರ ಸಾಹಿತ್ಯ ಅಕಾಡೆಮಿಯ ಅನುವಾದ ಪುರಸ್ಕಾರ ದೊರಕಿಸಿದ ಕೃತಿ.

ಸದ್ಯ ಜಿ.ಎನ್.ಆರ್, ಎಲ್.ಎಸ್.ಶೇಷಗಿರಿರಾಯರ ಬೃಹತ್ ಗಾತ್ರದ ಮಹಾಭಾರತ ಇಂಗ್ಲಿಷ್ ಕೃತಿಯನ್ನು ಕನ್ನಡಕ್ಕೆ ಅನುವಾದಿಸಿ ಮುದ್ರಣ ಪ್ರತಿಯ ತಯಾರಿಯಲ್ಲಿ ತೊಡಗಿದ್ದಾರೆ. ಒಂದು ಸಾವಿರ ಪುಟಕ್ಕೂ ಮಿಕ್ಕ ಈ ಬೃಹತ್ ಗ್ರಂಥವನ್ನು ಜಿ.ಇನ್.ಆರ್ ತಮ್ಮ ಶ್ರೀಮತಿಯವರು ಸಾವು ಬದುಕಿನ ಹೋರಾಟದಲ್ಲಿ ಇದ್ದಾಗ, ಆ ನೋವಿನ ಉಪಶಮನಾರ್ಥವಾಗಿ ಬರೆದರೆಂಬುದನ್ನು ವಿಶೇಷವಾಗಿ ಉಲ್ಲೇಖಿಸಬೇಕಾಗಿದೆ. ಪತ್ನಿಯ ಆರೈಕೆ, ಕೃತಿಯ ರಚನೆ ಎರಡೇ ಜಿ.ಎನ್.ಆರ್ ಅವರನ್ನು ಆ ದಿನಗಳಲ್ಲಿ ಆಕ್ರಮಿಸಿದ್ದ ಸಂಗತಿಗಳು. ಕಳೆಕಳೆಯಾಗಿದ್ದ ಅವರ ಪತ್ನಿ ಆಸ್ಪತ್ರೆಯಲ್ಲಿ ನಿತ್ರಾಣರಾಗಿ ಚಿಕಿತ್ಸೆಯಲ್ಲಿದ್ದಾಗ ನಾನು ಅವರನ್ನು ಭೆಟ್ಟಿಯಾಗಿ ನನ್ನ ಶ್ರೀರಾಮಚಾರಣ ಕೃತಿಯನ್ನು ಅವರಿಗೆ ಕೊಟ್ಟಾಗ ಆಕೆ ಪುಸ್ತಕವನ್ನು ಎದೆಯ ಮೇಲೆ ಇರಿಸಿಕೊಂಡು ಒದ್ದೆಗಣ್ಣಾದದ್ದನ್ನು ನಾನು ಯಾವತ್ತೂ ಮರೆಯಲಾರೆ.

ಇದಾಗಿ ಕೆಲವು ತಿಂಗಳು ಆಗಿರಬಹುದು. ಜಿ.ಎನ್.ಆರ್ ಫೋನ್ ಮಾಡಿದರು. ಧ್ವನಿಯಲ್ಲಿ ಸಣ್ಣ ಕಂಪನವಿತ್ತು. "ಮೂರ್ತೀ... ನಮ್ಮ ಮನೆಯವರು ಹೋಗಿಬಿಟ್ಟರು".

ಕೊನೆಯ ದರ್ಶನಕ್ಕಾಗಿ ನಾನು ಕ್ರಿಮಿಟೋರಿಯಮ್ಮಿಗೆ ಧಾವಿಸಿದೆ. ಬಿಗಿದ ಕೊರಳಲ್ಲಿ, ನೀರ್ತುಂಬಿದ ಕಣ್ಣುಗಳಲ್ಲಿ ಜಿ.ಎನ್.ಆರ್ ಅವರ ಕೈ ಹಿಡಿದುಕೊಂಡು ಬಿಗಿಯಾಗಿ ಒತ್ತಿದೆ. ಒಂದು ಮಾತೂ ಕಂಠದಿಂದ ಹೊರಗೆ ಬರಲಿಲ್ಲ. ಭೆಟ್ಟಿಯಾದಾಗ ಮಾತೇ ಆಡದೆ ನಾವು ಒಬ್ಬರನ್ನೊಬ್ಬರು ಅಗಲಿದ್ದು ಅದೇ ಮೊದಲ ಸಲ.

***

ನನ್ನ ಕುಮಾರವ್ಯಾಸ ಕಥಾಂತರದ ಬಗ್ಗೆ ಜಿ.ಎನ್.ಆರ್ ದೀರ್ಘವಾದ ಲೇಖನವನ್ನೇ ಬರೆದಿದ್ದಾರೆ. ಅದರಲ್ಲಿ ತಮ್ಮ ಬಾಲ್ಯದ ದಿನಗಳನ್ನು ಜಿ.ಎನ್. ಆರ್ ನೆನಪುಮಾಡಿಕೊಂಡಿದ್ದಾರೆ. "ಎಚ್ಚೆಸ್ವಿಯವರ ಕುಮಾರವ್ಯಾಸ ಕಥಾಂತರ

ಓದಿ ಮುಗಿಸಿದಾಗ ನನಗೆ ನನ್ನ ಹೈಸ್ಕೂಲ್ ದಿನಗಳ ಧ್ಯಾನ ಸ್ಥಿತಿಯ ಒಂದು ಘಟನೆ ನೆನಪಿಗೆ ಬಂತು. 1950ರ ದಶಕದ ಪ್ರಾರಂಭಿಕ ವರ್ಷಗಳು. ಹಳ್ಳಿ ಹಳ್ಳಿ ಸುತ್ತುತ್ತಲೇ ವಿದ್ಯಾಭ್ಯಾಸ. ಆಗ ಕುಮಾರವ್ಯಾಸ ಭಾರತ ವಾಚನ ದೇಸಿ ಸಂಸ್ಕೃತಿಯ ಒಂದು ಭಾಗವಾಗಿತ್ತು. ಯುಗಾದಿ, ಸುಗ್ಗಿ, ದೀಪಾವಳಿ, ಶಿವರಾತ್ರಿ ಹೀಗೆ ಹಬ್ಬ ಹರಿದಿನಗಳಲ್ಲಿ ಅಥವಾ ವಾರಕ್ಕೊಮ್ಮೆ ಹಳ್ಳಿಯ ಚಾವಡಿಯಲ್ಲಿ ಅಥವಾ ಪಟೇಲರು-ಶ್ಯಾನಭೋಗರ ಮನೆಗಳಲ್ಲಿ ಕುಮಾರವ್ಯಾಸ ಭಾರತದ ವಾಚನವಿರುತ್ತಿತ್ತು. ವಾಚನದ ನಂತರ ಪುಸ್ತಕಕ್ಕೆ ಪೂಜೆ ಮಂಗಳಾರತಿಯೊಂದಿಗೆ ಚರಪು ಹಂಚುತ್ತಿದ್ದರು. ಕುಮಾರವ್ಯಾಸನ ಚರುಪಿನ ಧ್ಯಾನದಲ್ಲಿ ನಾವು ಇರುತ್ತಿದ್ದೆವು. ಅದೊಂದು ಬಗೆಯ ಕಾವ್ಯ ಸಮಾರಾಧನೆ. ಕುಮಾರವ್ಯಾಸನ ಮಾತು, ಮನಸ್ಸುಗಳನ್ನು ಹೊಕ್ಕು ಹೊಸ ಹೊಸ ಅರ್ಥಗಳನ್ನು ಮೊಗೆ ಮೊಗೆದು ಕೊಡುವ ಎಚ್ಚೆಸ್ವಿಯವರದ್ದು ಕಾವ್ಯ ಸಮಾರಾಧನೆಯ ಇನ್ನೊಂದು ಪರಿ. ಆಪ್ತ ಹವಣಿಕೆಯಲ್ಲಿ ಏಕಕಾಲಕ್ಕೇ ಕವಿಯನ್ನೂ ಓದುಗರನ್ನೂ ಮುಟ್ಟುವ ಕೃತಕೃತ್ಯ ಪ್ರಯತ್ನವಿದು. ಇಂತಹ ಕೃತಿ ಭಾಷೆಯ ಪುಣ್ಯ; ಸಜ್ಜನರ ಸುಕೃತ.

ನನ್ನ ಹಸಿರು ರಿಬ್ಬನ್ ಪ್ರದರ್ಶನಕ್ಕೆ ರಾಜಕುಮಾರ್ ಭವನಕ್ಕೆ ಜಿ.ಎಸ್.ಆರ್ ಬಂದಿದ್ದರು. ಚಿತ್ರ ಮುಗಿದಾಗ ನನ್ನ ಕೈ ಬಿಗಿಯಾಗಿ ಒತ್ತಿ ಅಭಿನಂದಿಸಿದರು. ನೀವು ನಿಜವಾದ ಕವಿ: ಇದು ನಿಜವಾದ ಕಾವ್ಯಚಿತ್ರ ಎಂದರು. ಆಗ ಸಿನಿಮಾ ಮಾಡಿದ್ದು ಸಾರ್ಥಕ ಅನ್ನಿಸಿತು ನನಗೆ. ಗೆಳೆಯರಿರಲಿ ಕೊನೆ ತನಕ ಎನ್ನುತ್ತಾನೆ ಲಕ್ಷ್ಮಣ್. ಆ ಸಾಲೇ ಈಗ ನನ್ನ ಜೀವಧ್ಯಾನ.

ಚೊಕ್ಕಾಡಿಯೆಂಬ ಸವರ್ಣದೀರ್ಘ ಸಂಧಿ

ಚಿತ್ರ: ಎ.ಎನ್.ಮುಕುಂದ್

ನವೋದಯ ಸಾಹಿತ್ಯ ಸಂದರ್ಭದಲ್ಲಿ ಹಿರಿಯ ಲೇಖಕರಾದ ಮಾಸ್ತಿಯವರನ್ನು ಅವರ ಸರೀಕರು ಪ್ರೀತಿಯಿಂದ ಅಣ್ಣ ಮಾಸ್ತಿ ಎಂದು ಕರೆಯುತ್ತಿದ್ದರಂತೆ. ಮಾಸ್ತಿಯವರ ಬಗ್ಗೆ ಬೇಂದ್ರೆ, ಕುವೆಂಪು, ಪುತಿನ, ಅನಕೃ–ಹೀಗೆ ವಿಭಿನ್ನ ಮನೋಧರ್ಮ, ವ್ಯಕ್ತಿತ್ವಗಳ ಅನೇಕ ಲೇಖಕರಿಗೆ ಅಪಾರವಾದ ಗೌರವಾದರ. ಅವರ ನಡುವೆ ವಾದವಿವಾದಗಳು, ಭಿನ್ನಾಭಿಪ್ರಾಯಗಳು ಇರಲಿಲ್ಲವೆಂದಲ್ಲ. ಶೂದ್ರತಪಸ್ವಿ ಬಗ್ಗೆ ಕುವೆಂಪು ಮತ್ತು ಮಾಸ್ತಿಯವರ ನಡುವೆ ನಡೆದ ಸಾಹಿತ್ಯ ವಾಗ್ವಾದ ಜನಜನಿತವಾಗಿರುವಂಥದ್ದು. ಕೊನೆಕೊನೆಗೆ ಮಾಸ್ತಿ ಮತ್ತು ಬೇಂದ್ರೆಯವರ ನಡುವೆಯು ಇರಸುಮುರುಸು ಉಂಟಾಗಿತ್ತು ಎಂದು ಕೇಳಿಬಲ್ಲೆ. ಅನಕೃ ಮಾಸ್ತಿಯವರನ್ನು ಬಹಿರಂಗವಾಗಿಯೇ ಟೀಕಿಸಿದ್ದುಂಟು. ಮಾಸ್ತಿಯವರ ರಾಮನವಮಿ ಪದ್ಯವನ್ನು ಮನಸಾರೆ ಮೆಚ್ಚಿಯೂ ಅಡಿಗರು ತಮ್ಮ ಮಾಸ್ತಿಯವರ ಬಗ್ಗೆ ಬರೆದ ಪದ್ಯದಲ್ಲಿ ಅರ್ಥವಾಗುವಂತೆ ಬರೆದರೆ ಸಾಲದು, ಅರ್ಥಪೂರ್ಣವಾಗಿ ಬರೆಯಬೇಕೆಂದು ಪರೋಕ್ಷವಾಗಿ ಮಾಸ್ತಿ ಮಾರ್ಗವನ್ನು ಕಿಚಾಯಿಸಿದ್ದುಂಟು. ಇಷ್ಟಾಗಿಯೂ ಎಲ್ಲ ಹಿರಿಯ ಲೇಖಕರಿಗೂ ಮಾಸ್ತಿ ಒಂದು ಆದರ್ಶ. ಮಾಸ್ತಿ ಒಂದು ಕೈಗಂಬ; ಮಾಸ್ತಿ ಅವರ ಅಕ್ಕರೆಯ ಹಿರಿಯಣ್ಣ!

ನಮ್ಮ ಕಾಲದಲ್ಲಿ ನಾನು ಅಣ್ಣ ಎಂದು ಕರೆಯುವುದು ಕವಿ, ಕತೆಗಾರ, ವಿಮರ್ಶಕ, ಭಾವಗೀತಾಕವಿ, ಪ್ರಕಾಶಕ, ಸಂಘಟಕ ಸುಬ್ರಾಯ ಚೊಕ್ಕಾಡಿಯನ್ನು! 1940ರಲ್ಲಿ ಜನಿಸಿದ ಚೊಕ್ಕಾಡಿಯವರ ತಂದೆ ಪ್ರಸಿದ್ಧ ಯಕ್ಷಗಾನ ಕಲಾವಿದ ಗಣಪಯ್ಯ. ಹೀಗಾಗಿ ಚೊಕ್ಕಾಡಿಗೆ ಸಾಹಿತ್ಯ, ಸಂಗೀತದಲ್ಲಿ ಅಪಾರವಾದ ಒಲವು. ಗಣಪಯ್ಯನವರು ಕನ್ನಡ ಪುಸ್ತಕಗಳನ್ನು ಹೆಗಲ ಚೀಲದಲ್ಲಿ ಹಾಕಿಕೊಂಡು ಮನೆಮನೆಗೆ ಹೋಗಿ ಮಾರಾಟ ಮಾಡುತ್ತಿದ್ದರಂತೆ. ಎಳೆವಯಸ್ಸಿನಲ್ಲಿಯೇ ಚೊಕ್ಕಾಡಿ ತಮ್ಮ ತಂದೆಗೆ ಪುಸ್ತಕ ಮಾರಾಟದಲ್ಲಿ ಸಾತುಕೊಟ್ಟವರು. ಕೂಡುಕುಟುಂಬ. ಬಡತನ. ತಮ್ಮ ತಂದೆಯವರ ಅನಾರೋಗ್ಯದ ಕಾರಣ ಕಿರುಹರಯದಲ್ಲೇ

ಸಂಸಾರದ ನೊಗಹೊರಬೇಕಾದ ಅನಿವಾರ್ಯ ಸ್ಥಿತಿ. ಈ ಕಾರಣಗಳಿಂದ ಚೊಕ್ಕಾಡಿಯವರಿಗೆ ಕಾಲೇಜು ಅಭ್ಯಾಸ ಮಾಡಲಿಕ್ಕಾಗಲಿಲ್ಲ. ಪ್ರೈಮರಿ ಶಾಲೆಯಲ್ಲಿ ಅಧ್ಯಾಪಕರಾಗಿ ಸಂಸಾರದ ಚುಕ್ಕಾಣಿ ಹಿಡಿದರು. ಸಾಹಿತ್ಯದ ಅಧ್ಯಯನ ಅವರೇ ಸ್ವಯಂಭುವಾಗಿ ರೂಪಿಸಿ ಬೆಳೆಸಿಕೊಂಡಿದ್ದು. ಚಿಕ್ಕಂದಿನಲ್ಲೇ ಕಾವ್ಯರಚನೆಯಲ್ಲೂ ಅವರು ತೊಡಗಿದರು! ಅಡಿಗರ ಚಂಡೆಮದ್ದಲೆ ಸಂಗ್ರಹ ಅವರ ಕೈಗೆ ಬಂದದ್ದು ಅವರ ಕಾವ್ಯ ಜೀವನದಲ್ಲಿ ಹೊಸ ಅಧ್ಯಾಯವನ್ನೇ ತೆರೆಯಿತು. ಕಾಮವನ್ನು ನಿಕಷ ಮಾಡಿಕೊಂಡು ತೀವ್ರವಾದ ಪ್ಯಾಶನೇಟ್ ಕವನಗಳನ್ನು ಬರೆದರು. "ನಾನು" ಅವರ ಕಾವ್ಯದ ಕೇಂದ್ರವಾಯಿತು. ತನ್ನ ಸುತ್ತಲೇ ಜಗತ್ತು ಸುತ್ತುತ್ತಿದೆ ಎಂದು ಭಾವಿಸಿದ ಆತ್ಮಕೇಂದ್ರಿತ ದಿನಗಳವು. ಮುಕ್ತಹಂಸ ಎಂಬುದು ಅವರ ಕಾವ್ಯನಾಮ. 1967ರಲ್ಲಿ ಲಕ್ಷ್ಮಿ ಅವರು ಚೊಕ್ಕಾಡಿಯ ಕೈಹಿಡಿದು ತುಂಬಿದ ಮನೆಗೆ ಬಂದರು. ಮಾಸ್ತಿಯವರ ರಾಮನವಮಿ ಪದ್ಯದಲ್ಲಿ ಆಗುವಂತೆ ಸುಬ್ರಾಯ ಮತ್ತು ಲಕ್ಷ್ಮಿ ಅವರದ್ದು ಮೌನದಾಂಪತ್ಯ. ಪ್ರೀತಿಗೆ ಮಾತಿನ ಹಂಗೆಲ್ಲಿದೆ ಎನ್ನುವ ಸದ್ಗೃಹಿಣಿ ಲಕ್ಷ್ಮಿ. ಪುಂಖಾನುಪುಂಖವಾಗಿ ಚೊಕ್ಕಾಡಿಯವರ ಕವಿತೆಗಳು ಗೋಕುಲ ಮೊದಲಾದ ಪತ್ರಿಕೆಗಳಲ್ಲಿ ಪ್ರಕಟವಾಗುತ್ತಿದ್ದ ದಿನಗಳವು. ಜೊತೆಜೊತೆಯಲ್ಲೇ ತಿರುಮಲೇಶ, ದೊಡ್ಡರಂಗೇಗೌಡ, ಜಯಸುದರ್ಶನ, ನಾನು ಗೋಕುಲದ ಕಾವ್ಯಕ್ಕೆ ಮೀಸಲಾದ ಪುಟಗಳಲ್ಲಿ ಕಾಣಿಸಿಕೊಳ್ಳುತ್ತಿದ್ದುದು ನನಗೆ ಈಗ ನೆನಪಾಗುತ್ತಿದೆ. ಹೀಗೆ ತಮ್ಮ ಕಾವ್ಯದ ಮೂಲಕ ಚೊಕ್ಕಾಡಿ ಮೊದಲು ನನ್ನ ಮನಸ್ಸನ್ನು ಪ್ರವೇಶ ಮಾಡಿದ್ದು.

ಚೊಕ್ಕಾಡಿಯವರದ್ದು ಮೊದಲಿನಿಂದಲೂ ವಿಸ್ತರಿಸಿಕೊಳ್ಳುವ ಸ್ವಭಾವ. ಅವರ ಊರಿನ ಪಕ್ಕದಲ್ಲೇ ಗಗನವ್ಯಾಪಿಯಾಗಿ ನಿಂತಿದ್ದ ಬಂಟಮಲೆ ಪರ್ವತ ಪ್ರಕೃತಿ ಮತ್ತು ಜೀವಜಗತ್ತನ್ನು ಸಂಪೂರ್ಣವಾಗಿ ಒಳಗೊಂಡಂತೆ ಪ್ರಕೃತಿ ಮತ್ತು ಜೀವಜಗತ್ತನ್ನು ತಮ್ಮ ಅಂತರಂಗದಲ್ಲಿ ಒಳಗೊಳ್ಳುವ ಅದಮ್ಯ ತುಡಿತ ಚೊಕ್ಕಾಡಿಗೆ. ಇಂಥವರು ಬಹಳ ಕಾಲ ಸ್ವಯಂಲೋಲುಪ್ತಿಯಲ್ಲಿ ಉಳಿಯಾಲಾರರು. ಚೊಕ್ಕಾಡಿ ಕಥೆ ಕವಿತೆಗಳು ಲೋಕಸಮಸ್ತವನ್ನೂ ತನ್ನಲ್ಲಿ ಒಳಗೊಳ್ಳತೊಡಗಿದ್ದು ಅವರ ಸಾಹಿತ್ಯಕ ಬದುಕಿನ ಎರಡನೇ ಘಟ್ಟ. ತಾನು ಬೆಳೆಯುವುದು ಮಾತ್ರವಲ್ಲ ತನ್ನ ಗೆಳೆಯರೂ ಸಾಹಿತ್ಯಾಸಕ್ತ ಕಿರಿಯರೂ ಬೆಳೆಯಬೇಕೆಂಬ ಬಯಕೆಯಿಂದ ತಮ್ಮ ಪುಟ್ಟ ಹಳ್ಳಿಯಲ್ಲೇ ಸಾಹಿತ್ಯಾಸಕ್ತರನ್ನು ಸಂಘಟಿಸಿದರು. ತಮ್ಮದೇ ವಸಂತ ಪ್ರಕಾಶನ ಎಂಬ ಪ್ರಕಾಶನ ಸಂಸ್ಥೆಯನ್ನು ಪ್ರಾರಂಭಿಸಿದರು. ಸಾಲಸೋಲ ಮಾಡಿ ಬೇರೆ ಲೇಖಕರ ಪುಸ್ತಕಗಳನ್ನೂ ಪ್ರಕಟಿಸಿದರು. ಲಂಕೇಶರ ನನ್ನ ತಂಗಿಗೊಂದು ಗಂಡು ಕೊಡಿ ಎಂಬ ಸುಪ್ರಸಿದ್ಧ ನಾಟಕವನ್ನು ಚೊಕ್ಕಾಡಿ ತಮ್ಮ ವಸಂತ ಪ್ರಕಾಶನದ ಮೂಲಕ ಪ್ರಕಟಪಡಿಸಿದರು ಎನ್ನುವುದು ಹೊಸ ಪೀಳಿಗೆಗೆ ಪ್ರಾಯಃ ಗೊತ್ತಿರಲಿಕ್ಕಿಲ್ಲ.

ಮುಂದೆ ಪ್ರಕಾಶನದಿಂದ ಕೈಸುಟ್ಟುಕೊಂಡು ಪ್ರಕಟಣ ಸಾಹಸವನ್ನು ಅವರು ಕೈಬಿಡಬೇಕಾಯಿತು.

ಗೆಳೆಯ ಉಬರಡ್ಕ ಮೊದಲಾದವರನ್ನೂ, ತಮಗಿಂತ ಕಿರಿಯರಾದ ದೊಡ್ಡ ತರುಣ ಪಡೆಯನ್ನೂ ಕಟ್ಟಿಕೊಂಡು ಚೊಕ್ಕಾಡಿ ಸುಮನಸಾ ಎಂಬ ವಿಚಾರ ವೇದಿಕೆಯನ್ನು ಪ್ರಾರಂಭಿಸಿದರು. ನಾಟಕ, ಸಾಹಿತ್ಯ ಜಿಜ್ಞಾಸೆ, ವಿಮರ್ಶೆ ಮೊದಲಾದ ಚಟುವಟಿಕೆಗಳಲ್ಲಿ ತೊಡಗಿಕೊಂಡು ಅನೇಕ ಪ್ರತಿಭಾವಂತ ಎಳೆಯರನ್ನು ಬೆಳೆಸಿದರು. ಈಗ ಅವರಲ್ಲಿ ಅನೇಕರು ಕನ್ನಡದ ಬಹುಮುಖ್ಯ ಲೇಖಕರಾಗಿ ಬೆಳೆದುನಿಂತಿದ್ದಾರೆ! ರಾಮಚಂದ್ರದೇವ, ಜಿ.ಎಸ್.ಉಬರಡ್ಕ, ಶ್ರೀಧರ ಆರಾಧ್ಯ, ಕಿಕ್ಕೇರಿ ನಾರಾಯಣ, ಎಸ್.ಅರ್.ವಿಜಯಶಂಕರ, ಕಂಜರ್ಪಣೆ ಸೋದರರು, ಚೊಕ್ಕಾಡಿ ಸೋದರರು ಅವರಲ್ಲಿ ಮುಖ್ಯರು.

ನನ್ನ ಪರಿವೃತ್ತ ಪ್ರಕಟವಾಗುವ ವೇಳೆಗಾಗಲೇ(1967) ಚೊಕ್ಕಾಡಿ, ತಿರುಮಲೇಶ್, ಆಲನಹಳ್ಳಿ ಕೃಷ್ಣ, ಬಿ.ಆರ್.ಲಕ್ಷ್ಮಣರಾವ್, ದೊರಂಗೌ ಮೊದಲಾದವರು ಯುವಕರಲ್ಲಿ ಮುಂಚೂಣಿಯ ಲೇಖಕರಾಗಿದ್ದರು. ಚೊಕ್ಕಾಡಿಯ ಕಥೆ ಕವಿತೆಗಳು ಸಾಕ್ಷಿ, ಲಹರಿ ಮೊದಲಾದ ಪತ್ರಿಕೆಗಳಲ್ಲಿ ಪ್ರಕಟವಾದಾಗ ನಾನು ಅವುಗಳ ತೀವ್ರ ಅಭ್ಯಾಸದಲ್ಲಿ ತೊಡಗುತ್ತಿದ್ದೆ. ಪರಸ್ಪರ ಪುಸ್ತಕಗಳನ್ನು ಕಳಿಸುವ ಮೂಲಕ ನಮ್ಮ ನಡುವೆ ಪತ್ರಸಂವಾದ ಪ್ರಾರಂಭವಾಯಿತು. ಅಮೂರ್ತ ಧ್ವನಿಯಾಗಿದ್ದ ಚೊಕ್ಕಾಡಿ ರಕ್ತಮಾಂಸಗಳ ವ್ಯಕ್ತಿಯಾಗಿ ನಿಧಾನಕ್ಕೆ ನನ್ನನ್ನು ಆಕ್ರಮಿಸಿದರು. ಅವರಿಗೆ ನಾನು ಅಗ್ರಜ ಎನ್ನತೊಡಗಿದ್ದು ಆ ದಿನಗಳಲ್ಲಿ.

ಚೊಕ್ಕಾಡಿಯವರ ಕವಿತೆ, ಕಥೆಗಳೆಂದರೆ ನನಗೆ ಮೊದಲಿನಿಂದಲೂ ಅದೇನೋ ಮೋಹ. ಅವರ ಕವಿತೆಗಳಂತೂ ಮೌನವನ್ನು ತಂಬೂರಿಯು ಮಿಡಿವಂತೆ ಮಿಡಿಯುವ ಕವಿತೆಗಳು. ಲಯದ ಸಹಜ ಹಾಸುಹೊಕ್ಕು ಅವರ ಕವಿತೆಗಳಲ್ಲಿ ಮೋಹಕವಾಗಿ ಹೆಣೆದುಕೊಳ್ಳುತ್ತಿತ್ತು. ಮರಗಳು, ಹಕ್ಕಿಗಳು, ಅವರ ಕಾವ್ಯದ ಕೇಂದ್ರ ಪ್ರತಿಮೆಗಳಾಗಿದ್ದವು. ಪ್ರತಿಮಾಮಾರ್ಗದಲ್ಲಿ ಅವರು ಬರೆಯುತ್ತಿದ್ದ ಕವನಗಳು ಅವರಿಗಿಂತ ಸ್ವಲ್ಪ ಎಳೆಪ್ರಾಯದ ನಮ್ಮಂಥವರನ್ನು ಅಯಸ್ಕಾಂತದಂತೆ ಆಕರ್ಷಿಸುತ್ತಿದ್ದವು.

ಸಂಸಾರ ಮತ್ತು ಲೋಕ ಸಂಸಾರ ಎರಡೂ ಚೊಕ್ಕಾಡಿಯವರ ಕೊರಳಿಗೆ ಸುತ್ತಿಕೊಂಡಿದ್ದವು. ಬಡತನದ ಬವಣೆಯನ್ನು ಅವರು ಲೆಕ್ಕಿಸಲೇ ಇಲ್ಲ. ತಮ್ಮಂದಿರನ್ನು ಬೆಳೆಸಿದರು. ಗೆಳೆಯರನ್ನು ಪ್ರೋತ್ಸಾಹಿಸಿದರು. ಕಿರಿಯರನ್ನು ಗಂಭೀರವಾಗಿ ವಿಚಾರಮಾಡಲು ಹಚ್ಚಿದರು. ಓರ್ವ ಪ್ರೈಮರಿ ಶಾಲೆಯ ಅಧ್ಯಾಪಕ

ಇದೆಲ್ಲವನ್ನೂ ಮಾಡಿದರು! ಚೊಕ್ಕಾಡಿಯವರ ಅಂತರಂಗದ ಬಲ ಅದು. ಪ್ರೀತಿ ಅದರ ಸಹಜ ಸ್ಥಾಯಿ ಸ್ವಭಾವವಾಗಿತ್ತು.

ಚೊಕ್ಕಾಡಿ ನನಗೆ ತೀರ ನಿಕಟವಾದದ್ದು ಅವರು ಭಾವಗೀತೆಗಳನ್ನು ರಚಿಸತೊಡಗಿದ ಮೇಲೆ. ಪುತ್ತೂರ್ ನರಸಿಂಹನಾಯಕರಿಗಾಗಿ ಸಿ.ಅಶ್ವತ್ಥ್ ಗಜಲ್ ಮಾದರಿಯ ಒಂದು ಧ್ವನಿ ಸುರುಳಿ ನಿರ್ಮಿಸಲು ಸಿದ್ಧರಾದ ದಿನವದು. ಗಜಲ್–ಗಳನ್ನು ಯಾರಿಂದ ಬರೆಸಬೇಕೆಂದು ನಾವೆಲ್ಲಾ ಚರ್ಚೆ ಮಾಡಿದೆವು. ಕೊನೆಗೆ ಚೊಕ್ಕಾಡಿ ಮತ್ತು ಡುಂಡಿರಾಜ್ ಗಜಲ್ಲುಗಳನ್ನು ಬರೆಯಬೇಕೆಂದು ನಿಶ್ಚಯವಾಯಿತು. ಇಬ್ಬರೂ ಕವಿಗಳು ಬೆಂಗಳೂರಿಗೆ ಬಂದರು. ಯಥಾಪ್ರಕಾರ ಮಿನರ್ವಾ ಕಾಮತ್ತಲ್ಲಿ ನಾವೆಲ್ಲಾ ಸೇರಿದೆವು. ಚೊಕ್ಕಾಡಿ, ಡುಂಡಿ, ಬಿ.ಆರ್.ಎಲ್, ವ್ಯಾಸರಾವ್, ದೊರಂಗೌ ಮೊದಲಾಗಿ ಅಶ್ವತ್ಥರಿಗೆ ಪ್ರಿಯರಾಗಿದ್ದ ಎಲ್ಲಾ ಕವಿಗಳೂ ಕಾಮತ್ತಲ್ಲಿ ಸೇರಿದ್ದೆವು. ಯಾರದ್ದೇ ಧ್ವನಿ ಸುರುಳಿಯಾಗಲಿ ಅಶ್ವತ್ಥರೊಂದಿಗೆ ನಾವೆಲ್ಲಾ ಇದ್ದೇ ಇರುತ್ತಿದ್ದೆವು. ಕೆಲವೊಮ್ಮೆ ಹಿರಿಯರಾದ ಜಿ.ಎಸ್.ಎಸ್ ಅವರೂ ಆಗಮಿಸಿ ಹೊಸ ಸಂಯೋಜನೆಗಳನ್ನು ಕೇಳಿ ಹೋಗುತ್ತಾ ಇದ್ದರು.

ನನಗೆ ಆ ದಿನ ಸ್ಪಷ್ಟವಾಗಿ ನೆನಪಿದೆ. ಚೊಕ್ಕಾಡಿಯವರ ಮುನಿಸು ತರವೇ ಮುಗುದೆ, ಸಂಜೆಯಾ ರಾಗಕೆ ಮೊದಲಾದ ಗೀತೆಗಳನ್ನು ತಮ್ಮ ಸುತ್ತಲೂ ಹರಡಿಕೊಂಡು ಅಶ್ವತ್ಥ ಕೂತಿದ್ದಾರೆ. ಎಲ್ಲರಿಗೂ ಕುತೂಹಲ. ಅಶ್ವಥ್ಥ್ ಈ ಹೊಸ ಬಗೆಯ ಗಜಲ್ಲುಗಳಿಗೆ ಹೇಗೆ ರಾಗಸಂಯೋಜನೆ ಮಾಡುವರೆಂದು! ಅಶ್ವತ್ಥ್ ಒಂದು ಕವಿತೆ ತಮ್ಮ ಹಾರ್ಮೋನಿಯಂ ಮೇಲೆ ಇರಿಸಿಕೊಂಡು ಸ್ವಲ್ಪ ಹೊತ್ತು ಏನೋ ಗುನುಗುನಿಸುತ್ತಾರೆ. ಅದಕ್ಕೆ ತಕ್ಕ ರಾಗದ ಉಠಾವ್ ಪ್ರಸಾದ್ ತಮ್ಮ ಮ್ಯಾಂಡೊಲಿನ್ ವಾದ್ಯದಿಂದ ಕೊಡುತ್ತಾರೆ. ಅಶ್ವತ್ಥ್ "ಬಾಲಿ! ಏನಾದರೂ ಹೊಸ ರಿದಮ್ ಕೊಡಿ" ಎಂದು ಬಾಲಿಯವರ ಮುಖವನ್ನು ನೋಡುತ್ತಾರೆ.

ಆಹಾ! ನಿಧಾನಕ್ಕೆ ಕವಿತೆಗೆ ಹಾಡಿನ ಆಧಾರ ಪಲುಕು ದಕ್ಕುತ್ತಿದೆ. ಅಶ್ವತ್ಥ್ ಹಾಡತೊಡಗುತ್ತಾರೆ. ಮುನಿಸು ತರವೇ ಮುಗುದೇ ಹಿತವಾಗಿ ನಗಲೂ ಬಾರದೆ! ಮುಂದೆ ಕುಳಿತಿರುವ ನಾಯಕರ ಮುಖ ಅರಳ ತೊಡಗುತ್ತದೆ. ಅಶ್ವತ್ಥ್ ಮತ್ತೆ ಮತ್ತೆ ಪಲ್ಲವಿ ಹಾಡಿ ಅದನ್ನು ಗಟ್ಟಿ ಮಾಡುತ್ತಾರೆ. ಕೊನೆಯ ನಿಲುಗಡೆ ಸ್ವಲ್ಪ ಬೇರೆ ಆಗಲಿ. ಅದನ್ನೆಲ್ಲೆಲ್ಲೋ ಕೇಳಿದಂತಿದೆ ಎಂದು ಅಶ್ವತ್ಥರ ಗೆಳೆಯ ಚಿಂತಾಮಣಿ ಅನ್ನುತ್ತಾರೆ. ಚಿಂತಾಮಣಿಯ ಅಭಿಪ್ರಾಯವೆಂದರೆ ಅಶ್ವತ್ಥರಿಗೆ ವೇದವಾಕ್ಯ. ಮೊದಲು ರೇಗಿ ಅದು ಅಷ್ಟೇ ಕಣ್ರೀ ಎಂದು ಗುಡುಗುತ್ತಾರೆ. ಸ್ವಲ್ಪಹೊತ್ತು ಅಸಹನೀಯವಾದ ಮೌನ. ಈ ದೂರ್ವಾಸ ಮುನಿ ಮತ್ತೇನು ರಂಪಮಾಡುವರೋ ಎಂದು. ಇನ್ನೊಮ್ಮೆ ಪ್ರಯತ್ನಿಸಿ ಎನ್ನುತ್ತಾರೆ ಚೊಕ್ಕಾಡಿ ಮೆಲುದನಿಯಲ್ಲಿ. ಅಶ್ವತ್ಥ್ ಎದ್ದು ಶತಪಥ ಹಾಕಿ

ಮತ್ತೆ ರಪ್ಪನೆ ಹಾರ್ಮೋನಿಯಂ ಆಕ್ರಮಿಸುತ್ತಾರೆ. ನೋಡಿ ಹೀಗಾದರೆ ಹೇಗೆ ಎಂದು ಮತ್ತೆ ಪಲ್ಲವಿ ಗುನುಗುತ್ತಾರೆ. ಆಹಾ! ಈಗ ಚೆನ್ನಾಗಿದೆ. ಹೊಸ ಮುರಿವು ಕಾಣುತ್ತಾ ಇದೆ ಎನ್ನುತ್ತಾರೆ ಚಿಂತಾಮಣಿ! ಇಡಿ ದಿನ ಮುನಿಸು ತರವೇ ಹಾಡಿನ ಗುಂಗು. ಸಂಜೆಯ ವೇಳೆಗೆ ಹಾಡಿನ ಚರಣಗಳೂ ನಾದದ ಜೀವ ಕಟ್ಟಿಕೊಂಡು ಅಪೂರ್ವವಾದ ಒಂದು ಸಂಯೋಜನೆ ಒಂದು ಮಟ್ಟದಲ್ಲಿ ಪೂರ್ಣಗೊಳ್ಳುತ್ತದೆ! ಒಂದು ಮಟ್ಟದಲ್ಲಿ. ಈ ಅಶ್ವತ್ಥ್ ಅದಕ್ಕೆ ಇನ್ನೂ ಏನೇನು ಸೂಕ್ಷ್ಮಗಳನ್ನು ಮುಂದಿನ ದಿನಗಳಲ್ಲಿ ತರಲಿದ್ದಾರೋ! ಸಂಜೆ ನಾನು ಚೊಕ್ಕಾಡಿ ಸ್ವಲ್ಪ ಈ ಬಿಗುವಿನಿಂದ ಬಿಡುಗಡೆ ಹೊಂದಲು ಕೋಣೆಯಿಂದ ಹೊರಗೆ ಬರುತ್ತೇವೆ. ಈ ಮನುಷ್ಯ ಅದ್ಭುತ ಕಣ್ರೀ ಮೂರ್ತಿ ಎಂದು ಚೊಕ್ಕಾಡಿ ಉದ್ಗರಿಸುತ್ತಾರೆ!

ಚೊಕ್ಕಾಡಿ ರಚಿಸಿದ ಮುನಿಸು ತರವೇ, ಸಂಜೆಯ ರಾಗಕೆ ಹಾಡಾಗಿ ಧ್ವನಿಸುರುಳಿಗೆ ಬಂದು ಈಗ ದಶಕಗಳೇ ಕಳೆದಿವೆ. ನರಸಿಂಹನಾಯಕರ ಧ್ವನಿಯಲ್ಲಿ ಆ ಹಾಡುಗಳನ್ನು ಕೇಳಿದರೆ ಈಗಲೂ ಮನಸ್ಸು ಮೇಣದ ಹಾಗೆ ಕರಗುತ್ತದೆ. ಒಳ್ಳೆಯ ಕವಿ. ಒಳ್ಳೆಯ ರಾಗಸಂಯೋಜನೆ. ಒಳ್ಳೆಯ ಗಾಯಕ! ಮೂರೂ ಒಟ್ಟಾದರೆ ಎಂಥ ಸೊಗಸಾದ ಹಾಡು ಹುಟ್ಟಬಹುದೆಂಬುದಕ್ಕೆ ಈ ಎರಡು ಹಾಡುಗಳು ಪ್ರತ್ಯಕ್ಷ ಉದಾಹರಣೆಗಳಾಗಿವೆ ಎನ್ನುವುದಕ್ಕೆ ಏನೇನೂ ಸಂಶಯವಿಲ್ಲ.

ವಾಗರ್ಥ, ರಾಗ ಮೊದಲಾದ ದೊರಂಗೌಡರಿಗೆ ಪ್ರಿಯವಾದ ಕೆಲವು ನುಡಿಗಟ್ಟುಗಳು ಇಲ್ಲಿ ನುಸುಳಿಬಿಟ್ಟಿವೆ. ಅವನ್ನು ಬದಲಾಯಿಸಬಾರದೆ ಎನ್ನುತ್ತೇನೆ ನಾನು ಚೊಕ್ಕಾಡಿಯವರಿಗೆ. ಪದಗಳನ್ನು ದಕ್ಕಿಸಿಕೊಳ್ಳುವುದು ಕವಿತೆಯ ಜೀರ್ಣಶಕ್ತಿಗೆ ಸಂಬಂಧಿಸಿದ್ದು... ಆತಂಕಪಡಬೇಡಿ ಎನ್ನುತ್ತಾ ಅಗ್ರಜ ಚೊಕ್ಕಾಡಿ ಹಗುರಾಗಿ ಮುಗುಳ್ನಗುತ್ತಾರೆ.

***

"ನನ್ನ ಬರವಣಿಗೆಯು ಸುತ್ತಲಿನ ಸಮಾಜದೊಂದಿಗೆ ಸಂವಾದ ನಡೆಸುವ ಸಾಧನವಾಗಬೇಕು ಎನ್ನುವ ಕನಸನ್ನು ನಾನು ಕಂಡೆ. ಸಾಹಿತ್ಯದ ಅಧ್ಯಯನವು ನಮ್ಮ ನಡೆ ನುಡಿಗಳ ನಡುವಿನ ಅಂತರವನ್ನು ಕಡಿಮೆ ಮಾಡಲು ಸಹಕಾರಿಯಾಗಬಹುದು ಎಂದು ನಾನು ಭಾವಿಸಿದ್ದೆ. ಆದರೆ ನನಗೆ ನಿರಾಸೆ ಕವಿದುಕೊಂಡಿದೆ. ನಮ್ಮ ಸಾಹಿತ್ಯ ಲೋಕದಲ್ಲೂ ಬೇರೆಡೆಯಂತೆಯೇ ಕಪಟ ಮೋಸ ವಂಚನೆ ವಶೀಲಿ ಸ್ಥಾನಮಾನಗಳ ಅಸಹಜ ಹಂಬಲ ಚಿಲ್ಲರೆ ರಾಜಕೀಯ ಮೊದಲಾದುವನ್ನು ಕಂಡು ದಿಗ್ಭ್ರಮೆಗೊಂಡಿದ್ದೇನೆ" ಎನ್ನುತ್ತಾರೆ ಚೊಕ್ಕಾಡಿ. ಅವರ ನೇರ ಮಾತಿಗೆ ಈ ಸಾಲುಗಳು ಸಾಕ್ಷಿನುಡಿಯುವಂತಿವೆ. ಹಾಗಂತ ಮನಸ್ಸನ್ನು ಎಂದೂ ಕಹಿಮಾಡಿಕೊಂಡವರಲ್ಲ ಪಕ್ವಮನಸ್ಸಿನ ಈ ಹಿರಿಯ ಕವಿ.

ಗಂಗೋತ್ರಿಯ ತುಂಬಾ ತುಂಬಾ ಹಕ್ಕಿಗಳೋ ಹಕ್ಕಿಗಳು
ಹೊಸತು ಹೂವು ಮೂಡಿದಂತೆ ಮರಗಳಲ್ಲಿ ಪೊದೆಗಳಲ್ಲಿ
ಕಟ್ಟಡಗಳ ಮಾಡಿನಲ್ಲಿ ಗಿಡಕೆ ಜೋತ ಗೂಡಿನಲ್ಲಿ
ಚಿಗಿತ ಹುಲ್ಲ ಕೌದಿಯಲ್ಲಿ ಆಕಾಶದ ಹಾದಿಯಲ್ಲಿ
ಗಂಗೋತ್ರಿಯ ತುಂಬಾ ತುಂಬಾ ಹಕ್ಕಿಗಳೋ ಹಕ್ಕಿಗಳು

ಚೊಕ್ಕಾಡಿಯವರ ಈ ಕವಿತೆ ನನಗೆ ಅಚ್ಚುಮೆಚ್ಚು. ಅದರ ಬಗ್ಗೆ ಲೇಖನವನ್ನೇ ಬರೆದಿದ್ದೇನೆ. ಚೊಕ್ಕಾಡಿ ಹೇಳುವಂತೆ "ಕಾವ್ಯದಲ್ಲಿ ಬರುವ ಮೌನದ ಸ್ವರೂಪವೆಂದರೆ ಅದು ಸಂಭ್ರಮ ಗದ್ದಲಗಳ ನಡುವೆಯೂ ತಾನು ಒಂಟಿ ಎನಿಸುವ ಮೌನ". ಗಂಗೋತ್ರಿಯ ಹಕ್ಕಿಗಳು ಅಂತ ಮೌನದ ಸ್ವರೂಪವನ್ನು ಕಡೆಯುತ್ತಾ ಇದೆ. ಸಂತೆಮನೆ ಎನ್ನುವ ಚೊಕ್ಕಾಡಿಯವರ ಕಾದಂಬರಿ ಇದೇ ಭಾವದ ಗದ್ಯಾತ್ಮಕ ಶೋಧನೆ ಎಂದು ನಾನು ಭಾವಿಸುತ್ತೇನೆ. ಚೊಕ್ಕಾಡಿಯವರ ಕಾವ್ಯ ವಿಮರ್ಶೆ ನನಗೆ ಬಹು ಮೆಚ್ಚು. ಅದು ಮುಲಾಜಿಗೆ ಎಂದೂ ಒಳಗಾಗುವುದಿಲ್ಲ. ನಿಷ್ಠುರವಾದ ಆದರೆ ಸಹೃದಯತೆ ಕಳೆದುಕೊಳ್ಳದ ಬಿಚ್ಚು ನುಡಿ ಅದು! ಅವರು ಒಂದು ಕವಿತೆಯನ್ನು ಒಪ್ಪಿದರೆಂದರೆ ಮುಗಿಯಿತು. ಅದನ್ನು ಲೋಕವೂ ಒಪ್ಪಿಯೇ ಒಪ್ಪುವುದು ಎಂದು ಲೇಖಕ ಭರವಸೆ ತಾಳಬಹುದು. ಚೊಕ್ಕಾಡಿ ಉಹುಂ ಎಂದು ತಲೆಕೊಡವಿದ ಕವಿತೆಗಳು ಎಷ್ಟೇ ತಿಪ್ಪರುಲಾಗಹಾಕಿದರೂ ನೆಲಬಿಟ್ಟು ಮೇಲೇರಲಾರವು!

ಪರಿಶುದ್ಧ ಚಾರಿತ್ರ್ಯದ ಹೋರಾಟ ಚೊಕ್ಕಾಡಿಯವರ ಸ್ನೇಹಮಯ ವ್ಯಕ್ತಿತ್ವದ ಪ್ರಧಾನ ರೇಖೆ. ಅದಕ್ಕೇ ನಾನು ತಮಾಷೆಗೆ ಹೇಳುವುದುಂಟು. ಚೊಕ್ಕ + ಅಡಿ= ಚೊಕ್ಕಾಡಿ. ಹೀಗಾಗಿ ಅವರು ಕನ್ನಡದ ಕಾವ್ಯಲೋಕದ ಸವರ್ಣದೀರ್ಘಸಂಧಿ!